കെ.എസ് മിനി

കണ്ണൂർ ജില്ലയിലെ ചക്കരക്കല്ല് പട്ടണത്തിൽ താമസിക്കുന്ന കെ.എസ് മിനി ജനിച്ചതും വളർന്നതും കടൽതീരഗ്രാമം ആയ കിഴുന്നയിൽ ആണ്. 32 വർഷത്തെ അദ്ധ്യാപനത്തിന്റെ ഒടുവിൽ സർക്കാർ ഹൈസ്കൂളിൽ പ്രധാന അദ്ധ്യാപിക ആയിരിക്കെ വിരമിച്ചു.

ധാരാളം കഥകളും ലേഖനങ്ങളും നർമ്മങ്ങളും എഴുതാറുണ്ട്. മാതൃഭൂമി വാരിക, മംഗളം വാരിക, നർമഭൂമി മാസിക, സ്ത്രീശബ്ദം മാസിക, വയോജനശബ്ദം മാസിക, ഭാരതദേശം മാസിക, വാർത്താസാന്ത്വനം മാസിക, ഒറ്റമൂലി തുടങ്ങിയവയിൽ ലേഖനങ്ങളും കഥകളും പ്രസിദ്ധീകരിച്ചിട്ടുണ്ട്. ഏതാനും സ്മരണികകളിലും രചനകൾ ഇടംപിടിച്ചിട്ടുണ്ട്. 2008മുതൽ എഴുതിയ അനുഭവങ്ങളും കഥകളും ഫോട്ടോകളും സ്വന്തം ബ്ലോഗുകളിൽ ഉണ്ട്.

സീനിയർ സിറ്റിസൺസ് ഫോറം സംസ്ഥാനതലത്തിലുള്ള ലേഖന മത്സരത്തിൽ ഒന്നാം സ്ഥാനം, അഖിലേന്ത്യ ജനാധിപത്യ മഹിളാ അസ്സോസിയേഷൻ സംസ്ഥാന സമ്മേളനത്തിന് കഥാരചനയിൽ രണ്ടാം സ്ഥാനം, സീനിയർ സിറ്റിസൺസ് ഫോറം കണ്ണൂർ ജില്ലാ സമ്മേളനത്തിന്റെ സാഹിത്യമത്സരം കഥാരചനക്ക് രണ്ടാം സ്ഥാനം, കൈരളി ബുക്സ് കണ്ണൂർ സംഘടിപ്പിച്ച ബാലസാഹിത്യ നോവൽ രചനാ മത്സരത്തിൽ ഒന്നാം സ്ഥാനം, എടക്കാട് സാഹിത്യവേദി വാർഷികം 2022ൽ നടത്തിയ കഥാമത്സരത്തിൽ രണ്ടാം സ്ഥാനം എന്നിവ ലഭിച്ചിട്ടുണ്ട്. കൂടാതെ അനേകം സാംസ്കാരിക സംഘടനകളുടെ അവാർഡുകൾ ലഭിച്ചിട്ടുണ്ട്.

പുസ്തകങ്ങൾ: ടെറസ്സിലെ കൃഷിപാഠങ്ങൾ, ടെറസ്സിലെ കൃഷികൾ (കാർഷികം), അനിയൻബാബു ചേട്ടൻബാബു, മനസ്സിൽ ലഡ്ഡുപൊട്ടുമ്പോൾ, മിനിനർമ കഥകൾ, പുട്ടും കടലയും, പുരനിറഞ്ഞ പുരുഷൻ, കുട്ടിയമ്മയുടെ ആണി (ഹാസ്യകഥകൾ), മാക്രി മെമ്മോറിയൽ ഹൈസ്കൂൾ, കാക്കത്തുരുത്തിലെ കൂട്ടുകാരും പറക്കുംതളികയും, കാക്കക്കുയിലേ ചൊല്ലൂ, ശിവാനിയുടെയും ശ്രീലക്ഷ്മിയുടെയും അത്ഭുതയാത്രകൾ, ഇംഗ്ലീഷ്മീഡിയം കാക്കകൾ, ഒളിച്ചുകളിക്കുശേഷം, അത്ഭുതമരുന്നും രണ്ട് പെൺകുട്ടികളും (ബാലസാഹിത്യം), എട്ട് സുന്ദരികളും ഒരു സിനിമയും, പെൻഡ്രൈവ്, (കഥകൾ), ചോക്കും ചൂരലും പിന്നെ ഞാനും (സ്മരണകൾ),

അച്ഛൻ: പുത്തൻപുരയിൽ ഗോപാലൻ, അമ്മ: പള്ളിവളപ്പിൽ യശോദ
ഭർത്താവ്: സി കെ. മുകുന്ദൻ, മക്കൾ: സിമി, സ്മിജ
മരുമക്കൾ: സുശാന്ത്, അനുരൂപ്, ചെറുമക്കൾ: നവശ്രീ, ശ്രീപാർവണ, രേവന്ത്
വിലാസം: സീ. കെ. ഹൌസ്, ചക്കരക്കല്ല്, പോസ്റ്റ് ഇരിവേരി, കണ്ണൂർ - 670613
ഫോൺ: 0497 2852079, 9847842669
ഇ മെയിൽ: souminik@gmail.com

Malayalam Language
Mukhapusthakathile Pranayapaddangal
(Novel)
by
K S Mini

♦

Published in September 2022
by Kairali Books Private Limited
Thalikkavu Road, Kannur.
Ph : 0497-2761200
E-Mail : kairalibooksknr@gmail.com

♦

Cover Design
Prasanth Mangad

Price ₹ : 250.00
33/22-23/Sl.No.1338/500/NS 18.6
ISBN 978-93-49727-91-5

മുഖപുസ്തകത്തിലെ പ്രണയപാഠങ്ങൾ

കെ.എസ്. മിനി

കൈരളി ബുക്സ്

മുഖപുസ്തകം തുറക്കുമ്പോൾ

ഇനി അവൾ ഉറങ്ങട്ടെ

ഞാൻ എഴുതിയ ചെറുകഥ ആദ്യമായിട്ടൊരു വാരികയിൽ അച്ചടിച്ചുവന്ന വിവരം അറിഞ്ഞതോടെ മനസ്സിലാകെ പൂത്തിരി കത്തി. മലയാളികളായ സ്ത്രീസമൂഹം താല്പര്യത്തോടെ വായിച്ചിരുന്ന വാരികയിലാണല്ലോ എന്റെ കഥ പ്രസിദ്ധീകരിച്ചത് എന്ന് ചിന്തിച്ചപ്പോൾ സന്തോഷം ഇരട്ടിച്ചു. മനസ്സിനുള്ളിൽ ലഡു രണ്ടു മൂന്നെണ്ണം പൊട്ടി. ഉച്ചകഴിഞ്ഞ് ടൗണിലെ സൂപ്പർമാർക്കറ്റിൽ കയറിയുള്ള ഷോപ്പിംഗിനുശേഷം വരുന്നവഴിയിൽ കഥ ഒളിപ്പിച്ചുകൊണ്ട് മിൽമബൂത്തിൽ തൂങ്ങിക്കിടക്കുന്ന പുതിയ വാരികകൾ എന്നെനോക്കി ചിരിച്ചു. അപ്പോൾത്തന്നെ പത്തെണ്ണം ഒന്നിച്ചുവാങ്ങി പണം കൊടുക്കുമ്പോൾ ബൂത്തുടമ രമേശൻ ചോദിച്ചു,

'ടീച്ചറെന്തിനാ കൂടുതൽ കോപ്പികൾ വാങ്ങുന്നത്? മറ്റുള്ളവർക്കും വായിക്കണ്ടേ?'

'മറ്റുള്ളവർക്ക് വേറെ വാങ്ങിക്കൊടുത്തോ, ഇതിനകത്ത് എന്റെ കഥ അച്ചടിച്ചുവന്നിട്ടുണ്ട്'

'ഇക്കാര്യം ടീച്ചർ ആദ്യമേ പറഞ്ഞെങ്കിൽ കുറേയെണ്ണം ഞാൻ വാങ്ങുമായിരുന്നില്ലേ; ടീച്ചറ് കോളടിച്ചല്ലോ!'

കൂടുതൽ പറയാൻ നിൽക്കാതെ രമേശന് പണം കൊടുത്തശേഷം റോഡരികിൽ നിർത്തിയ ഓട്ടോവിളിച്ച് വീട്ടിലേക്ക് പുറപ്പെട്ടു. ചിന്തകളെ അലസമായി കറങ്ങാൻ വിട്ടുകൊണ്ട് യാത്രാശകടം ഓടിക്കൊണ്ടിരിക്കെ മൊബൈൽ ശബ്ദിച്ചു, സഹോദരന്റെ ഭാര്യയാണ്,

'ഏച്ചിയുടെ കഥയുള്ള ആഴ്ചപ്പതിപ്പ് ഇവിടെയുള്ള ഷോപ്പിലൊന്നും കിട്ടാനില്ല. അവിടെ ഉണ്ടെങ്കിൽ എനിക്കുവേണ്ടി ഒരെണ്ണം വാങ്ങണം'

'ഇവിടെയൊരു ഷോപ്പിലുള്ള പത്തെണ്ണം വാങ്ങി. സൺഡേ ഞാനങ്ങോട്ട് വരുമ്പോൾ തരാം'

യാത്ര തുടർന്നുകൊണ്ട് മറുപടി പറയുമ്പോൾ സന്തോഷം തോന്നി.

വീടിനു മുന്നിലെത്തിയപ്പോൾ ഓട്ടോ നിർത്തി ഇറങ്ങാൻ നേരത്ത് വീണ്ടും മൊബൈൽ ശബ്ദിച്ചു. പരിസരമാകെ കണ്ണോടിച്ചശേഷം മൊബൈലിൽ നോക്കി,, അനുജത്തിയാണ്,

'ഏച്ചി എഴുതിയ കഥ വായിച്ചു, പെണ്ണുങ്ങളുടെ ജീവിതമെല്ലാം ഇതുപോലെ തന്നെ. കഥ വായിച്ചിട്ട് ഏട്ടനെന്താ പറഞ്ഞത്?'

'അതിന് അങ്ങേര് കഥ വായിച്ചില്ല; പറയുന്നത് എന്തായാലും പറയട്ടെ. ഞാനിപ്പോൾ ടൗണീന്ന് വരുന്നതേയുള്ളൂ'

'എങ്കിൽ ശരി, രാത്രി വിളിക്കാം'

ഗെയ്റ്റ് തുറന്നശേഷം മുറ്റത്തിന്റെ അരികിൽ പലനിറത്തിലുള്ള പൂക്കുലകൾ വീശി സ്വാഗതം പറയുന്ന ബോഗെൺവില്ലകളെ അവഗണിച്ചുകൊണ്ട് അതിവേഗം വീട്ടിലേക്ക് നടന്നു. വരാന്തയിൽനിന്ന് അകത്തേക്ക് കയറിയ ഉടൻ ബാഗിൽനിന്നും പത്ത് വാരികകൾ ഒട്ടും വേദനിപ്പിക്കാതെ എടുത്ത് അദ്ദേഹം കാൺകെ മേശപ്പുറത്ത് നിരത്തി വെച്ചിട്ട് പറഞ്ഞു.

'ഏത് വേണമെങ്കിലും തുറന്ന് കഥ വായിക്കാം, വായിച്ചുകഴിഞ്ഞ് അഭിപ്രായം പറയണം'

'ആഴ്ചപ്പതിപ്പിലൊരു കഥ അച്ചടിച്ചുവന്നതിന് നീയിങ്ങനെ തുള്ളിച്ചാടേണ്ട, അടുക്കളയിൽ പോയി ചായവെക്ക്.'

ഇതാണ് പെണ്ണിന് വിധിച്ചത്.

ഏത് കൊമ്പത്ത് കയറിയാലും അവളെ തളച്ചിടാൻ അടുക്കളയുണ്ടല്ലോ.

സന്തോഷം വന്നിട്ടങ്ങ് ഇരിക്കാനും നിൽക്കാനും വയ്യാത്ത അവസ്ഥയിലാണ് ഞാൻ. സ്വപ്നങ്ങൾക്ക് ചിറകുമുളച്ച് ആകാശം നിറയെ പറന്നുകളിക്കാനുള്ള ആവേശം. ആഴ്ചപ്പതിപ്പിൽ എന്റെ കഥ അച്ചടിച്ചുവരുന്നത് ആദ്യമായിട്ടാണ്. കേരളത്തിൽ അങ്ങോളമിങ്ങോളം ലക്ഷക്കണക്കിന് വായനക്കാരുണ്ടെന്ന് അവകാശപ്പെടുന്ന പ്രസിദ്ധീകരണത്തിൽ എന്റെ പേരിലുള്ള ഞാൻ എഴുതിയ കഥ അച്ചടിച്ചുവരിക എന്നത് ഭാഗ്യമല്ലാതെ മറ്റെന്താണ്. കഥകൾ എഴുതുന്നതും പ്രസിദ്ധീകരിക്കുന്നതും ആദ്യമായിട്ടൊന്നുമല്ല. ബ്ലോഗിൽ, ഫെയ്സ്ബുക്കിൽ, വാട്ട്സാപ്പിൽ, കൂടാതെ അനേകം മാസികകളിൽ, സ്മരണികകളിൽ എത്രയെത്ര കഥകളും ലേഖനങ്ങളും ഒക്കെ വന്നതാണ്. ഏതാനും രചനകൾക്ക് സമ്മാനങ്ങളും ലഭിച്ചിട്ടുണ്ട്.

എന്തൊക്കെ ആയാലും അടുക്കളക്കാര്യം ആദ്യം. അത് കഴിഞ്ഞ് കലയും സാഹിത്യവും.

ഡ്രസ് മാറ്റിയ ഞാൻ അടുക്കള യൂനിഫോം അണിഞ്ഞു. അടുക്കളയിൽ പ്രവേശിച്ചപ്പോൾ ചട്ടി, കലം, പ്ലെയ്റ്റ്, ഗ്ലാസ്, ഗ്യാസ് സ്റ്റൗ, ഫ്രിഡ്ജ്, മിക്സി, കുക്കർ തുടങ്ങിയവയെല്ലാം എന്നെ കാത്തിരിക്കുന്നു. അരിയും പയറും പച്ചക്കറികളും ഉപ്പും മുളകും മല്ലിയും പഞ്ചസാരയും ചായപ്പൊടിയും മറ്റൊരു വശത്തുണ്ട്. ഉപ്പുതൊട്ട് കർപ്പൂരവും അമ്മിതൊട്ട് അലക്കുമെഷീൻ വരെയും എന്നെയാണ് കാത്തിരിക്കുന്നത്.

എന്റെ വരവ് പ്രതീക്ഷിച്ചിരിക്കുന്നവർക്കു നേരെ കണ്ണോടിച്ചശേഷം നല്ല കടുപ്പത്തിൽ ചായ ഉണ്ടാക്കി അങ്ങേർക്ക് നൽകിയശേഷം ഒരു ഗ്ലാസ്സിൽ ചായ എടുത്തുകൊണ്ട് സ്വീകരണമുറിയിൽ വന്നിരുന്നു. ചായയുടെ ചൂടാറ്റി കുടിച്ചുകൊണ്ട് വാരിക തുറന്നപ്പോൾ എന്റെ കഥ മുന്നിൽ, പേര് വായിച്ചു,

'ഇനി അവൾ ഉറങ്ങട്ടെ'

ഒരു വശത്തായി എഴുത്തുകാരിയുടെ പേര്; കെ.എസ് മിനി. ഒപ്പം എഴുത്തുകാരിയുടെ ഫോട്ടോയും.

എന്റെ മനസ്സിലാകെ തിരയിളക്കം, തുറന്ന വാരികയിലുള്ള ഫോട്ടോയിൽ തുരുതുരാ ഉമ്മവെച്ചു. ആദ്യമായാണ് ഒരു വാരികയിൽ എന്റെ പേരിനോടൊപ്പം കഥ അച്ചടിച്ചുവരുന്നത്. സന്തോഷംകൊണ്ട് കണ്ണുകൾ നിറഞ്ഞൊഴുകിയത് കടലാസിൽ പതിച്ചു. കുട്ടിക്കാലത്ത് വീടിനു സമീപത്തെ വായനശാലയിൽ വരാറുള്ള ഇതേ വാരികയ്ക്കു വേണ്ടി വെള്ളിയാഴ്ചതോറും കാത്തിരുന്ന് വായിച്ചപ്പോൾ ഉണ്ടായ ആവേശത്തിന്റെ നിറം മങ്ങാത്ത ഓർമ്മകൾക്ക് ഒട്ടും കുറവുവരാതെ അച്ചടിമഷി പുരണ്ട എന്റെ കഥ ഞാൻ വായിക്കാൻ തുടങ്ങി.

വായനയുടെ ലോകത്തുനിന്ന് എഴുത്തിന്റെ ലോകത്ത് പ്രവേശിച്ചത് അദ്ധ്യാപന ജോലിയിൽ നിന്ന് വിരമിച്ചശേഷമാണ്. അതോടൊപ്പം കമ്പ്യൂട്ടർ ഉപയോഗവും ആയപ്പോൾ അതിവിശാലമായ സൈബർ ലോകം തുറന്നതോടെ എല്ലാം ഉള്ളംകൈയിൽ വന്നു. അങ്ങനെ സൗഹൃദത്തിന്റെ അതിരുകൾ വർദ്ധിച്ചപ്പോൾ എന്റെ ലോകം വിശാലമായി.

ഫെയ്സ്ബുക്കിലും വാട്ട്സാപ്പിലും ചാറ്റ് ചെയ്യാൻ പറ്റിയനേരം രാത്രിയാണ്. മിണ്ടിയും പറഞ്ഞും ഇരിക്കാനാവില്ല എന്നേയുള്ളൂ; ഒച്ചകേട്ടാൽ അടുത്ത മുറിയിൽ കിടന്നുറങ്ങുന്ന ഭർത്താവ് എഴുന്നേറ്റുവരും,

'നട്ടപ്പാതിരയായിട്ട് നിനക്കൊന്നും ഉറങ്ങാനായിട്ടില്ലേ?'

മക്കളും ചെറുമക്കളും ഉപേക്ഷിച്ചുപോയി ഏതാണ്ട് ശോകമൂകമാ

യ വൃദ്ധസദനമായി രൂപാന്തരപ്പെടുന്ന വീട്ടിൽ തിന്നലും കുടിയും കുളിയും മാത്രമായിട്ട് നാളുകൾ ഏറെയായി. അതിനിടയിൽ ഇത്തിരി സാഹിത്യം തലക്കു പിടിച്ചത് അങ്ങേർക്ക് സഹിക്കുന്നില്ല.

ഫെയ്സ്ബുക്കിൽ ഇന്നത്തെ പോസ്റ്റ് സ്പെഷ്യലാണ്. രാവിലെതന്നെ വാരികയുടെ മുഖചിത്രം വെച്ച് പോസ്റ്റ് ഇട്ടതാണ്. രാത്രി ഭക്ഷണം കഴിഞ്ഞ് അടുക്കള അടച്ചശേഷം ഒച്ചയാക്കാതെ മൊബൈൽ തുറന്ന് ഏറെ പ്രതീക്ഷയോടെ എന്റെ പേജിലേക്ക് കടന്നു. അവിടെ ലൈക്കും കമന്റും നിറഞ്ഞു കവിഞ്ഞിട്ടുണ്ടാവും;

പതുക്കെ, തുറന്നു നോക്കിയപ്പോൾ ഞാനാകെ ഞെട്ടി. ആകെ പതിനെട്ട് ലൈക്കും ആറ് കമന്റും. ദരിദ്രവാസികൾ, നന്ദിയില്ലാത്ത വർഗ്ഗം.

വായനക്കാർ ഇങ്ങനെ ആയതിൽ ഞാനെന്ത് പിഴച്ചു! പെട്ടെന്നാണ് മെസെഞ്ചറിൽ പച്ചവെളിച്ചം തെളിഞ്ഞത്. ആരോ വന്നിട്ടുണ്ട് എന്നറിഞ്ഞപ്പോൾ മനസ്സിലൊരു കുളിര്,.

ഏതാനും മലയാളം വാക്കുകൾ ഇംഗ്ലീഷ് ലിപിയിൽ എഴുതിയിരിക്കുന്നു,

'ചേച്ചി എഴുതിയ കഥ വായിച്ചു, സൂപ്പർ; ഇന്ന് കിട്ടിയ ആഴ്ചപ്പതിപ്പ് ഞാൻ സൂക്ഷിച്ചു വെച്ചിട്ടുണ്ട്'

ഹോ, എന്റെ ദേഹമാസകലം രോമാഞ്ചം പടർന്നു. ഒരാളെങ്കിലും അംഗീകരിച്ചല്ലോ. ലൈക്ക് ചെയ്തശേഷം പേര് വായിച്ചു. രജനി വിനീത്', ഞാൻ മറുപടി എഴുതി,

'ഹായ് സന്തോഷം, താങ്കൾ എഴുതിയത് എന്റെ എഫ്.ബി. പേജിൽ ഇട്ടുകൂടെ?'

'അധികമൊന്നും എഫ് ബിയിൽ ഞാൻ എഴുതാറില്ല, വായിക്കാറാണ് പതിവ്. പിന്നെ ചില പോസ്റ്റുകൾ ഷെയർ ചെയ്യും'

മറുപടി വന്നപ്പോൾ എനിക്ക് സന്തോഷമായി. ആള് ഓൺലൈനിൽ ഉണ്ടല്ലോ.

പെട്ടെന്ന് ഞാൻ എഴുതി,

'വായിക്കുന്നത് നല്ലതാണ്, ഏതാനും കഥകളുടെ ലിങ്ക് അയച്ചുതരാം'

'വേണ്ട ചേച്ചി, എനിക്ക് അധികസമയം ഇവിടെ വരാൻപറ്റില്ല. ചേച്ചിയുടെ കഥപോലെയാണ് എന്റെ ജീവിതം, ക്ലൈമാക്സ് നടന്നില്ല എന്നേയുള്ളൂ. അതിൽ പറയുന്ന വീട്ടമ്മ പ്രിയ ഞാൻ തന്നെയാണ്'

അവളങ്ങനെ പറഞ്ഞപ്പോൾ എന്റെയുള്ളിൽ സന്തോഷം പതഞ്ഞുപൊങ്ങി. എഴുത്തുകാരി എന്ന നിലയിൽ ലഭിക്കുന്ന അംഗീകാരം. ക

ഥാനായികയുടെ ജീവിതം തന്റേതുകൂടി ആണെന്ന് ഒരു വായനക്കാരിയിൽനിന്ന് കേൾക്കുക, ഇതിലധികം എന്തുവേണം!

'താങ്കൾ പറയുന്നത് വലിയൊരു അവാർഡായി ഞാൻ കണക്കാക്കുന്നു'

'കഥയിൽ പറയുന്നതുപോലെ ചേച്ചിയുടെ ഭർത്താവ് സംശയാലുവാണോ?'

അവളുടെ ചോദ്യത്തിനുള്ള ഉത്തരം കണ്ടെത്താനാവാതെ ഞാനിരുന്നു. അടുത്ത മുറിയിൽ സമാധാനത്തോടെ കൂർക്കംവലിച്ച് ഉറങ്ങുന്ന ആളെ പെട്ടെന്നെനിക്ക് ഓർമ്മവന്നു.

കഥാനായകനുമായി എന്തെങ്കിലും സാമ്യം. ഇല്ലേയില്ല,

ഒരു ഭാര്യക്ക് നൽകാവുന്ന എല്ലാ സ്വാതന്ത്ര്യവും അദ്ദേഹം എനിക്ക് നൽകിയിട്ടുണ്ട്. ജീവിതത്തിൽ അനേകം പ്രയാസങ്ങളോടൊപ്പം പൊരുത്തക്കേടുകൾ കടന്നുവന്നെങ്കിലും എന്റെ സ്വാതന്ത്ര്യത്തിൽ ഭർത്താവിന്റെ കടന്നുകയറ്റം ഉണ്ടായിട്ടില്ല. 'നിനക്ക് നിന്റെ വഴി, എനിക്ക് എന്റെ വഴി' എന്ന് ചിലപ്പോൾ പറയുമെങ്കിലും നമ്മുടെ വഴിയിലൂടെയാണ് ജീവിതം മുന്നോട്ടു പോകുന്നത്. വ്യക്തിസ്വാതന്ത്ര്യത്തിന്റെ കാര്യത്തിൽ ഞാൻ ഭാഗ്യവതിയാണ്.

പക്ഷേ..

അതെന്തിനാണ് അപരിചിതയായ ഒരു സ്ത്രീയുമായി ചർച്ച ചെയ്യുന്നത്?

കോഴിക്കൂട്ടിലെ പാമ്പ്

രജനിയുടെ ചോദ്യം എന്റെ മനസ്സിൽ അനേകം ചിന്താശകലങ്ങൾ ഉയർത്തി, ഉത്തരം എഴുതാനാവാതെ ഞാൻ ചിന്തിച്ചു; ഏതൊരു ഭാര്യയെയും ചിന്തിപ്പിക്കുന്ന ചോദ്യം,

'കഥയിൽ പറയുന്നതുപോലെ ചേച്ചിയുടെ ഭർത്താവ് സംശയാലുവാണോ?'

'ഇല്ല, എന്റെ ജീവിതത്തിൽ അങ്ങനെയൊരു അനുഭവം ഇല്ല. ആൺ പെൺ വ്യത്യാസം കണക്കിലെടുക്കാതെ മറ്റുള്ളവരുമായി ഇടപെടാനുള്ള പൂർണ്ണസ്വാതന്ത്ര്യം എനിക്ക് ലഭ്യമാണ്. കഥ വേറെ, അനുഭവം വേറെ; കഥ എഴുതുന്നവർക്ക് അനുഭവം വേണമെന്നില്ലല്ലോ',

പക്ഷേ?

അവിടെയൊരു പക്ഷേ ഉണ്ട്;

കഥ എഴുതുന്നത് പുരുഷനാണെങ്കിൽ, അതെല്ലാം ആ മഹാന്റെ ഭാവനയിൽ വിടരുന്നതാണെന്ന് വായനാസമൂഹം വിധിക്കും. എഴുതുന്നത് സ്ത്രീ ആണെങ്കിൽ,

'അവൾക്ക് ഭാവനയും ചിന്തയും ഇല്ലാത്തതിനാൽ എഴുതുന്നതെല്ലാം സ്വന്തം അനുഭവം തന്നെ,,'

'പെണ്ണെഴുത്ത്'

എഴുതുന്നതെല്ലാം അനുഭവമാണെന്ന ധാരണയിലാണ് വായനക്കാർ അവളുടെ കഥ തുറക്കുന്നത്. 'സ്വന്തം അനുഭവമാണോ എഴുതുന്നതെന്ന' ചോദ്യം എഴുതാനായി കീബോർഡിൽ വിരലു തൊട്ടപ്പോൾ മുതൽ കേൾക്കാൻ തുടങ്ങിയ എഴുത്തുകാരിയാണ് ഞാൻ,,

കുടുംബജീവിതത്തിന്റെ അടിത്തറ ഉറപ്പിക്കുന്നതിൽ ഭാര്യക്കും ഭർത്താവിനും തുല്യ പങ്കുണ്ട്. ഒരാൾ മറ്റൊരാളോട് മത്സരിക്കുകയോ ഇടിച്ചു താഴ്ത്തുകയോ ചെയ്താൽ അടിത്തറ തകരും. പരസ്പരം വിശ്വാസമുള്ള ഭാര്യാഭർത്താക്കന്മാർ എന്നത് വലിയ നേട്ടമാണെങ്കിലും എല്ലാ വീട്ടിലും വിശ്വാസം കാണാറില്ല. ഈ വിശ്വാസമില്ലായ്മയും

സംശയരോഗവും ഏകപക്ഷീയമായോ ഇരുപക്ഷങ്ങളിലോ ഉണ്ടാവാം. രണ്ടും ഒരുപോലെ അപകടം പിടിച്ചതിനാൽ ഏറെ വൈകാതെ കുടുംബം തകരും. ശത്രുക്കളെപ്പോലെ ഇരുധ്രുവങ്ങളിൽ ജീവിക്കുന്നവരാണെങ്കിലും പൊങ്ങച്ചം സൂക്ഷിക്കുന്നവർ മറ്റുള്ളവരുടെ കണ്ണിൽ പൊടിയിടാൻ വേണ്ടി സ്നേഹം അഭിനയിക്കുന്നത് ഏതാനും കുടുംബങ്ങളിലെ ദയനീയ ദൃശ്യമാണ്.

ഏകപക്ഷീയമായ സംശയരോഗത്തിന്റെ കൂടാരത്തിൽ നിന്നുകൊണ്ട് പുറംലോകം കൊട്ടിയടച്ച ഭർത്താവിന്റെ ദുരന്ത കഥയാണ് ആഴ്ചപ്പതിപ്പിൽ വന്നത്. സംശയരോഗം രൂക്ഷമായ ഭർത്താവ് ആത്മഹത്യയിൽ അഭയം തേടിയ സാധാരണ പൈങ്കിളിക്കഥ. കഥ ഏതായാലും ഞാൻ എഴുതിയ കഥ എനിക്ക് ആവേശമാണ്;

'കാക്കക്കും തൻകുഞ്ഞ് പൊൻകുഞ്ഞ്'

ഞാൻ മറുപടി എഴുതാത്തതു കൊണ്ടാവണം അവൾ വീണ്ടും മെസേജ് അയച്ചു. മംഗ്ലീഷിൽ തന്നെ,

'ഗുഡ് ഈവിനിംഗ് മാം,, ഐ ആം രജനി വിനീത്,, പരിചയപ്പെട്ടതിൽ സന്തോഷം'

'തേങ്ക്സ്, അയാം കെ.എസ് മിനി, ഫ്രം കണ്ണൂർ'

'ഇത്രയും സ്ട്രസ്ഫുൾ ലോകത്തിലേക്കു ഒരു ചെറുപുഞ്ചിരി എല്ലാവരിലും ഉണ്ടാക്കാൻ മാമിന്റെ സ്റ്റോറിസിന് കഴിയുന്നു എന്നതു ഒരുപാട് സന്തോഷം ഉണ്ടാക്കുന്നു. വീണ്ടും വായിക്കുമ്പോൾ മനസ്സിൽ എന്തൊക്കെയോ തോന്നുന്നു.'

'ഓക്കെ, നൈസ് റ്റു റീഡ് യുവർ വേഡ്സ്'

'വെൽക്കം മാം,, എന്റെ ഹൌസ് കുഞ്ഞിപ്പള്ളിയിൽ, ഞാൻ ഹൌസ്‌വൈഫാണ്. ഹസ്ബെന്റിന് സൌദിയിൽ ജോലി; ഒരു മകൻ, ഇപ്പോൾ ഫോർ ഇയേർസ് ഓൾഡ് ആയി'

'കുഞ്ഞിപ്പള്ളി കണ്ണൂരിൽ ഉള്ള സ്ഥലമല്ലേ?'

'അല്ല മാം, ഇത് കണ്ണൂരിൽ അല്ല'

'ഗുഡ്, ഇറ്റ് ഈസ് ബെറ്റർ റ്റു ടോക്ക് ഇൻ മൈ ഫോൺ,, മൈ നമ്പർ 9847842669 എപ്പോൾ വേണമെങ്കിലും വിളിക്കാം'

'തേങ്ക് യൂ സോ മച്ച് മാം, എന്റെ ഹസ്ബെന്റ് ഭയങ്കര ഡൌട്ട്ഫുൾ ആണ് മാം. എന്റെ മൊബൈൽ നമ്പറിലെ കോൾ ഡിറ്റെയിൽസ് ഗൾഫിൽ ഇരുന്നുകൊണ്ട് എപ്പോഴും ശ്രദ്ധിക്കുന്നുണ്ട്'

'സൌദിയിലിപ്പോൾ എട്ടുമണി കഴിഞ്ഞിരിക്കും. അതിന് ഞാനങ്ങോട്ട് വിളിച്ചാൽ പോരെ. നാളെ പകൽ സമയത്ത് രജനിയെ വിളി

ക്കാം. നമ്പർ തരൂ,'

'അത് പറ്റില്ല മാം. ന്യൂ നമ്പർ കോൾ ഇങ്ങോട്ടു മൊബൈലിൽ വന്നാൽ അതിന്റെ പേരിലാകും രണ്ട് ദിവസത്തെ കുറ്റപ്പെടുത്തലുകൾ. അതെല്ലാം അങ്ങേരുടെ നിയന്ത്രണത്തിലാണ്'

അതൊരു പുതിയ അറിവായിരുന്നു. വിദേശത്തുള്ളവർ മൊബൈൽ ഉപയോഗിച്ച് സ്വന്തം വീടിന്റെ ദൃശ്യം കാണുന്നതും റിമോട്ട് സെൻസറിംഗ് വഴി വീട് അടക്കുകയും തുറക്കുകയും ചെയ്യുന്ന വാർത്തകളൊക്കെ കേട്ട് പഴഞ്ചനായി. ഇപ്പോൾ നാട്ടിൻപുറത്തുള്ള വീടുകളിൽ പോലും സി.സി.ടി.വി. നിരീക്ഷണ സംവിധാനം ഏർപ്പെടുത്താൻ തുടങ്ങിയിട്ടുണ്ട്. ഒരാളുടെ മൊബൈൽ ഡാറ്റകൾ മറ്റൊരാൾക്ക് കണ്ടെത്താൻ കഴിയും എന്നൊക്കെ കേട്ടിരുന്നു. ഇപ്പോഴിതാ പുതിയൊരു വാർത്ത. സ്വന്തം ഭാര്യയുടെ മൊബൈൽ ഡാറ്റകൾ ഗൾഫിലിരിക്കുന്ന ഭർത്താവ് നിയന്ത്രിക്കുന്നു. എന്തൊക്കെ കണ്ടുപിടുത്തങ്ങളാണ്.

കണ്ടുപിടുത്തങ്ങളുടെ ലോകത്തുനിന്നും എന്റെ മനസ്സ് തിരികെ വന്നത് രജനിയുടെ എഴുത്ത് വായിച്ചുകൊണ്ടാണ്,

'ചേച്ചിക്ക് ഫോൺ വരുമ്പോൾ അതാരാണെന്ന് ഹസ്ബെന്റ് അന്വേഷിക്കാറുണ്ടോ?'

'ഇതുവരെ കാണാത്ത ധാരാളം പേർ എന്നെ വിളിക്കാറുണ്ട്. ഞാൻ അങ്ങോട്ടും വിളിക്കാറുണ്ട്. വിളിക്കുന്നത് ആരാണെന്ന് ചോദിച്ചാൽ ഞാൻ പറയാറുണ്ട്'

'അതാണ് ചേച്ചി എന്റെ പ്രശ്നം, എന്റെ ഹസ്ബെന്റിന് എപ്പോഴും ഡൌട്ട് ആണ്. ഞാൻ ആരെയും ഫോൺ ചെയ്യാൻ പാടില്ല. പ്രത്യേകിച്ച് അദ്ദേഹത്തിന് അറിയാത്ത ആളുകളെ.'

'സോറീ, അയാം ഫ്രീ ഫ്രം ഓൾ ദിസ്. യു നോ അയാം ഗ്രാന്റ്മദർ ഓഫ് 3 ചിൽഡ്രൻ'

'തേങ്ക് യൂ സോ മച്ച് ഫോർ അണ്ടർസ്റ്റാന്റിംഗ് മൈ സിറ്റുവേഷൻ മാം. ഞാൻ തുറന്നു സംസാരിക്കുന്നതിൽ എന്നോട് ഇഷ്ടക്കേട് ഉണ്ടോ?'

'ഐ ലൈക്ക് ഇറ്റ്, യൂ ആർ വെൽക്കം അറ്റ് എനി ടൈം'

'ചേച്ചിയുടെ നല്ല മനസ്സിനു ഒത്തിരി നന്ദി. ഇങ്ങനെയുള്ള വിഷമങ്ങൾ എന്റെ അടുത്തുള്ള കൂട്ടുകാരോടുപോലും പറയാറില്ല മാം,, എല്ലാം മനസ്സിൽ അടക്കി വെക്കുകയാണ് പതിവ്'

'സന്തോഷം. കുട്ടിക്ക് എന്തു വേണമെങ്കിലും പറയാം. അല്ല എഴുതാം. വിദേശത്തുള്ളവരുടെ ഭാര്യമാർ അനുഭവിക്കുന്ന വിഷമങ്ങൾ എനിക്ക് മനസ്സിലാക്കാൻ കഴിയും'

'എന്നെപ്പോലെ വിഷമം എല്ലാവർക്കും ഉണ്ടാവില്ല മാം. സൌദിയിലായാലും ഞാൻ ചെയ്യുന്നതൊക്കെ ഹസ്ബെന്റ് അറിയും'

'അതെങ്ങിനെ?'

'വീടിന്റെ നാലുവശത്തും മാത്രമല്ല, അകത്തും ക്യാമറ ഉണ്ട്.'

'അത് നല്ല കാര്യമല്ലേ. കള്ളന്മാരുള്ള ഇക്കാലത്ത് സുരക്ഷിതത്ത്വം കൂടുമല്ലോ'

'ക്യാമറ വെച്ചത് കള്ളന്മാരെ പിടിക്കാനല്ല'

'പിന്നെന്തിന്?'

'അതെല്ലാം എന്നെ ഒബ്സേർവ് ചെയ്യാനാണ്, ഈ വീട്ടിലെ എല്ലാ കാര്യവും അവിടിരുന്ന് ഹസ്ബെന്റ് ശ്രദ്ധിക്കും'

അവൾ എഴുതിയത് വായിച്ചപ്പോൾ ഞാൻ ചിരിച്ചുപോയി. ക്യാമറ വെച്ച് ഭാര്യയെ സൂക്ഷിക്കുന്ന ഭർത്താവ്! അയാൾക്ക് കാര്യമായ എന്തെങ്കിലും പ്രശ്നം ഉണ്ടാവും. അപ്പോൾ എനിക്കുണ്ടായ സംശയം ഞാനെഴുതി.

'അപ്പോൾ കുളിമുറിയിലും ക്യാമറ ഉണ്ടാവുമല്ലോ?'

'എവിടെയൊക്കെയാണ് ക്യാമറ ഉള്ളതെന്ന് എനിക്കറിയില്ല ചേച്ചി; ചിലപ്പോൾ ബാത്ത്റൂമിലും കാണും'

'അതിനുമാത്രം എന്ത്?'

'എന്നെ സംശയമാണ് ചേച്ചി. ആരുമായും മിണ്ടരുത്, വീട്ടിൽ ആരും വരരുത്. ഇന്നലെ ഉണ്ടായ കാര്യം ചേച്ചിക്ക് അറിയണോ?'

'പറഞ്ഞോളൂ'

'ഇന്നലെ വൈകിട്ട് സൌദിയിൽ നിന്നും ഫോൺ വിളിച്ച് ഉഗ്രൻ വഴക്ക്.?'

'എന്തിന്'

'വടക്കെപ്പുറത്തുള്ള കോഴിക്കൂട്ടിൽ ചേര കയറിയതിന്'

'കോഴിക്കൂട്ടിൽ ചേരയോ? സൌദിയിൽ ചേരയുണ്ടോ?'

'ഹസ്ബെന്റ് ഉച്ചക്ക് ഫുഡ് കഴിക്കുന്ന നേരത്ത് മൊബൈലിൽ നോക്കിയപ്പോൾ നമ്മളെ വീടിന്റെ വടക്കുഭാഗത്തുള്ള കോഴിക്കൂടിന് സമീപം ഒരു പാമ്പിനെ കണ്ടു. അക്കാര്യം ശ്രദ്ധിക്കാത്തതിനു എന്നോട് വഴക്ക്'

'എന്നിട്ട് പാമ്പിനെ എന്ത് ചെയ്തു?'

'അത് വെറുമൊരു ചേരയാണ്. ഒച്ച കേട്ടപ്പോൾ അതെങ്ങോട്ടോ ഓടിമറഞ്ഞു'

അവളുടെ വീടിന്റെ അടുക്കളപ്പുറത്ത് വന്ന ചേര എന്റെ മനസ്സി

ലൂടെ കറങ്ങാൻ തുടങ്ങി. ഇന്നത്തെ കാലത്ത് ഇങ്ങനെയുള്ള മനുഷ്യരുണ്ടോ? അടുത്തകാലത്ത് എന്റെ അയൽക്കാരിൽ പലരുടെയും വീട്ടിൽ സി.സി.ടി.വി. ഘടിപ്പിച്ചത് ഓർമ്മയിൽ വന്നു. പണക്കാരുടെ സ്റ്റാറ്റസ് സിമ്പലായ നിരീക്ഷണ ക്യാമറകൾ സ്വന്തം വീട്ടുകാരെത്തന്നെ നിരീക്ഷിക്കാൻ ആയിരിക്കുമോ എന്ന് സംശയിച്ചുകൊണ്ട് ഞാൻ മൊബൈലിൽ എഴുതി.

'കുട്ടീ, ഇതുപോലെയുള്ള മനുഷ്യരുടെയും ഇടയിലാണ് നമുക്ക് ജീവിക്കേണ്ടത്, കാര്യങ്ങൾ ശ്രദ്ധിച്ച് കൈകാര്യം ചെയ്യുക. നേരം ഒരു പാട് ആയി. ബാക്കി നാളെ. ഗുഡ് നൈറ്റ്'

'ഗുഡ് നൈറ്റ്. ചേച്ചിയെ പരിചയപ്പെട്ടപ്പോൾ എനിക്ക് വളരെ ആശ്വാസം തോന്നുന്നു'

'ഓക്കെ, ബൈ'

എന്റെ മനസ്സിന്റെ ആശ്വാസം നഷ്ടപ്പെട്ടു.

പെട്ടെന്നുതന്നെ മൊബൈൽ ഓഫാക്കി. ഇനിയും തുറന്നുവെച്ചാൽ ശരിയാവില്ല.

വികാര വിചാരങ്ങൾ

ഉറങ്ങാൻ കിടന്നപ്പോൾ തലയിൽ നിറയെ രജനി ആയിരുന്നു. അവളുടെ പ്രൊഫൈൽ ചിത്രത്തിൽ തെളിഞ്ഞ നിഷ്കളങ്കനായ കുഞ്ഞിനെ ഒരിക്കൽ കണ്ടവർക്ക് മറക്കാനാവില്ല. അത് അവളുടെ മകൻ ആയിരിക്കുമോ? മെസെഞ്ചറിൽ വന്ന് പതിവായി സുപ്രഭാതവും ശുഭരാത്രിയും പറയുന്ന സുഹൃത്തുക്കളെക്കാൾ ജന്മാന്തരബന്ധം ഞങ്ങൾക്കിടയിൽ ഉണ്ടെന്നൊരു തോന്നൽ. ഒറ്റപ്പെടലിന്റെ കാണാക്കയത്തിലേക്ക് മുങ്ങിത്താഴുന്ന അവളുടെ കഥകൾ കേട്ട് എന്റെ രാത്രിനിദ്ര തടസ്സപ്പെട്ടതിനാൽ ചെറിയൊരു പ്രയാസം തോന്നി.

ഉറക്കം അകന്നപ്പോൾ സംശയത്തിന്റെ നൂലാമാലകൾ തലച്ചോറിലൂടെ കറങ്ങുകയാണ്. സ്വന്തം വീട്ടിലുള്ള അവിശ്വാസത്തിന്റെ കഥകൾ മറ്റുള്ളവരോട് വിളിച്ചുപറയുന്നത് ശരിയാണോ? ഭർത്താവ് സംശയജീവി ആകുന്നത് ഭാര്യയുടെ കൈയിലിരിപ്പ് ശരിയല്ലാത്തതുകൊണ്ട് ആയിരിക്കില്ലേ? മനസ്സിലുയർന്ന അനേകം ചിന്തകൾക്ക് ഉത്തരം കാണാത്തതിനാൽ ഉറങ്ങാൻ കഴിഞ്ഞത് ഏതോ നേരത്താണ്.

അവളുടെ ഐഡന്റിറ്റിയിൽ എനിക്ക് സംശയം തോന്നിയതിനാൽ പിറ്റേന്ന് ഉച്ചഭക്ഷണശേഷം കമ്പ്യൂട്ടർ തുറന്ന് പരിശോധിച്ചു. എന്റെ ഫ്രന്റ് ആണെങ്കിലും ഒരു ലൈക്കിന്റെയോ, പോസ്റ്റ് ഷെയർ ചെയ്തതിന്റെയോ പരിചയം പോലുമില്ല. ഫെയ്ക്കുകളുടെ കാലമാണ്. ഇന്റർനെറ്റിന്റെ ലോകത്ത് മാതാപിതാക്കളെ മാത്രമല്ല, സ്വന്തം പേരിലും ഫോട്ടോയിലും ഐഡന്റിറ്റിയിലും ചരിത്രത്തിലും ശാസ്ത്രത്തിലും വരെ ഡ്യൂപ്ലിക്കേറ്റ് ലഭിക്കും. രജനിയുടെ പേരിലുള്ള ഐഡി ഏതായാലും അക്കൂട്ടത്തിൽ ഒന്നുതന്നെ. പക്ഷെ?

ഫെയ്ക്ക് ആയാലും എനിക്ക് നഷ്ടമൊന്നും ഇല്ലല്ലോ. മുന്നോട്ടു പോകാം.

രാത്രിഭക്ഷണം നേരത്തെ ആക്കിയത് ഫെയ്സ്ബുക്കിൽ കടക്കാൻ തന്നെയാണ്. ഇന്ന് ഏതായാലും കമ്പ്യൂട്ടറിന്റെ വലിയ സ്ക്രീനിലൂ

ടെ ഇന്റർനെറ്റിൽ പ്രവേശിക്കാം. തുറന്നപ്പോൾ തന്നെ കണ്ടു,
തലേദിവസത്തെ കക്ഷി ഹാജരുണ്ട്;
'ഹായ് ചേച്ചി'
'ഹായ് രജനി, യൂ ആർ വെൽക്കം'
'ചേച്ചി ധാരാളം കഥകൾ എഴുതിയിട്ടുണ്ടോ?'
'ധാരാളം എഴുതിയെങ്കിലും വാരികയിൽ ആദ്യമായാണ് അച്ചടിച്ചു വന്നത്. കഥ വായിച്ചിട്ട് എങ്ങിനെയുണ്ട്?'
'ഇന്നലെ ചേച്ചീയുടെ കഥ വായിച്ചശേഷം വാരികയും പിടിച്ച് ഒത്തിരിനേരം ഞാനിരുന്നു. പിന്നെ വീണ്ടും വായിച്ച് അമ്മക്കു കൊടുത്തപ്പോഴേക്കും മകൻ സ്ക്കൂളിന്ന് വന്നു'
'അമ്മയും കഥ വായിച്ചോ?'
'ഭർത്താവിന്റെ അമ്മയാ. വാരികയിലെ പാചകമൂല മാത്രമേ അവര് വായിക്കാറുള്ളൂ'
'അതെയോ, മകൻ ഏത് ക്ലാസ്സിലാ പഠിക്കുന്നത്?'
'യൂ.കെ.ജി.യിൽ പഠിക്കുന്നു'
'മകന്റെ ഫോട്ടോ ആണോ പ്രൊഫൈലിൽ വെച്ചത്?'
'അല്ല ചേച്ചി, അത് നെറ്റിൽനിന്നും കിട്ടിയ നല്ലൊരു ഫോട്ടോ എടുത്തതാണ്'
'നല്ലത്, മകനെ കളിപ്പിച്ചാൽ സമയം പോവുന്നത് അറിയില്ലല്ലോ'
എന്റെ ചോദ്യം അവഗണിച്ചുകൊണ്ട് അവൾ എഴുതിയത് മറ്റൊരു കാര്യമാണ്.
'ചേച്ചീ, 'ഇനി അവൾ ഉറങ്ങട്ടെ' എന്റെയും കഥയാണ്. മോൻ ഉള്ളതുകൊണ്ട് ഞാൻ വല്ലപ്പോഴും ആണ് എഫ്.ബി. തുറന്നു നോക്കുന്നത്. അതും മോൻ ഉറങ്ങുന്ന കുറച്ചുസമയം, അതുകൊണ്ടാണ് റിപ്ലൈ അയക്കാൻ ലെയ്റ്റ് ആകുന്നത്. ചേച്ചിക്ക് സുഖം തന്നെയാണോ?'
'സുഖമാണെന്ന് പറയാം, പിന്നെ പകൽനേരത്ത് കുട്ടി സ്ക്കൂളിൽ പോയാൽ രജനി ഫ്രീ ആണല്ലോ'
'അപ്പോൾ പറ്റില്ല,, അങ്ങേര് ഫോൺ ചെയ്യുമ്പോൾ ചോദിച്ചാൽ അമ്മ പറയും ഞാനെപ്പോഴും മൊബൈലിൽ ആണെന്ന്. പിന്നെ ലിവിംഗ് റൂമിലും കിച്ചണിലും ക്യാമറയുണ്ട്'
'അപ്പോൾ രജനിയെ നിരീക്ഷിക്കാൻ ക്യാമറ കൂടാതെ അമ്മയും ഉണ്ടല്ലോ'
'അതെ ചേച്ചി, മകന് പറ്റിയ തള്ളയാണ്. അവരുടെ ഹോബി എന്നെ നിരീക്ഷിക്കലാണ്'

'വീട്ടിൽ നിങ്ങൾ മൂന്നുപേർ മാത്രം. അപ്പോൾ അത്യാവശ്യ കാര്യങ്ങൾ,, മാർക്കറ്റിംഗ്?'

'അതൊക്കെ അമ്മയും ഞാനും ഒന്നിച്ചുപോകും. ഒന്നിച്ചേ പോകാവൂ.'

എന്റെ മനസ്സിൽ അനുകമ്പയുടെ മുളകൾ തളിർക്കാൻ തുടങ്ങി. എന്തൊരു ദുരന്തമാണ്, വിരഹം പേറി ജീവിക്കുന്ന പെണ്ണിന്റെ മനസ്സും ശരീരവും തളച്ചിടുന്ന പുരുഷവർഗ്ഗം.

'ഈവക ആണുങ്ങൾ ഭൂമീലുണ്ടോ?'

അതിനിടയിൽ അവളുടെ എഴുത്തിലുണ്ടായ ചെറിയൊരു മാറ്റം ശ്രദ്ധിക്കാനിടയായി. ഇന്നലെ എഴുതിയത് മുഴുവൻ ഇംഗ്ലീഷ് ഫോണ്ട്, ഇന്നാവട്ടെ പച്ചമലയാളം. ചാറ്റ് ചെയ്യുന്നവരെല്ലാം പ്രൊഫൈൽ നോക്കിയിട്ട് ടീച്ചർ എന്നാണ് വിളിക്കുന്നതെങ്കിലും ഈ കുട്ടിക്ക് ഞാൻ ചേച്ചിയാണ്.

ഞാൻ ചോദിച്ചു,

'രജനിയെ നിരീക്ഷിക്കാൻ മാത്രം എന്താണുള്ളത്?'

'പത്ത് വർഷമായി വിവാഹം കഴിഞ്ഞിട്ട്,, സത്യം പറഞ്ഞാൽ ചിലപ്പോൾ ജീവിതം അർത്ഥശൂന്യം പോലെ തോന്നും. പിന്നെ കുടുംബത്തിനും സമൂഹത്തിലെ സ്റ്റാറ്റസിനും വേണ്ടി ഉള്ളിന്റെ ഉള്ളിൽ സഹിക്കുന്നു. ടീച്ചറുടെ കഥപോലെ കാരണം ഉണ്ടായിട്ടാണോ ഭാര്യയെ സംശയിക്കുന്നത്?'

'എന്റെയീ കഥ നാട്ടിൽ നടന്ന സംഭവമാണ്. ആദ്യഭാഗത്ത് കുറച്ചൊക്കെ എഴുതിച്ചേർത്തെങ്കിലും കഥാനായകൻ കിണറ്റിൽ ചാടി മരിച്ചതൊക്കെ നടന്ന സംഭവമാണ്. കഥ വായിച്ചിട്ട് എന്റെ ഭർത്താവ് ദേഷ്യപ്പെട്ടു, കാരണം ആ വീട്ടുകാർ ഇക്കാര്യം അറിഞ്ഞാലോ എന്നായിരുന്നു അദ്ദേഹത്തിന് ഭയം. അവസാനമുള്ള ക്ലൈമാക്സ് അതേപടി നടന്നതാണ്. ഭർത്താവ് മരിച്ച ആ സ്ത്രീ ഇപ്പോൾ പ്രശ്നമൊന്നും ഇല്ലാതെ സുഖമായി ജീവിക്കുന്നു. അവരുടെ വീട്ടിൽ നടന്നെത്താനുള്ള ദൂരമാണെങ്കിലും അവർക്കെന്നെ പരിചയമില്ല. അത് അവരുടെ വിധിയാണ്. എല്ലാം സഹിക്കുന്നു'

നാട്ടുകാരുടെ കഥകൾ അതേപടി എഴുതിയാൽ വരാവുന്ന അപകടം ഓർത്തിട്ട് കഥാപാത്രങ്ങളുടെ ഊരും പേരും ഒക്കെ മാറ്റിയത് മനഃപൂർവ്വം രജനിയോട് പറഞ്ഞില്ല. കഥയിലെ കാര്യങ്ങളെല്ലാം തുറന്നുപറയുന്ന സ്വഭാവം കാരണം എനിക്കുണ്ടായ അപകടങ്ങൾ അനേകമാണ്. രജനി പൂർണ്ണമായി എന്നെ വിശ്വസിച്ചിരിക്കുന്നു. ശ്രോതാ

ക്കളുടെ അഭാവം ഉണ്ടെങ്കിലും ഇക്കാലത്ത് സ്വന്തം ജീവിതത്തെകുറിച്ച് പറയുന്നവരുടെ എണ്ണം കൂടുകയാണ്.

അവളുടെ കഥ അറിയാൻ താല്പര്യമുള്ള നല്ലൊരു ശ്രോതാവാകാൻ ഞാൻ പരിശ്രമിച്ചു. തുടർന്ന് രജനി എഴുതിയത് വായിച്ചു.

'അതേ ചേച്ചി എല്ലാം ഉള്ളിലൊതുക്കുന്നു. ഇപ്പോൾ എനിക്ക് മുപ്പത്തിമൂന്ന് വയസ്സായി. ചില രാത്രികളിൽ ഉറക്കം വരാതെ കിടക്കുമ്പോൾ വല്ലാത്ത ഒറ്റപ്പെടൽ, വല്ലാത്ത ഫീലിംഗ്സ്. എല്ലാം പരമാവധി മനസ്സിൽ അടക്കി വെക്കാറാണ് പതിവ്; എങ്കിലും ഇപ്പോൾ സഹിക്കാനാവുന്നില്ല. വിവാഹത്തിനുമുൻപ് തോന്നുന്നതുപോലെ പലതും തോന്നുന്നു.'

'എന്ത്?'

'ഞാനൊരു യുവതിയല്ലേ ചേച്ചി, വികാര വിചാരങ്ങളൊക്കെയുള്ള സ്ത്രീ. ആരോടും മിണ്ടാതെ മനസ്സു തുറന്ന് സംസാരിക്കാൻ പോലും കഴിയാതെ ആകെയൊരു വീർപ്പുമുട്ടൽ'

അവളുടെ വികാരവിചാരങ്ങൾ എന്നിലേക്ക് പടർന്നെങ്കിലും അമ്മൂമ്മവേഷം അണിഞ്ഞതോടെ വികാരങ്ങൾക്ക് വിലക്കേർപ്പെടുത്തിയ എന്റെ തലയിൽ അവൾ പറഞ്ഞത് നേരാംവണ്ണം കയറിയില്ല. ജീവിതത്തിലുടനീളം മൃദുലവികാരങ്ങൾക്ക് പുറം തിരിഞ്ഞിരിക്കുന്ന എനിക്ക് വിരഹവേദനയോട് സഹതാപം മാത്രമാണ്. ഓമനിക്കാൻ കൊച്ചുകുട്ടി ഉള്ളപ്പോൾ ഇവളെന്തിന് മറ്റു വികാരങ്ങളെപറ്റി ചിന്തിക്കണം?

അവളുടെ എഴുത്തിലെ ആന്തരികമായ അർത്ഥങ്ങൾ നോക്കിയിരിക്കെ ഞാൻ വിരലനക്കിയില്ല.

അപ്പോൾ വീണ്ടും ചോദ്യം വന്നു,

'ചേച്ചിയുടെ വീട്ടിൽ ആരൊക്കെയാണ് ഉള്ളത്?'

'ഇപ്പോൾ ഞാനും ഹസ്ബന്റും, മക്കളൊക്കെ വിവാഹിതരായി. രണ്ട് പെണ്മക്കൾ'

'ഭാഗ്യമാണ് ചേച്ചി'

'എന്ത് ഭാഗ്യം?'

'ഭർത്താവിന്റെ ഒപ്പം ജീവിക്കാൻ കഴിയുന്നത് തന്നെ ഭാഗ്യം'

'അതിന് രജനിക്ക് ഭർത്താവിന്റെ കൂടെ ഗൾഫിൽ പോകാമല്ലോ'

'അതൊന്നും നടക്കില്ല. ഇവിടെ വന്നാലും വഴക്കിടാനേ നേരം കാണൂ.'

'വഴക്കിടാനോ, എന്തിന്?'

'അവരുടെ കൂടെ പോകുന്ന സമയത്ത് ആരെങ്കിലും എന്നോട് മി

ണ്ടുകയോ ചിരിക്കുകയോ ചെയ്താൽ കുഴപ്പമായി. സ്വന്തം സഹോദരനോട് പോലും എനിക്ക് മിണ്ടാൻ പറ്റില്ല'

'അയ്യോ ഈ കുട്ടി എന്തൊക്കെയാ പറയുന്നത്?'

'അതേ ചേച്ചി സംശയമാണ്. ലീവിന് നാട്ടിലെത്തി ഒന്നിച്ചുള്ളപ്പോഴെല്ലാം സംശയം തന്നെ'

'അതുകൊണ്ട്, അവരുടെ കൂടെ ജോലി സ്ഥലത്തേക്ക് പോകുന്നതല്ലേ നല്ലത്'

'അയ്യോ, എന്നെനോക്കി ആരെങ്കിലും ചിരിച്ചാൽ അവരുടെ മുന്നിലിട്ട് അടിച്ചുകൊല്ലാനോ? ഇവിടെനിന്നും കൊള്ളുന്നത് പോരാഞ്ഞിട്ട്'

'മകനെയും നോക്കി നാട്ടിൽതന്നെ നിൽക്കുക, ഇനി നാളെ കാണാം, ഗുഡ്നൈറ്റ്'

'ചേച്ചിയുമായി സംസാരിക്കുമ്പോൾ ആശ്വാസമുണ്ട്. നാളെ ഞാൻ കാത്തിരിക്കും. ഗുഡ്നൈറ്റ്'

അവൾ പോയെങ്കിലും എനിക്കാകെ സംശയമായി,

'സൌദിയാണ് രാജ്യം. ശരിയത്താണ് നിയമം, പർദ്ദകൊണ്ട് മൂടിയാൽ ആര് കാണാനാണ്?'

ഗ്യാസ് സിലിണ്ടറിന്റെ പിന്നാലെ

ആധുനിക സൌകര്യങ്ങൾ കടന്നുവന്ന് അടുക്കളയുടെ മുഖഛായ മാറ്റിയപ്പോൾ ഒരു കാലത്ത് അടുക്കളയിൽ തളച്ചിടപ്പെട്ട സ്ത്രീസമൂഹത്തിന്റെ ജീവിതം സുഖകരമാക്കി. അതുവരെ നടുനിവർത്താൻ നേരമില്ലാത്തവർ പലരും ടെലിവിഷന് മുന്നിൽ ചടഞ്ഞിരുന്ന് സീരിയലിലും റിയാലിറ്റി ഷോകളിലും ലയിച്ചുചേർന്നു. അതോടൊപ്പം ബ്ലഡ്പ്രഷർ, ഷുഗർ, കോളസ്ട്രോൾ തുടങ്ങിയവ ഉയരത്തിലേക്ക് കുതിച്ചുയർന്നു. അതിന്റെ തുടർച്ചയായി പുതുപുത്തൻശീലങ്ങൾ പലരിലും കടന്നുവന്നു.

എന്റെ വീടിന്റെ ചുറ്റുവട്ടത്തെ കാര്യമാണ് പറഞ്ഞുവരുന്നത്. പട്ടണമായി രൂപാന്തരം സംഭവിച്ചുകൊണ്ടിരിക്കുന്ന നാട്ടിൻപുറമാണിത്. ഒരുകാലത്ത് അടുക്കളത്തോട്ടത്തിൽ നട്ടുനനച്ച ചെടികൾ പരിപാലിച്ച് വിളവെടുപ്പ് നടത്തിയവർ മോണിംഗ് വാക്ക് ശീലമാക്കി. കിണറ്റിലെ വെള്ളം കോരുകയും അമ്മിയിൽ അരയ്ക്കുകയും ചൂൽ ഉപയോഗിച്ച് വീട് അടിച്ചുവാരുകയും മുട്ടുമടക്കി ഇരുന്നിട്ട് തറ തുടക്കുകയും ചെയ്ത സ്ത്രീകൾ ജിമ്മിൽ പോയി വിയർക്കുന്നത് ശീലമാക്കി. സ്വന്തം ആരോഗ്യം നിലനിർത്താൻ അവരെന്ത് ചെയ്യും?

ഇത്രയൊക്കെ ചെയ്തിട്ടും ആശുപത്രികളിൽ കയറിയിറങ്ങുന്ന പതിവിന് മാറ്റമൊന്നും വന്നില്ല. എല്ലാം ആധുനികത വരുത്തിവെച്ചതാണെന്ന് കുറ്റപ്പെടുത്താമെങ്കിലും അതൊക്കെ മനസ്സിലാക്കി ജിവിക്കുന്നവർ ധാരാളമുണ്ട്. ആധുനികയന്ത്രങ്ങൾ കടന്നുവന്ന് കഠിനാധ്വാനത്തിന് മോചനം നൽകിയത് സ്ത്രീകളെ വെറുതെയിരുത്താനല്ലെന്ന് കുറച്ചുപേർ മനസ്സിലാക്കി. അടുക്കള മെച്ചപ്പെട്ടപ്പോൾ മറ്റു ജോലികൾ ചെയ്യാനുള്ള സമയവും സ്വാതന്ത്ര്യവും അവൾക്ക് ലഭ്യമായി. അതെല്ലാം പ്രയോജനപ്പെടുത്താൻ അറിയാത്തവരുടെ ജീവിതം രോഗാതുരമായി രൂപാന്തരപ്പെട്ടു.

വീടുകളിൽ മൊബൈൽ ഫോൺ വന്നതോടെ പലർക്കും പരാതി മനുഷ്യബന്ധങ്ങൾ കുറഞ്ഞു എന്നാണ്. എന്നാൽ മൊബൈലിന്റെ വരവുകൊണ്ട് എന്റെ ബന്ധങ്ങൾ വർദ്ധിക്കുകയാണ് ചെയ്തത്. അകന്നുനിൽക്കുന്ന ബന്ധുക്കളെ ഫോൺ വിളിച്ച് ബന്ധം നിലനിർത്തുന്നത് പതിവാക്കിയ ഞാൻ ഫോൺ വിളിയിലൂടെ അയൽപക്ക ബന്ധങ്ങളും വർദ്ധിപ്പിച്ചു.

എന്റെ ഗ്രാമത്തിൽ വിവിധ ജാതിയിലും മതത്തിലും ഉള്ള അനേകം ആളുകൾ താമസിക്കുന്നുണ്ട്. അതിരുവിട്ട പരസ്പരസഹായങ്ങൾ ഇല്ലെങ്കിലും അടുത്തവീട്ടിൽ ബഹളമോ കരച്ചിലോ പൊട്ടിത്തെറിയോ ഉണ്ടായാൽ അന്വേഷിക്കുന്നത് ശീലക്കാരായ ഗ്രാമീണരാണ്. അതുപോലെ അത്യാവശ്യ സഹായങ്ങളും ചെയ്യും. അവധി ദിവസങ്ങളിൽ പണ്ടൊക്കെ വേലിയരികിൽ പോയി മണിക്കൂറുകളോളം നുണപറച്ചിൽ പതിവാക്കിയ ഞാനിപ്പോൾ മൊബൈലിൽ വിളിച്ചാണ് സംസാരിക്കുന്നത്. വെളിയിലിറങ്ങിയാൽ കിട്ടുന്ന കൊതുകുകടി ഒഴിവാക്കിക്കൊണ്ട് അയൽക്കാരോട് സംസാരിക്കാമല്ലോ,,

ചില നേരത്ത് ഞാൻ ഫോണിലൂടെ ചോദിക്കും.

'സുശീലേ, രണ്ട് തക്കാളിയുണ്ടോ എടുക്കാൻ?'

'മാധവിയേടത്തീ, ചക്ക പറിക്കാറായെങ്കിൽ ഒന്നെനിക്കും വേണം'

ഇതൊക്കെ ഗ്രാമത്തിന്റെ പതിവു രീതികളാണ്. ഇങ്ങനെയൊക്കെ ആയതുകൊണ്ട് സാമൂഹ്യജീവിതം പ്രശ്നമില്ലാതെ പോകുന്നു. അതിന്റെ പ്രധാന കാരണം ഇവിടെയുള്ള മനുഷ്യരുടെ സാമ്പത്തികഭദ്രതയാണ്. അധികവീടുകളിലും ഒന്നോ രണ്ടോ സർക്കാർ ജീവനക്കാരും ഗൾഫുകാരും ഉണ്ട്. പണ്ടത്തെപ്പോലെ ഉച്ചവിശ്രമത്തിന് തടയിടാൻ ഇപ്പോൾ അയൽക്കാർ വരാറില്ല. കൂട്ടത്തിൽ റിട്ടയേർഡ് അദ്ധ്യാപകരായ ഞങ്ങളുടെ വീട് അയൽക്കാരുടെ നിരീക്ഷണ പരിധിയിലാണെന്ന് പറയുന്നതിൽ ഞങ്ങൾ അഭിമാനിക്കുന്നു.

പ്രായം കൂടുന്തോറും മനസ്സിന്റെ ഉള്ളിൽ കടന്നുവരുന്ന ഏകാന്തത അകറ്റാനുള്ള ഒറ്റമൂലിയാണ് സൌഹൃദങ്ങൾ. പുത്തൻ കാലഘട്ടത്തിൽ സൌഹൃദത്തിന്റെ വഴി തുറന്നുതരുന്നത് ഫെയ്സ്ബുക്ക്, വാട്ട്സാപ് തുടങ്ങിയ സൈബർ ലോകമാണ്. അതിലൂടെ കടന്നുവരുന്ന പുത്തൻ കൂട്ടുകാർ വയസുകാലത്തെ വിരസമായ നാളുകൾക്ക് ഒരു പരിധിവരെ ആഹ്ലാദം പകരാറുണ്ട്. എന്നും ഉച്ചഭക്ഷണത്തിനുശേഷം മൊബൈലിൽ വാട്ട്സാപ് തുറന്ന് വിദേശത്തുള്ള മകളെയും കൊച്ചുമകനെയും നേരിട്ടുകണ്ട് സംസാരിക്കുന്നത് എന്റെ പതിവാണ്. ആ

നേരത്ത് ഓൺലൈനിലുള്ള മറ്റു സുഹൃത്തുക്കളെയും വിളിക്കുമ്പോൾ മനസ്സാകെ ഉണർന്ന് പ്രവർത്തിക്കും. അങ്ങനെ കൊച്ചുമകന്റെ കൊഞ്ചലുകൾ കേട്ട് മനസ്സ് നിറഞ്ഞ നേരത്താണ് എഫ്.ബി.യിലൂടെ മെസെഞ്ചർ തുറന്നത്.

ആശ്ചര്യം!

സ്ക്രീൻ നിറയെ രജനിയുടെ എഴുത്ത്,,

ഇവളെന്ത് ചരിത്രമാണ് എഴുതിയത്?

ഇതെല്ലാം ചേർത്ത് പുതിയൊരു കഥയുടെ വിഷയമാക്കിയാലോ,,

തുടക്കം തന്നെ ചേച്ചിയെ വിളിച്ചാണ്,

'ചേച്ചീ, രാത്രിയിൽ എന്നെ തനിച്ചാക്കി ഗുഡ്നൈറ്റ് പറഞ്ഞ് ചേച്ചി പോയപ്പോൾ എനിക്ക് ഉറക്കം വന്നതേയില്ല. അതുകൊണ്ട് ഇപ്പോൾ തന്നെ എഴുതുകയാണ്, ചേച്ചിയോട് പലതും പറയണമെന്ന് വിചാരിച്ചാണ് ഇവിടെ വന്നത്. പക്ഷെ, പറയാൻ വിചാരിച്ചതൊന്നും പറഞ്ഞില്ല. മനസ്സിലെ വികാരങ്ങൾ അടക്കാനാവുന്നില്ല, എല്ലാ സ്ത്രീകൾക്കും ഇതുപോലെയാണോ ചേച്ചി?'

ഈ കുട്ടിയോട് ഞാനെന്ത് പറയാനാണ്. കെട്ടിയതിനുശേഷം മറ്റെങ്ങും പോകാതെ സ്വന്തം വീട്ടിൽതന്നെ തീറ്റിയും കുടിയും കുളിയും ഉറക്കവും പതിവാക്കിയ ആളാണ് എന്റെ ഭർത്താവ്.

അങ്ങനെയുള്ള ഞാനെങ്ങനെ പ്രവാസി ഭാര്യമാരുടെ വിഷമം തിരിച്ചറിയും?

നട്ടപ്പാതിരയ്ക്ക് എഴുതിയതല്ലേ; ഏതായാലും തുടർന്ന് വായിക്കാം.

'ചേച്ചി വിചാരിക്കുന്നുണ്ടാവും ഞാനൊരു മണ്ടിപ്പെണ്ണാണെന്ന്; ചിലനേരത്ത് ഞാൻ ചെയ്യുന്നതും പറയുന്നതും മണ്ടത്തരം തന്നെയാണ്. അല്ലാതെ നേരിട്ടു കാണാത്ത അകലെയുള്ള ഒരാളോട് ഇങ്ങനെ സ്വന്തം കാര്യം തുറന്നുപറയുമോ? എന്റെ സ്വന്തം സഹോദരി ആയി കണക്കാക്കിയാണ് ഞാനെന്റെ വിഷമങ്ങൾ തുറന്നു പറയുന്നത്'

അവളുടെ കാര്യത്തിൽ എനിക്ക് പ്രയാസം തോന്നി. പാവം പെണ്ണ്. കുറ്റവാളിയെപ്പോലെ വീട്ടുതടങ്കലിൽ കഴിയുന്ന അവസ്ഥയിൽ ഇത്തിരി സ്നേഹത്തിനും ആശ്വാസത്തിനും വേണ്ടി കൊതിക്കുന്നവൾ എന്നിൽ വിശ്വാസം അർപ്പിച്ച് സ്വന്തം കഥ പറയുകയാണ്. നല്ലൊരു ശ്രോതാവായി മാറി അവൾക്കിത്തിരി ആശ്വാസം പകരാം.

അവൾ തുടരട്ടെ,

'ചേച്ചിക്ക് എന്നെ മനസ്സിലാക്കുമെന്ന് ഉറപ്പാണ്. അതുകൊണ്ടല്ലേ,

എന്റെ ജീവിതത്തിൽ നടക്കുന്ന കാര്യങ്ങൾ കഥയായി എഴുതാൻ കഴിഞ്ഞത്. എന്റെ ഉള്ളിൽ ചേച്ചിയുടെ മനസ്സ് പ്രവേശിച്ചിട്ടാണ് വാരികയിൽ ചേച്ചി എഴുതിയ 'ഇനി അവൾ ഉറങ്ങട്ടെ' എന്ന കഥ ജനിച്ചത്. മാസങ്ങളായി ആണൊരുത്തന്റെ ചൂടറിയാതെ പരവേശം കൊള്ളുന്ന ഭാര്യയെയാണ് വിദേശത്തിരുന്നുകൊണ്ട് ഇല്ലാത്ത സംശയത്തിന്റെ പേരിൽ ഇവിടെയൊരു ഭർത്താവ് തളച്ചിടുന്നത്. ചങ്ങല ഇല്ലാതെ ഭാര്യയുടെ ശരീരത്തിനും മനസ്സിനും വിലങ്ങുവെക്കുക; എന്തൊരു പീഡനമാണിത്. എവിടത്തെ ന്യായമാണ്?'

ശരിയാണല്ലോ. പക്ഷെ, ന്യായം മാത്രം നടക്കുകയാണെങ്കിൽ ഭൂമിയിൽ എന്തെല്ലാം മാറ്റങ്ങൾ ഉണ്ടാവും. പോലീസ്, കോടതി എല്ലാം പിരിച്ചുവിടേണ്ടി വരില്ലേ! അത് അങ്ങനെയാണ്, തെറ്റും ശരിയും കാണും, ഒരിടത്തെ ശരി മറ്റൊരിടത്ത് തെറ്റായി മാറും. ചരിത്രം നിറയെ ശരിയുടെയും തെറ്റുകളുടെയും ചൂതാട്ടമാണല്ലോ. ഏതായാലും ഇവളിൽനിന്ന് അറിയാനും മനസ്സിലാക്കാനും ധാരാളമുണ്ട്.

ഞാൻ വായന തുടർന്നു,

'ചേച്ചീ, മുൻപ് ഞാൻ ആരോഗ്യമാസികയിൽ വായിച്ചിട്ടുണ്ട്, 30 വയസ്സിനുശേഷം പൊതുവേ സ്ത്രീകൾക്ക് സെക്സ് ഫീലിങ്ങ്സ് കൂടുതൽ ഉണ്ടാകുമെന്ന്. സത്യം പറഞ്ഞാൽ ചിലദിവസങ്ങളിൽ രാത്രി ഉറങ്ങാൻ കിടക്കുമ്പോൾ വികാരം തോന്നിയിട്ട് ഞാനാകെ വിയർത്ത് നനയും ചേച്ചി. ഇതൊക്കെ പറയുന്നതിൽ എന്നോട് വിരോധമൊന്നും ഇല്ലല്ലോ'

ഒരു വിരോധവും ഇല്ല, എങ്കിലും.. വായിച്ചപ്പോൾതന്നെ ഞാനാകെ വല്ലാതായി; എനിക്കും വിയർക്കുന്നുണ്ടോ?

'അടുത്ത കാലത്ത് വേറൊരു പ്രശ്നം ഉണ്ടാവുന്നു. ഏതെങ്കിലും പുരുഷനെ കാണുമ്പോൾ പരിസരം മറന്ന് അയാളെതന്നെ നോക്കിപ്പോവുന്നു. ആ ശീലം തെറ്റാണെന്ന് എനിക്കറിയാമെങ്കിലും മാറ്റാൻ കഴിയുന്നില്ല. മനസ്സിലാകെ പ്രയാസം തോന്നുന്നു ചേച്ചി.

ഇന്നു രാവിലെ നടന്ന കാര്യം കൂടി ചേച്ചിയോട് പറയാം. ഏതാണ്ട് പതിനൊന്ന് മണിയോടെ ഗ്യാസ് സിലിണ്ടർ സപ്ലൈ ചെയ്യാൻ ഒരാൾ വീട്ടിൽ വന്നു. ആ യുവാവ് സിലിണ്ടറുമായി വന്ന് തിരികെ ഒഴിഞ്ഞ കുറ്റിയുമായി പോകുമ്പോൾ കണ്ണിൽനിന്നും മറയുന്നതുവരെ ഞാനവനെ കൊതിയോടെ നോക്കിനിന്നു. എന്തൊരു ബോഡീ ഷെയ്പാണ്? വിരിഞ്ഞ മാറിടവും തുളുമ്പുന്ന ഉള്ളടക്കവും ഉറച്ച മസിലുകളും. അവന്റെ ചുമലിലുള്ള ഗ്യാസ് സിലിണ്ടറിന്റെ സ്ഥാനത്ത് ഞാ

നായിരുന്നെങ്കിലോ എന്ന് സങ്കല്പിച്ചുപോയി. അങ്ങനെ സങ്കല്പിക്കുന്നത് തെറ്റാണോ ചേച്ചീ'

സങ്കൽപ്പിക്കുന്നത് തെറ്റല്ലെ മോളേ.

ഈ പെണ്ണിനോട് ഞാനെന്താണ് പറയേണ്ടത്?

ഇവളൊരു ഗ്യാസ് സിലിണ്ടർ തന്നെ.

മര്യാദക്ക് കത്തിതീരാത്തതുകൊണ്ട് എപ്പോൾ വേണമെങ്കിലും പൊട്ടിത്തെറിക്കാൻ പാകത്തിലുള്ള ഗ്യാസ് സിലിണ്ടർ.

കൊച്ചു കൊച്ചു ചിന്തകൾ

രാത്രിനേരത്ത് കമ്പ്യൂട്ടർ തുറന്ന് ഫെയ്സ്ബുക്കിൽ പ്രവേശിച്ചത് പതിവിലും നേരത്തെയാണ്. രജനിയുടെ അതിതീവ്രമായ എഴുത്തിന് യോജിച്ച മറുപടി നേരത്തെതന്നെ ഞാൻ കൊടുത്തിരുന്നു. അസാധാരണമായ കാര്യങ്ങൾ പറയുന്ന അവളുടെ വരികളിൽ കൂടുതൽ താല്പര്യം കാണിച്ചില്ല. ഞാൻ കൊടുത്ത മറുപടി വായിച്ച് കാര്യം മനസ്സിലാക്കിയെങ്കിൽ അതുപോലെ വീണ്ടും എഴുതാനിടയില്ല. ഒരുപക്ഷെ അവളെന്നെ അൺഫ്രന്റ് ചെയ്ത് ഒഴിവാക്കാനും ഇടയുണ്ട്. ആയിരക്കണക്കിന് സുഹൃത്തുക്കളുടെ കൂട്ടത്തിൽ ഒരാൾ പോകുന്നുണ്ടെങ്കിൽ പോകട്ടെ, ആശ്വാസമായി.

വീട്ടമ്മയായ ഒരു സ്ത്രീക്ക് എന്തെല്ലാം ജോലികൾ ചെയ്യാനുണ്ടാവും. ഒപ്പമൊരു കുട്ടിയുള്ളപ്പോൾ വീട്ടുജോലി ഇരട്ടിച്ച് വിശ്രമിക്കാൻ പോലും സമയമില്ലാത്ത അവസ്ഥയിൽ ആയിരിക്കും. നിന്നുതിരിയാൻ നേരമില്ലാതെ നാട്ടിലുള്ള പെണ്ണുങ്ങൾ കഷ്ടപ്പെടുമ്പോഴാണ് ഇവിടെ ഒരുത്തി സമയം കൊല്ലുന്നത്. വേണ്ടാത്ത കാര്യങ്ങൾ ചിന്തിച്ച് കാടുകയറുന്നവൾ.

'ഐഡിൽ മൈന്റ് ഈസ് ദി ഡവിൾസ് വർക്ക്ഷോപ്പ്'

പണിയില്ലാത്തതുകൊണ്ട് അവളുടെ തലയിൽ ചെകുത്താൻ കയറിയിരിക്കുന്നു.

ഫെയ്സ്ബുക്ക് തുറന്നപ്പോൾ കക്ഷി എത്തിയിട്ടില്ല. നേരത്തെ ഞാനെഴുതിയ മറുപടി ഒന്നുകൂടി വായിച്ചു,

'മനുഷ്യവർഗ്ഗത്തിന്റെ ഇരു ഘടകങ്ങളാണ് പുരുഷനും സ്ത്രീയും; രണ്ടിനും തുല്യ പ്രാധാന്യം ഉണ്ട്. നമ്മൾ സ്ത്രീകളാണെങ്കിലും പുരുഷന്റെ അടിമ ആവരുത്. പുരുഷന്റെ ചൂട് കിട്ടിയില്ലെങ്കിൽ ജീവിക്കാനാവില്ലെന്ന് ചിന്തിക്കുന്ന പെണ്ണിന്റെ ജീവിതം അപകടത്തിലാവും. ഗർഭധാരണത്തിനു പോലും ആണിന്റെ ആവശ്യം ഇല്ലാതാകുന്ന ലോകത്തെ കുറിച്ചാണ് ഇന്നത്തെ കാലത്ത് ചിന്തിക്കേണ്ടത്. മറ്റു

ള്ളവരെ കാണുമ്പോൾ ആണോ പെണ്ണോ എന്നു ചിന്തിക്കാതെ അയാളെ മനുഷ്യനായി കാണുക. ഓരോ ആണിനെ കാണുമ്പോഴും വികാരം ഉണരാൻ തുടങ്ങിയാൽ അങ്ങനെ എത്രകാലം മുന്നോട്ട് പോകേണ്ടിവരും? ഭർത്താവ് വിദേശത്ത് താമസിച്ച് രജനിക്കും വീട്ടുകാർക്കും വേണ്ടി കഷ്ടപ്പെടുന്നത് ഓർക്കണം. ലൈംഗികത തെറ്റോ പാപമോ അല്ലെങ്കിലും അസ്ഥാനത്തുള്ളത് അപകടമായി ഭവിക്കും. അതിനെക്കുറിച്ച് ഓർക്കാതെ വേറെ ധാരാളം കാര്യങ്ങൾ ചെയ്യാൻ ഉണ്ടാകുമല്ലോ'

വായിച്ചുകൊണ്ടിരിക്കെ പച്ചലൈറ്റ് കത്തി; രജനി വിനീത് ഓൺലൈനിൽ.

'ചേച്ചി നേരത്തെ എത്തിയോ? നമസ്കാരം'

'നമസ്കാരം, ഞാൻ വന്നതേയുള്ളൂ; എഴുതിയത് വായിച്ചോ?'

'വായിച്ചു ചേച്ചി, എനിക്കിവിടെ വീട്ടുജോലിയൊക്കെ കുറവാണ്. അതെല്ലാം ഞാനും അമ്മയും ചേർന്ന് പെട്ടെന്നുതന്നെ ചെയ്തുതീർക്കും. പാചകത്തിലെ പുത്തൻ പരീക്ഷണങ്ങളൊന്നും അമ്മക്ക് ഇഷ്ടമല്ല'

'നല്ല അമ്മായിഅമ്മ'

'ഞാനങ്ങിനെ പറയില്ല. മകൻ കീ കൊടുത്തുവിട്ടാൽ അതുപോലെ ചെയ്യുന്ന ആളാണ്'

'അതൊക്കെ നല്ലതല്ലേ? കൂടെയൊരാൾ ഉണ്ടാവുന്നത് ആശ്വാസമാണ്. രജനിക്ക് പുസ്തകങ്ങൾ വായിക്കാമല്ലോ, പാട്ടു പാടാമല്ലോ, കവിതകൾ എഴുതാമല്ലോ.'

'വായിക്കുന്നതൊക്കെ എനിക്ക് ഇഷ്ടമാണ്. വിവാഹത്തിനു മുൻപ് കഥാപുസ്തകങ്ങൾ ധാരാളം വായിച്ചിട്ടുണ്ട്. ഇവിടെ വന്നതുമുതൽ വായന കുറവാണ്. മകന്റെ പാഠപുസ്തകങ്ങൾ അല്ലാതെ മറ്റൊരു പുസ്തകവും ഈ വീട്ടിലില്ല. ആകെയൊരു ആശ്വാസം ചിലനേരത്ത് കിട്ടുന്ന വാരികകളാണ്'

'അതെങ്കിലും ഉള്ളത് നന്നായി, അതുകൊണ്ടല്ലേ രജനി എന്നോട് മിണ്ടാൻ വന്നത്'

'ശരിയാണ്, ചേച്ചിയോട് പറയുമ്പോൾ വല്ലാത്തൊരു ഫീലിംഗ്'

അവളുടെ ഫീലിംഗ് എന്നെയാകെ ഭയപ്പെടുത്തി, വല്ലാത്തൊരു ഫീലിംഗ് തന്നെ. ചിന്തിക്കാനോ പ്രവർത്തിക്കാനോ കാര്യമായി ഒന്നും ഇല്ലാത്തതിനാൽ ഒരു ജോലിയും ചെയ്യാതെ വെറുതെയിരിക്കുന്ന നേരത്ത് സ്വന്തം ദേഹത്തെ കുറിച്ചുള്ള ചിന്തയിൽ മുഴുകുമ്പോൾ അരുതാത്തത് പലതും കടന്നുവരുന്നു. അവളുടെ തലയിൽ ചെകുത്താൻ

സെക്സ് രൂപത്തിൽ കുടിയേറിയിരിക്കയാണ്. പെട്ടെന്നൊരു കാര്യം ഓർമ്മവന്നപ്പോൾ ഞാൻ എഴുതി,

'രജനിക്ക് ഒരു മകനില്ലേ,, അവന്റെ കളികളൊക്കെ കാണുമ്പോൾ മറ്റു കാര്യങ്ങളൊക്കെ മറന്നുപോകില്ലേ? കുട്ടിയെ നോക്കുമ്പോൾ സമയം പോകുന്നത് അറിയില്ലല്ലോ'

'എന്റെ മോനോ? അവന് അച്ഛമ്മയേ വേണ്ടൂ; അച്ഛമ്മ ചോറ് വാരിക്കൊടുക്കണം, അച്ഛമ്മ പാട്ടുപാടണം, അച്ഛമ്മയുടെ ഒപ്പരമേ ഉറങ്ങുകയുള്ളൂ. അവനെ ഞാൻ പ്രസവിച്ചെന്നേയുള്ളൂ'

'നല്ല അച്ഛമ്മ, നല്ല മകൻ'

ഞാൻ തോറ്റു; എന്ത് പണിയാണ് ഞാനിവൾക്ക് കൊടുക്കേണ്ടത്,

'രജനിക്ക് വീട്ടുപറമ്പിൽ കൃഷി ചെയ്തുകൂടെ?'

'കൃഷിയോ? അതിനിവിടെ ആകെ വീടും മുറ്റവും ചേർന്ന് ചെറിയ സ്ഥലം മാത്രമാണ്. മുറ്റത്ത് ഏതാനും ചെടിച്ചട്ടികളിൽ പൂച്ചെടികൾ ഉണ്ട്. പിന്നെ വടക്കെപ്പുറത്ത് പച്ചമുളകും കറിവേപ്പും പപ്പായയും വേലിയരികിൽ വെള്ള മന്ദാരവും ചെമ്പകവും ചെമ്പരത്തികളും ഉണ്ട്. എല്ലാം നട്ടുവളർത്തിയതും പരിചരിക്കുന്നതും അമ്മയാണ്. എനിക്കങ്ങോട്ട് പ്രവേശനമില്ല ചേച്ചീ'

'പ്രവേശനമില്ലെന്നോ? എന്തുപറ്റി?'

'മുറ്റത്ത് ഞാനിറങ്ങുന്ന നിമിഷം വിളിവരും'

'ആര്? എവിടെന്ന്?'

'ആരാണെന്നോ? എന്റെ വിനിയേട്ടൻ തന്നെ. സൌദിയിൽ ഇരുന്ന് ജോലി ചെയ്യുന്ന നേരത്ത് മൊബൈൽ തുറന്ന് വീടിനെ നിരീക്ഷിക്കുന്നുണ്ടാവും'

'നല്ല ഭർത്താവ്,, എന്താണ് ജോലി?'

'കൺസ്ട്രക്ഷൻ വർക്കിന്റെ സുപ്രണ്ടാണ്. ഗൾഫാണെന്ന് മാത്രം പറഞ്ഞിട്ടാ കല്യാണം കഴിച്ചത്. ഇവിടെ വന്നപ്പോഴാണ് സൌദി അറേബ്യയിൽ ആണെന്ന് അറിഞ്ഞത്'

'സൌദിയും ഗൾഫ് തന്നെയല്ലേ?'

'അതെ ചേച്ചി'

എനിക്കാകെ സംശയമായി. ഇവൾ എഴുതുന്നതെല്ലാം വ്യാജമാണോ? മുന്നിലുള്ളത് പഠിച്ച കള്ളിയോ കള്ളനോ? എത്രത്തോളം പോകുമെന്ന് നോക്കാം. അടുത്തതായി ഞാനൊരു സംശയം ചോദിച്ചു,

'വിവാഹത്തിനു മുൻപ് രജനിക്ക് ഈവക വികാരങ്ങളൊന്നും ഉണ്ടായില്ലേ?'

'പിന്നെ,, ഇല്ലാതെയോ, പഠിക്കുന്ന കാലത്തേ ഉള്ളതാണ്'

'പഠിക്കുന്ന കാലത്തോ, അപ്പോൾ?'

'ചേച്ചിയെ ഞാനെന്റെ സ്വന്തമാണെന്ന് കണക്കാക്കി പറയുന്നതാണ്, കുട്ടിക്കാലം മുതൽ എന്റെയൊപ്പം ആൺകുട്ടികൾ വീട്ടിലുണ്ട്. അവരൊക്കെ എന്നെ സഹായിച്ചിട്ടുണ്ട്'

'എങ്ങനെ?'

'ശാരീരികമായ വികാരങ്ങളിൽ ആശ്വാസം ഉണ്ടാക്കാൻ അവരൊക്കെ എന്നെ സഹായിച്ചു. തിന്നുമ്പോഴും കളിക്കുമ്പോഴും ഉറങ്ങുമ്പോഴും എല്ലാം; ഞങ്ങൾ കൂട്ടുകുടുംബമാണ് ചേച്ചി.'

'കൂട്ടുകുടുംബം അതാണെനിക്ക് ഇഷ്ടം; പഴയകാലത്ത് അതാണല്ലോ പതിവ്'

'ഞാനും അമ്മാവന്റെ മകനും വളരെക്കാലം ഭാര്യാഭർത്താക്കന്മാരെ പോലെയാണ് ജീവിച്ചത്'

'അമ്മാവന്റെ മകൻ, എന്നുവെച്ചാൽ മുറച്ചെറുക്കൻ; പിന്നെന്തുകൊണ്ട് വിവാഹം കഴിച്ചില്ല?'

'വിവാഹചിന്തയൊന്നും അപ്പോൾ കടന്നുവന്നില്ല. ചേട്ടന് ജോലി കിട്ടിയപ്പോഴേക്കും കുടുംബത്തിലുള്ളവർ തല്ലിപ്പിരിഞ്ഞു'

'എങ്കിലും അയാളെ വിവാഹം ചെയ്താൽ പോരായിരുന്നോ?'

'ഞാനുമായി ബന്ധപ്പെട്ടെങ്കിലും അയാളെ എനിക്കിഷ്ടമായില്ല. മുഴുക്കുടിയനാണ്'

'അതുശരി,, ഇപ്പോൾ കുടുംബക്കാരുമായിട്ട് അടുപ്പമുണ്ടോ?'

'ചേച്ചീ, ഈ കൂട്ടുകുടുംബങ്ങളിൽ എല്ലാവരും നല്ലവരാവണമെന്നില്ല. കൂട്ടത്തിൽ ഒരാൾ വിചാരിച്ചാൽ കൂട്ടായ്മ തകരും. ഇന്ന് എനിക്കെന്തോ ഉറക്കം വരുന്നു ചേച്ചി, ഗുഡ്നൈറ്റ്'

'ശരി, നാളെക്കാണാം. ഗുഡ്നൈറ്റ്'

കൂട്ടുകുടുംബത്തിന്റെ കാണാക്കയത്തിൽ മുങ്ങി കൂടുതലൊന്നും എഴുതാനായില്ലെങ്കിലും എന്റെ ചിന്തകൾ ചിതറിയോടാൻ തുടങ്ങി. കടൽതീരത്തുള്ള വലിയ തറവാട് വീട്. അവിടെ വെള്ള മുണ്ടും ബ്ലൗസും അണിഞ്ഞ് തോർത്ത് പുതച്ച എന്റെ മുത്തശ്ശി. കുട്ടിക്കാലത്ത് അനേകം പാട്ടുകളും കഥകളും പറഞ്ഞുതന്ന മുത്തശ്ശി. എന്തെല്ലാം ഏതെല്ലാം ഓർമ്മകൾ.

അമ്മയും ഇളയമ്മയും അമ്മായിയും ചേർന്ന് അടുക്കളയിൽ പാകം ചെയ്യുന്ന ഭക്ഷണം വിളമ്പാൻ നേരത്ത് കടന്നുവന്ന് എല്ലാവർക്കും ഓഹരിവെച്ച് കൊടുക്കുന്ന മുത്തശ്ശിയുടെ ഓർമ്മകളാണ് ഏറ്റവും

പഴയത്. അവരോടൊപ്പം മുറ്റത്തും പറമ്പിലും നടന്ന് തേങ്ങയും മാങ്ങയും പേരക്കയും ചക്കയുമായി തിരികെ വീട്ടിലെത്തുന്ന കുട്ടികൾ.

സന്ധ്യാനേരത്ത് മുത്തശ്ശി കൊളുത്തുന്ന അഞ്ച് തിരിയിട്ട തൂക്കുവിളക്കിനെ തൊട്ട് തൊഴുതശേഷം വരാന്തയിലെ ചാണകം മെഴുകിയ നിലത്തിരുന്ന് പ്രാർത്ഥനകൾ ചൊല്ലുന്ന അഞ്ചാറ് കുട്ടികൾ. സന്ധ്യവിളക്ക് അകത്തേക്ക് കൊണ്ടുപോയാലും ഞങ്ങളുടെ ഗാനാലാപനം അവസാനിക്കുന്നില്ല. ഈശ്വര പ്രാർത്ഥനകൾ അറിയാവുന്നതെല്ലാം ചൊല്ലിക്കഴിഞ്ഞ് പാഠപുസ്തകങ്ങളിലെ കവിതകൾ പാടും. ഒടുവിൽ മനഃപാഠമാക്കിയ ഗുണനപ്പട്ടികകളും കൂടി ഉച്ചത്തിൽ ചൊല്ലിത്തീർത്ത് വെളിയിലേക്ക് നോക്കുമ്പോൾ രാത്രിയിലെ ഇരുട്ട് കടന്നുവന്നത് കാണാനാവും. മുത്തശ്ശിയുടെ താരാട്ട് കേട്ട് അവരുടെ നെഞ്ചോടൊട്ടി ചേർന്ന് ചായ്പിൽ ഉറങ്ങിയ ഒട്ടനവധി ദിവസങ്ങൾ,, ഗതകാല സ്മരണകളിൽ ഒളിമങ്ങാത്ത ഓർമ്മകളുടെ ഫയലുകൾ ഡിലീറ്റ് ആവാതെ ഉള്ളറകളിൽ എവിടെയോ ഇപ്പോഴും കിടക്കുന്നുണ്ട്.

ഒടുക്കം കുടുംബത്തിൽ അപചയത്തിന്റെ കാലം പതുക്കെ പടികയറി വന്നു.

കൂട്ടുകുടുംബം നാട്ടുകാരിൽ അസൂയ ഉണർത്തുന്ന അതിമഹത്തായ തറവാട്; ഒടുവിൽ അതേ നാട്ടുകാരുടെ മുന്നിൽവെച്ച് അന്യോന്യം തല്ലി നാണംകെട്ട തറവാട്. ഓരോ വ്യക്തിയും ഓരോ കുടുംബം ആണെന്ന ചിന്തകളായാൽ എങ്ങനെ കൂട്ടുകുടുംബങ്ങൾ ഉണ്ടാവും? അണുകുടുംബം ആയാലും കൂട്ടുകുടുംബമായാലും മനുഷ്യൻ നന്നാവാത്ത കാലത്തോളം ഒരു സംവിധാനവും ശരിയാവണമെന്നില്ല.

ഉറക്കം വരാനുള്ള ഒറ്റമൂലി

തിരക്കുപിടിച്ച മൂന്ന് ദിവസങ്ങൾക്കുശേഷം ഞായറാഴ്ച രാത്രിയാണ് കമ്പ്യൂട്ടർ തുറക്കാനായത്. വീട്ടുജോലിയുടെ ഇടവേളകളിൽ മൊബൈൽ തുറന്ന് ഇ.മെയിലുകളും എഫ്.ബി.പോസ്റ്റുകളും വാട്ട്സാപ്പും വായിക്കുന്ന പതിവുണ്ടെങ്കിലും അടുത്ത ബന്ധുവിന്റെ വിവാഹം ആയതുകൊണ്ട് ഇന്റർനെറ്റിനും കമ്പ്യൂട്ടറിനും മൂന്നുദിവസം അവധി കൊടുത്തു. ചെറിയ ഇടവേളക്കുശേഷം തുറന്നതുകൊണ്ടാവണം ഇൻബോക്സ് നിറയെ രജനിയുടെ പരിഭവങ്ങളും മാപ്പ് പറയലും നിറഞ്ഞിരിക്കുന്നു. എഴുതുന്നതെല്ലാം അനാവശ്യങ്ങളും അശ്ലീലങ്ങളും ആയതുകൊണ്ട് ഞാനവളെ ഒഴിവാക്കി എന്നാണ് കക്ഷി വിശ്വസിച്ചത്. ഒടുവിൽ ഒരപേക്ഷയും,

'ചേച്ചി എന്നെ അൺഫ്രന്റ് ചെയ്യല്ലേ,, മനസ്സുതുറന്ന് പറയാൻ എനിക്ക് ചേച്ചി മാത്രമേയുള്ളൂ. ചേച്ചിക്ക് ഇഷ്ടമല്ലെങ്കിൽ ഇനിയങ്ങോട്ട് സെക്സ് കാര്യങ്ങളൊന്നും ഞാനെഴുതുകയില്ല'

ഞാൻ ചിന്തിക്കാൻ തുടങ്ങി. അവളെന്തിന് എഴുതാതിരിക്കണം,, അവളും പെണ്ണ് ഞാനും പെണ്ണ്, പെണ്ണിന്റെ വിഷമം ശരിക്കും അറിയാൻ കഴിയുന്നത് മറ്റൊരു പെണ്ണിനല്ലേ,, അപ്പോൾ രജനിയുടെ മനസ്സിലെ പ്രയാസങ്ങളെല്ലാം എന്നോട് തുറന്നെഴുതുന്നതിൽ തെറ്റൊന്നും ഇല്ലല്ലോ; അതെല്ലാം മനസ്സിലാക്കുന്ന വ്യക്തിയായാൽ പോരേ? അവൾ പറയുന്ന അനുഭവങ്ങളെല്ലാം എനിക്ക് അജ്ഞാതമാണ്. ശാരീരികവും മാനസികവുമായി ലൈംഗികതയ്ക്ക് പ്രാധാന്യം കൊടുക്കുന്ന ഒരു സ്ത്രീയാണ് രജനി. അങ്ങനെയുള്ള ജീവിതം അപകടത്തിലാണെന്ന് അറിയുമ്പോൾ ഉപദേശിച്ച് നന്നാക്കുകയല്ലേ ചെയ്യേണ്ടത്. ആയിരക്കണക്കിന് കുട്ടികളെ പഠിപ്പിച്ച ടീച്ചറുടെ കർത്തവ്യം അതാണല്ലോ,,

അവൾ പറയട്ടെ.. പറഞ്ഞു പറഞ്ഞ് മനസ്സിന്റെ ഭാരം തീരട്ടെ. ഞാൻ എഴുതി.

'രജനി എന്റെ ഫ്രെന്റാണ്, എന്നോട് എന്തും പറയാം. പക്ഷെ നമ്മൾ സ്ത്രീകൾ ശ്രദ്ധിച്ചും സൂക്ഷിച്ചും ജീവിക്കണം. സ്വന്തം കാലിൽ നിൽക്കാൻ ഒരു ജോലിയോ വരുമാന മാർഗ്ഗമോ ഇല്ലാത്ത അവസ്ഥ ആണെങ്കിൽ രജനി ഭർത്താവിനോടും വീട്ടുകാരോടും കൂടുതൽ സ്നേഹവും വിശ്വാസവും പുലർത്തണം'

വാക്കുകൾ പൂർത്തിയാക്കുന്നതിന്റെ ഒടുവിൽ രജനി ഓൺലൈനിൽ വന്നു.

അവളെഴുതി,

'ചേച്ചിയെ മൂന്ന് ദിവസം കണ്ടില്ലല്ലോ, എന്തുപറ്റി?'

'അല്പം തിരക്കുണ്ടായിരുന്നു, ബന്ധുവിന്റെ വിവാഹം'

'ഞാൻ വിചാരിച്ചു ചേച്ചിക്ക് എന്നോട് വെറുപ്പാണെന്ന്. ഇപ്പോൾ ആശ്വാസമായി'

'എന്തിനാ വെറുക്കുന്നത്? ഇപ്പോൾ കാണാനായല്ലോ'

'ഞാൻ എഴുതിയതൊക്കെ ഓവറായിപ്പോയോ?'

'സ്വന്തം അനുഭവമല്ലേ, ശ്രദ്ധിക്കുക. സ്ത്രീകളാവുമ്പോൾ നഷ്ടപ്പെടാൻ ധാരാളമുണ്ട്'

'അതെന്താ പെണ്ണിനുമാത്രം നഷ്ടപ്പെടാൻ? പുരുഷന്മാർക്ക് നഷ്ടപ്പെടാനൊന്നും ഇല്ലേ?'

'നഷ്ടത്തെക്കുറിച്ച് പറഞ്ഞത് രജനിയുടെ കാര്യമാണ്. ശമ്പളമുള്ള ഒരു തൊഴിലോ മറ്റു വരുമാന സ്രോതസോ ഇല്ലെങ്കിൽ ഇന്നത്തെ കാലത്ത് ആർക്കും ഒറ്റയ്ക്ക് ജീവിക്കാൻ ആവില്ലെന്ന് ഓർമ്മവേണം. മകന്റെ കാര്യവും ഓർക്കണം'

'അതെല്ലാം അറിയാം ചേച്ചി. ഈ വീട്ടിന്ന് ഇറങ്ങിയാൽ എനിക്ക് പോകാൻ മറ്റൊരിടമില്ല'

'രജനിയുടെ മാതാപിതാക്കൾ'

'അവരെല്ലാം എന്നെ ഒഴിവാക്കിയതാണ്. സാമ്പത്തികമായി ഉയർന്ന കുടുംബമാണ് എന്റേത്. ധാരാളം പൊന്നും പണവും കൊണ്ടാണ് പത്ത് കൊല്ലം മുൻപ് ഞാനീവീട്ടിൽ വന്നത്. അതിനുശേഷം ഓരോ ആവശ്യം പറഞ്ഞ് വീട്ടുകാരിൽനിന്നും പലതവണ പണം വാങ്ങി'

'അതൊക്കെ കൈയിലില്ലേ?'

'എവിടെന്ന്. അതെല്ലാം ചെലവാക്കി ബിസിനസ് നടത്തിയിട്ട് എല്ലാം പൊളിഞ്ഞു'

'വീട്ടുകാരുമായി ഇപ്പോൾ ബന്ധമില്ലേ?'

'എല്ലാം കിട്ടിയപ്പോൾ ചേട്ടൻ അവരുമായി വഴക്കിട്ട് പിരിഞ്ഞു. 'മ

രിച്ചാൽ പോലും കാണാൻ വരേണ്ട' എന്നാണ്, അച്ഛൻ പറഞ്ഞത്'

'അതിനുമാത്രം എന്തുണ്ടായി?'

'അങ്ങേർക്ക് എന്നെ സംശയമാണ്, സ്വന്തം സഹോദരനോട് മിണ്ടിയാൽ പോലും സംശയം'

അപ്പോൾ അതാണ് കാര്യം. പണത്തിന്റെ കാര്യം വരുമ്പോൾ മാത്രം ബന്ധങ്ങൾ. അല്ലാത്തപ്പോൾ ശത്രുക്കൾ. സംശയരോഗം എന്നത് ഇങ്ങനെയുള്ള പുരുഷന്മാർ കണ്ടെത്തിയ സൂത്രമാണ്. ഇതുപോലെ മനോരോഗികളായ ആളുകൾ സ്വന്തം ഭാര്യമാർക്ക് വരുത്തിവെക്കുന്ന ദുരിതങ്ങൾ ചില്ലറയല്ല.

അടുത്തവരിയായി ഞാനൊരു ഉപദേശം എഴുതി,

'അങ്ങനെ പ്രശ്നമുള്ളവർക്ക് നല്ലൊരു കൌൺസിലിംഗ് നടത്തിയാൽ മതി'

'നല്ല കാര്യം. അതെങ്ങാനും പറഞ്ഞാൽ ആ നിമിഷം എന്നെ കൊല്ലും. വിനിയേട്ടന്റെ വീട്ടുകാർ നല്ലവരാണെങ്കിലും ആണുങ്ങൾ ആരെങ്കിലും ഇവിടെ വന്നാൽ വഴക്കുപറയും. അതുകൊണ്ട് ചെറിയ നാത്തൂൻ മാത്രമേ ഇവിടെക്ക് വരാറുള്ളൂ'

'അപ്പോൾ കാര്യങ്ങളൊക്കെ രജനിക്ക് അറിയാമല്ലോ'

'ചേച്ചിയോട് കൂടുതൽ പറയാൻ തോന്നുന്നു. മനുഷ്യന് ഉണ്ടും ഉറങ്ങിയും നേരം കഴിച്ചാൽ മതിയോ?'

'ഉണ്ണാനില്ലാത്തവർക്ക് അതായിരിക്കും പ്രധാനകാര്യം. ഉണ്ടുനിറഞ്ഞവർ മറ്റുള്ള കാര്യങ്ങൾ ചിന്തിക്കാൻ തുടങ്ങും'

'വിശപ്പ് ശരീരത്തിന് മാത്രമല്ല ചേച്ചി, മനസ്സിനും വിശപ്പുണ്ട്. ലൈംഗികമായ വിശപ്പ്'

അതൊരു വല്ലാത്ത വിശപ്പാണ്. മനുഷ്യന്റെ മാനസികമായ അനേകം വിശപ്പുകളിൽ ഒന്ന്. ആയിരക്കണക്കിന് ശാസ്ത്രജ്ഞന്മാർ ചേർന്ന് അപഗ്രഥിച്ചിട്ടും പിടികിട്ടാത്ത അവസ്ഥ. ജീവജാതികളുടെ നിലനില്പിന്റെ അടിസ്ഥാനമായി പ്രകൃതി കനിഞ്ഞരുളിയ ലൈംഗിക ചോദനകളെക്കുറിച്ച് ചിന്തിച്ചു തുടങ്ങിയാൽ ഉത്തരം കിട്ടാത്ത വലിയൊരു ലോകത്ത് എത്തിച്ചേരുകയാണ് പതിവ്.

രജനിയുടെ ചിന്തകളുടെ പിന്നാലെ പോയാൽ ആകെ പ്രശ്നമാവും. ഇങ്ങനെയുള്ള കാര്യങ്ങൾ ചിന്തിക്കാതിരിക്കുന്നത് നല്ലതാണ്. ഞാൻ മറുപടി കൊടുത്തു,

'തെറ്റാണെന്ന് തോന്നുന്ന മാനസിക വികാരങ്ങളെക്കുറിച്ച് പിന്നീട് ചിന്തിക്കാതിരിക്കുക'

'അതിനെന്റെ ശരീരവും മനസ്സും അനുവദിക്കുന്നില്ല ചേച്ചി'

'മനസ്സിന്റെ ചാപല്യങ്ങൾ നിയന്ത്രിക്കാനാവില്ലെങ്കിൽ മറ്റു കാര്യങ്ങളിലേക്ക് ചിന്തയും പ്രവർത്തിയും ഡൈവേർട്ട് ചെയ്യുക. രജനിക്ക് ചെയ്യാൻ ജോലിയൊന്നും ഇല്ലാത്തതുകൊണ്ടാണ് ഇങ്ങനെയൊക്കെ ചിന്തിക്കുന്നത്'

'വെറുതേയിരിക്കുമ്പോൾ ചേച്ചിക്ക് ഇങ്ങനെയുള്ള ചിന്തകൾ വരാറുണ്ടോ?'

'എനിക്ക് വെറുതേയിരിക്കാൻ സമയം കിട്ടാറില്ല. ഉറക്കത്തിൽ പോലും ചിന്തിക്കാൻ മാത്രം ജീവിതപ്രശ്നങ്ങൾ എല്ലാ കാലത്തും ഉണ്ടായിരുന്നു. എന്റെ വീട്ടുകാരുടെ കാര്യം, ഭർത്താവിന്റെ കാര്യം, മക്കളുടെ കാര്യം, പിന്നെ ടീച്ചറായിരിക്കെ സ്ക്കൂൾ, കുട്ടികൾ എന്നിവ; ഇതിനിടയിൽ സ്വന്തം കാര്യം ചിന്തിക്കാൻപോലും എനിക്ക് സമയം കിട്ടുകയില്ല'

'എനിക്കങ്ങനെ ആവുന്നില്ല. വീട്ടുജോലിയൊക്കെ അമ്മയും ഞാനും പെട്ടെന്ന് തീർക്കും. പിന്നീട് സീരിയൽ കാണും. ഏഷ്യാനെറ്റിൽ പുതിയ സീരിയൽ ഉണ്ട്, ചേച്ചി കാണാറുണ്ടോ?'

അപ്പോൾ കക്ഷി സീരിയൽ കാണുന്നവളാണ്; എന്നിട്ടാണോ സമയം പോകുന്നില്ലെന്ന് പറഞ്ഞത്. സീരിയൽ അഡിക്റ്റ് ആയവർക്ക് മറ്റുചിന്തകൾ ഉണ്ടാവില്ലല്ലോ; അവൾ പറയുന്നത് ഏതോ സീരിയലിലെ കഥകളാണെന്ന് എനിക്ക് തോന്നി.

എനിക്ക് പലതരം സംശയങ്ങൾ തോന്നി. ഒന്നും ചെയ്യാതെ ഇരിക്കുന്നതുകൊണ്ട് വേണ്ടാത്ത ചിന്തകൾ വരുന്നുണ്ടെന്ന് ഒരിക്കൽ പറയുന്നു. അതേസമയം കുട്ടിയെ നോക്കുന്നു, മാർക്കറ്റിൽ പോകുന്നു, അടുക്കളപ്പണി ചെയ്യുന്നു, ടീവി കാണുന്നു എന്നും പറയുന്നുണ്ട്. ഇതെല്ലാം ചെയ്യുന്നവർക്ക് വെറുതെയിരിക്കാൻ സമയം ഉണ്ടാകുമോ? ഞാൻ മറുപടി എഴുതി,

'സീരിയൽ കാണാനൊന്നും എനിക്ക് സമയമില്ല കുട്ടീ; വീട്ടുജോലി, കൃഷിപ്പണി, പിന്നെ എഴുത്ത് എന്നിവതന്നെയാണ്. രജനി ഒരു കാര്യം ചെയ്യ്. സ്വന്തം ശരീരത്തെപറ്റി ചിന്തിക്കാതെ മകന്റെ കാര്യവും വീടിന്റെ കാര്യവും മാത്രം ചിന്തിക്കുക'

'ഞാനെപ്പോഴും വേണ്ടാത്ത ചിന്തകൾ മനസ്സിന്റെ ഉള്ളിൽ അടക്കിവെക്കാറാണ് ചേച്ചി. പകൽനേരത്ത് ഓരോ കാര്യങ്ങളിൽ ശ്രദ്ധ തിരിച്ചുവിടും. പക്ഷെ, രാത്രി ആയാൽ കുറച്ചു നാളുകളായി ലൈംഗിക ചിന്തകളും കാമനകളും കൂടുതൽ ഉണ്ടാകുന്നു. സ്വയംഭോഗം തെ

റ്റാണ് എന്നൊക്കെ വായിച്ചിട്ടുണ്ടെങ്കിലും അറിയാതെ പല പ്രാവശ്യം കൈകൊണ്ട് അവിടെയൊക്കെ തടവേണ്ടതായി വരുന്നു ചേച്ചി'

'ഈ കുട്ടി എന്തൊക്കെയാ പറയുന്നത്? ഇങ്ങനെയൊക്കെ ചിന്തിക്കാനും പ്രവർത്തിക്കാനും മാത്രം എന്താണുള്ളത്?'

'സ്വയംഭോഗം വലിയ തെറ്റാണെന്ന് ഞാൻ വായിച്ചിട്ടുണ്ട്; ശരിക്കും തെറ്റാണോ ചേച്ചീ?'

'അതൊരു വലിയ തെറ്റല്ല. നന്നായി കഴുകിയില്ലെങ്കിൽ രോഗങ്ങൾ ഉണ്ടാവും?'

'ചേച്ചിയുടെ ഈ വാക്കുകൾ വളരെ മഹത്തായ മൂല്യം ഉള്ളതാണ് ചേച്ചി. എന്നെപ്പോലെ ഒരു സാധാരണ വീട്ടമ്മയായ സ്ത്രീക്ക് സ്നേഹവും ആത്മവിശ്വാസവും സ്ത്രീസഹജമായ വൈകാരിക തലത്തിനുള്ള അംഗീകാരവും ചേച്ചിയുടെ വാക്കുകളിൽ നിന്നും ലഭിക്കുന്നു. ചേച്ചിയൊരു സ്ത്രീ ആയിട്ടും സ്വയംഭോഗത്തെ പാപചിന്തകളുടെയും അന്ധവിശ്വാസങ്ങളുടെയും ചട്ടക്കൂടിൽ പെടുത്താത്തതിൽ അഭിമാനം തോന്നുന്നു'

ആദ്യമായാണ് ഇങ്ങനെയൊരു കാര്യം ഒരു സ്ത്രീയിൽനിന്നും അറിയുന്നത്. ഒരു മാസം മുൻപ് സ്വയംഭോഗത്തെ കുറിച്ച് ഫെയ്സ്ബുക്കിൽ പോസ്റ്റ് ചെയ്തവൾക്ക് കിട്ടിയ അശ്ലീല കമന്റുകളും ചീത്തവിളികളും ഭീഷണികളും ഓർത്തുപോയി. തെറ്റല്ല എന്നൊരു വാക്ക് എന്നിൽനിന്നും വന്നത് ഞാനതിന് അനുകൂലമാണെന്ന് രജനി വിശ്വസിച്ചിരിക്കുന്നു. ഒടുവിൽ ഇവളെനിക്ക് പാരയായി മാറുമോ? പെട്ടെന്ന് ഞാൻ മറുപടി എഴുതി,

'അയ്യോ, അതൊക്കെ ആവശ്യമാണോ? ആ നേരത്ത് ഏതെങ്കിലും പുസ്തകം വായിക്കണം. അല്ലെങ്കിൽ ടീവി തുറന്ന് അതിലുള്ള പരിപാടികൾ കാണുക'

'വായിക്കാൻ പറ്റിയ പുസ്തകങ്ങളൊന്നും വീട്ടിലില്ലെന്ന് ആദ്യമേ ഞാൻ പറഞ്ഞല്ലോ ചേച്ചി. പിന്നെ സീരിയലും സിനിമയും ഒക്കെ കണ്ടുകണ്ട് മടുത്തുതുടങ്ങി. ആഴ്ചയിൽ ഒന്നോ രണ്ടോ പ്രാവശ്യം മാത്രമേ സ്വയംഭോഗം ചെയ്യാറുള്ളൂ, ചേച്ചി പറഞ്ഞതുപോലെ ഇൻഫെക്ഷൻ ഉണ്ടാകുമോ എന്ന് പേടിച്ചിട്ട് എപ്പോഴും ചെയ്യാറില്ല. പക്ഷെ ശരിക്കും സംതൃപ്തി കിട്ടുമ്പോൾ നല്ല ആശ്വാസം തോന്നുക മാത്രമല്ല, നല്ല ഉറക്കം കിട്ടുകയും ചെയ്യും'

'മോളേ എനിക്ക് ഉറക്കം വരുന്നു, ബാക്കി നാളെ പറഞ്ഞാൽ മതി'

'സന്തോഷം ചേച്ചീ, ഗുഡ്നൈറ്റ്'

‘ഗുഡ്നൈറ്റ്’

രജനിയോട് ഗുഡ്നൈറ്റ് പറഞ്ഞതോടെ അതുവരെ ഉണ്ടായിരുന്ന എന്റെ ഉറക്കം നഷ്ടപ്പെട്ടു. അല്പം മുൻപ് അവളെന്നോട് പറഞ്ഞ ഉറക്കം വരാനുള്ള ഒറ്റമൂലിയെ ചിന്തിച്ചു കൊണ്ട് അറിയാതെ ഏതോ നേരത്ത് ഞാൻ ഉറങ്ങി.

അമ്പലവഴിയിലെ അപരിചിതൻ

നമ്മൾ അറിയാത്തതും ചെയ്യാത്തതുമായ കാര്യങ്ങളെല്ലാം തെറ്റാണെന്ന് വിശ്വസിക്കുന്നത് മണ്ടത്തരമാണ്. അവനവൻ ചെയ്യുന്നതെല്ലാം ശരി മാത്രമാണെന്ന് വിശ്വസിക്കുന്ന ആളുകളും സമൂഹത്തിലുണ്ട്. എല്ലാ മനുഷ്യരും ഒന്നാണെന്ന് പറഞ്ഞാലും എല്ലാവരും ഒരുപോലെയല്ല. ശാരീരികമായി അന്യോന്യം തിരിച്ചറിയുന്നതുപോലെ ചില വ്യതിയാനങ്ങൾ മനുഷ്യന്റെ മാനസികമായ ചെയ്തികളിലും കാണാം. മനുഷ്യന്റെ തലച്ചോറിന്റെ പ്രവർത്തനങ്ങൾ ഒന്നിനൊന്ന് വ്യത്യസ്തമാണ്.

ജീവശാസ്ത്രപരമായി നോക്കിയാൽ മനുഷ്യനും മൃഗങ്ങളും തമ്മിൽ വലിയ വ്യത്യാസമൊന്നും കാണാനിടയില്ലെങ്കിലും വളരെയധികം വ്യത്യാസങ്ങൾ ഉണ്ടെന്ന് മനസ്സിലാക്കാനാവും. ശാരീരികമായി മാത്രമല്ല, മാനസികമായും ബൌദ്ധികമായും അനേകം കാര്യങ്ങളിൽ മനുഷ്യൻ വേറിട്ട് നിൽക്കുന്നു. മനുഷ്യനായി ജനിച്ചവൻ ചെയ്യേണ്ടതും ചെയ്യാൻ പാടില്ലാത്തതുമായ ധാരാളം കാര്യങ്ങൾ നൂറ്റാണ്ടുകളുടെ ജീവിതംകൊണ്ട് കഴിഞ്ഞ തലമുറകൾ തീരുമാനിച്ചിട്ടുള്ളതിന്റെ അടിസ്ഥാനത്തിലാണ് മുന്നേറുന്നത്. സാമൂഹികമായ പലതരം നിയമങ്ങളൊക്കെ ചേർന്നാണ് ആധുനിക മനുഷ്യന്റെ ജിവിതം മാറ്റിമറിച്ചത്. എങ്കിലും, പൂർവ്വികരുടെ ശീലങ്ങളിൽനിന്നും പൂർണ്ണമായ മോചനം അവന് നേടാൻ കഴിഞ്ഞിട്ടില്ല.

ലക്ഷക്കണക്കിന് ന്യൂറോണുകളും അവയോട് ഒത്തുചേർന്ന് പ്രവർത്തിക്കുന്ന ഹോർമോണുകളും ആണ് മനുഷ്യശരീരത്തിന്റെ നിയന്ത്രണം മൊത്തമായി ഏറ്റെടുത്തത്. പാരമ്പര്യ ഘടകങ്ങളായ ഡി.എൻ.എ.യാൽ ക്രമീകരിക്കപ്പെട്ട ഹോർമോണുകളിൽ ഏറ്റക്കുറച്ചിലുകൾ ഉണ്ടായാൽ ശരീരത്തിൽ അസാധാരണമായ വ്യതിയാനങ്ങൾ ഉണ്ടാവും. ചിലനേരത്ത് ഹോർമോൺ ക്രമക്കേടുകൊണ്ട് സ്ത്രീയിൽ പൌരുഷവും പുരുഷനിൽ സ്ത്രീത്വവും കടന്നുവന്ന് മൂന്നാം

ലിംഗത്തിന്റെ പിറവിയും സംഭവിക്കാം. അതൊന്നും വ്യക്തിയുടെ സ്വയം തീരുമാനമല്ല.

സ്വവർഗരതിയും സ്വയംഭോഗവും പ്രത്യക്ഷത്തിൽ കുറ്റമായി കണക്കാക്കില്ലെങ്കിലും അരുതാത്ത എന്തോ സംഭവിക്കുകയാണെന്ന് കരുതി ഒളിഞ്ഞു നോക്കുന്നവരാണ് മനുഷ്യർ. മലയാളികൾ അക്കൂട്ടരിൽ മുന്നിലാണെന്ന് പറയാം. ഞാനൊരു സാധാരണക്കാരിയായ മലയാളി ആയതിനാൽ രജനി എഴുതുന്ന കാര്യങ്ങളിൽ താല്പര്യം തോന്നി. ജന്മവാസന ആയ ഒളിഞ്ഞുനോട്ടത്തിന്റെ വിത്തുകൾ എന്റെ ഉള്ളിലും മുളപൊട്ടാൻ തുടങ്ങി. അന്യരുടെ ജീവിതത്തിലുള്ള രസകരമായ അനുഭവങ്ങൾ വായിക്കാതെ വെറുതെ കളയേണ്ടതില്ലല്ലോ,, അങ്ങിനെ ചിന്തിച്ചുകൊണ്ട് രാത്രിയിൽ കമ്പ്യൂട്ടർ തുറന്നപ്പോൾ ഇൻബോക്സിൽ എന്നെ എതിരേറ്റത് ഒരു ഫുൾ സൈസ് ഫോട്ടോ,, രജനിയുടേത് ആവണം, തലമുതൽ കാലുവരെ ഉള്ളത്. ഹെഡ് റ്റു ഹീൽ,

സ്വർണ്ണക്കസവുള്ള ക്രീം കളർ സാരിയിൽ സുന്ദരിയായ സ്ത്രീരത്നം; ഒരിക്കൽ കണ്ടാൽ വീണ്ടും വീണ്ടും കാണാൻ കൊതിക്കുന്ന രൂപലാവണ്യം. കസവിന്റെ ചിത്രപ്പണികൾ ചേർന്ന് ഒറ്റ നോട്ടത്തിൽ അവളുടെ ദേഹത്ത് ചുറ്റിക്കയറുന്ന സ്വർണ്ണനാഗം പോലെ തോന്നിച്ചു. ചിരിക്കുന്ന മുഖത്തിന് അലങ്കാരമായി തുടുത്ത കവിളുകളും കരിനാഗങ്ങൾ പോലെ ഇരുവശത്തുമായി അഴിഞ്ഞുലഞ്ഞ മുടിച്ചുരുളുകളും കാണപ്പെട്ടു. രവിവർമ്മച്ചിത്രത്തിൽ കാണുന്നതുപോലെ സ്ത്രൈണസൌന്ദര്യത്തിന്റെ അളവുകളെല്ലാം കൃത്യമായിരിക്കുമെന്ന് ഉറപ്പിക്കാം. കുലസ്ത്രീകളുടെ അടയാളമായ സിന്ദൂരപ്പൊട്ടിനോടൊപ്പം നെറ്റിയിൽ ചന്ദനവും ഉണ്ട്. മനോഹരമായ കഴുത്തും ഉയർന്ന മാറിടവും സാരിയുടെ മറനീക്കി എത്തിനോക്കുന്ന ആലിലവയറും ചേർന്ന് കാണുമ്പോൾ പുരുഷന്മാർ മാത്രമല്ല സ്ത്രീകളും നോക്കിനിൽക്കും. അവയവങ്ങൾ ഓരോന്നിന്റെയും മോർഫോളജി പഠനത്തിനുശേഷം അനാറ്റമിയിലേക്ക് കടക്കാൻ നേരത്ത് പേജിന്റെ മൂലയിൽ കഥാനായികയുടെ പേരിനുനേരെ പച്ചവെളിച്ചം കത്തിയപ്പോൾ ചോദ്യം വന്നു,

'ചേച്ചീ എന്റെ ഫോട്ടോ എങ്ങനെയുണ്ട്?'

'നന്നായിട്ടുണ്ട്'

'തടി കൂടുതലല്ലേ? അമ്പലത്തിൽ പോകാൻ നേരത്ത് മകൻ മൊബൈലിൽ എടുത്തതാണ്'

'അമ്പലത്തിൽ പോകാറുണ്ടോ?'

'അതൊക്കെ വിശ്വാസത്തിന്റെ ഭാഗമാണെങ്കിലും വീട്ടിന്ന് ഇറങ്ങി

ശുദ്ധവായു ശ്വസിക്കാനുള്ള അവസരമാണ്. എന്റെ ജാതകപ്രകാരം സമയം മോശമാണെന്നാ പൂജാരി പറഞ്ഞത്'

'അമ്പലസന്ദർശനം എല്ല ദിവസവും ഉണ്ടോ? യാത്ര ഒറ്റക്കാണോ?'

'ഒറ്റക്ക് എന്നെ വിടാനോ, അമ്മയും ഞാനും മകനും ഒന്നിച്ചാണ്, ഞായറാഴ്ച മാത്രം. കുറച്ചു നടക്കണം, ഇവിടെ അടുത്താണ്'

'നല്ലത്'

വീട്ടിൽനിന്നും വെളിയിൽ വിടാറില്ലെന്ന കാര്യത്തിൽ ഇളവ്. അമ്പലദർശ്ശനം ഉള്ളതിനാൽ കക്ഷി വിശ്വാസിയാണ്. ഉന്നതകുലജാതയും ആവാം, അവളുടെ മറുപടി വന്നു,

'ചേച്ചിക്കൊരു വിശേഷം കേൾക്കണോ, ഇന്നുച്ചക്ക് ചേട്ടൻ വിളിച്ചപ്പോൾ പറയുകയാണ്, വീട്ടിലിരുന്ന് തിന്നിട്ട് ഞാൻ കുട്ടിയാനയെ പോലെയുണ്ടെന്ന്. അത്രക്ക് തടിയുണ്ടോ ചേച്ചീ?'

'ഭക്ഷണം കൂടുകയും അധ്വാനം കുറയുകയും ചെയ്യുമ്പോൾ തടി കൂടും. പക്ഷെ രജനി ഓവറായി തടിച്ചിട്ടുണ്ടെന്ന് എനിക്ക് തോന്നുന്നില്ല. ഉയരം കൂടുതലുള്ളവർക്ക് തടി കൂടുതൽ വേണം'

'അതുതന്നെയാ ഞാൻ പറഞ്ഞത്, അവിടെ ഇരുന്നിട്ട് മൊബൈലിൽ കാണുമ്പോൾ തോന്നുന്നതാണ്. ഇവിടെ വന്നാൽ എനിക്ക് തടി കുറവാണെന്ന് പറയും'

'ശരിയാണ്, കുറച്ച് നടന്നാൽ മതി'

'ചിലപ്പോൾ എനിക്ക് തടി കൂടുതലാണെന്ന് തോന്നാറുണ്ട് ചേച്ചി; എന്റെ ബ്രസ്റ്റിന് വലിപ്പം കൂടുതലായതുകൊണ്ടല്ലേ വികാരങ്ങൾ കൂടിയത്?'

സഹപാഠി ആയ ശ്യാമളയെ എനിക്ക് ഓർമ്മവന്നു, അഞ്ചാം ക്ലാസ്സുവരെ ഒപ്പം പഠിച്ചവളാണ്. ഓരോ ക്ലാസ്സിലും തോറ്റതുകൊണ്ട് എന്റെ കൂടെ അഞ്ചിലെത്തിയ വെളുത്തുമെലിഞ്ഞ പെൺകുട്ടി. തുടർന്ന് ആറാം ക്ലാസ്സിലെത്തിയപ്പോൾ വിവാഹം കഴിഞ്ഞതോടെ അവൾ പഠിപ്പു നിർത്തി. ആ കുട്ടി സ്കൂളിൽ വരുമ്പോൾ അണിഞ്ഞ ഉടുപ്പിന്റെ ഉള്ളിൽ ബ്രസ്റ്റ് എന്നതിന്റെ അടയാളം പോലും കാണാനായിട്ടില്ല. എന്നിട്ടും ഒരു വർഷം കഴിഞ്ഞപ്പോൾ അവളൊരു കുഞ്ഞിന്റെ അമ്മയായി.

പിന്നെ പ്രധാനപ്പെട്ട വിശേഷം മറ്റൊന്നാണ്, ഞാൻ പഠിച്ച് പാസ്സായി ട്രെയിനിങ്ങ് കഴിഞ്ഞ് നാട്ടിലെ എൽ.പി.സ്കൂളിൽ ടീച്ചറായി ചേർന്നു. ആദ്യമായി പഠിപ്പിക്കാൻ കയറിയ അഞ്ചാം ക്ലാസ്സിലെ വിദ്യാർത്ഥികളിൽ ഒരാൾ എന്റെ സഹപാഠി ശ്യാമളയുടെ മകളായിരുന്നു.

അപ്പോൾ അതങ്ങനെയാണ്, ആളുടെ ദേഹവലിപ്പവും ഉള്ളിലെ

വികാരങ്ങളും തമ്മിൽ ബന്ധമൊന്നും കാണാറില്ല. ഞാൻ എഴുതി,

'അങ്ങിനെ ബ്രസ്റ്റിന്റെ വലിപ്പവും വികാരവും തമ്മിൽ ബന്ധമുണ്ടെന്ന് ഇതുവരെ ആരും പറഞ്ഞുകേട്ടിട്ടില്ല. തടി കുറക്കണമെങ്കിൽ നടന്നാൽ മതിയല്ലോ; ഞായറാഴ്ച അമ്പലത്തിൽ പോകുമ്പോൾ നടക്കുന്നതുപോലെ എല്ലാ ദിവസവും നടക്കണം'

'അത് അമ്പലത്തിൽ ആയതുകൊണ്ട് അമ്മയോടൊപ്പം എന്നെ വിട്ടതാണ്. ഒരു മണിക്കൂറിനകം വീട്ടിലെത്തിയില്ലെങ്കിൽ വഴക്കാവും. അങ്ങിനെയുള്ള ആൾ മോണിംഗ് വാക്കിനൊന്നും വിടുകയില്ല'

'മുറ്റത്തുകൂടി നടന്നാലും മതി. അല്ലെങ്കിൽ യോഗ ചെയ്യണം, ചിലനേരത്ത് ടീവിയിൽ യോഗാ ക്ലാസ്സ് ഉണ്ടാവും'

ഞാൻ എഴുതുന്ന ചില കാര്യങ്ങൾ കാണാത്തമട്ടിൽ രജനി അവഗണിക്കുന്നത് എന്റെ ശ്രദ്ധയിൽ പെട്ടു. താല്പര്യം ഇല്ലാത്തതു കൊണ്ടാവാം.

'ഇന്നുരാവിലെ അമ്പലത്തിൽ പോയപ്പോൾ ഇതുവരെ കാണാത്ത ചെറുപ്പക്കാരൻ പിന്നാലെ നടന്ന് പരിചയപ്പെട്ടു. എന്റെ പേരും വീട്ടുവിശേഷങ്ങളും ചോദിച്ചു'

'എന്നിട്ട് എല്ലാം വിശദമായി പറഞ്ഞുകൊടുത്തു'

'ആ പറഞ്ഞു, ഭർത്താവിന്റെ ജോലിയും വീട്ടിൽ ആരൊക്കെയാണെന്നും ചോദിച്ചപ്പോൾ പറയാതിരിക്കാൻ കഴിയുമോ? നല്ല ചെറുപ്പക്കാരൻ'

'തീരെ അറിയാത്ത ഒരാളോട് സ്വന്തം കാര്യങ്ങളൊക്കെ പറയുന്നത് അപകടമല്ലേ?'

'അപകടമായോ ചേച്ചീ? അന്യനാട്ടുകാരനായ അയാളെ അമ്മക്കും ഇഷ്ടപ്പെട്ടു. ശാന്തിക്കാരന്റെ ബന്ധുവായ അദ്ദേഹത്തിന് എന്നെക്കാൾ പ്രായം കുറവാണെന്ന് തോന്നി. കാണാൻ നല്ല പയ്യൻ'

'എന്നിട്ട്?'

'വീട്ടിൽവന്ന് പൂജ നടത്താമെന്ന് അമ്മയോട് പറഞ്ഞു. ജാതകദോഷം തീരുമെന്നാണ് തിരുമേനി പറഞ്ഞത്'

'തിരുമേനിയോ?'

'പൂജാരിമാരെ തിരുമേനിയെന്നല്ലേ വിളിക്കേണ്ടത്'

'എനിക്കറിയില്ല, എന്നിട്ട് പൂജാരി വരുമോ?'

'വരുമോയെന്ന് പറയാനാവില്ല. വിനിചേട്ടനോട് ചോദിച്ചിട്ട് പറയാമെന്ന് അമ്മ പറഞ്ഞു'

'അത് നന്നായി, കുട്ടീ മുതിർന്നവരായി നിങ്ങൾ സ്ത്രീകൾ മാത്രം

താമസിക്കുന്ന വീട്ടിൽ പരിചയമില്ലാത്ത ആളെ കയറ്റിയാൽ അപകടം ആവില്ലേ? അയാളൊരു കൊലപാതകിയോ കുറ്റവാളിയോ ആണെങ്കിൽ?'

'അയ്യോ ചേച്ചീ അങ്ങിനെയൊന്നും പറയല്ലേ'

'ആലോചിച്ച് പ്രവർത്തിക്കുക എന്നേ എനിക്ക് പറയാനുള്ളൂ. എനിക്ക് ഉറക്കം വരുന്നു, ഗുഡ് നൈറ്റ്'

'ചേച്ചി പറഞ്ഞത് കേട്ടപ്പോൾ എനിക്കു പേടിയാവുന്നു, നാളെ കാണാം. ഗുഡ്നൈറ്റ്'

ഉരുണ്ടു തടിച്ചത്

ബലാൽസംഗം പുരുഷന്മാർക്ക് മാത്രമായി സംവരണം ചെയ്യപ്പെട്ട താണെങ്കിലും ചില നേരങ്ങളിൽ സ്ത്രീകളും അതിനായി മുന്നിട്ടിറ ങ്ങിയ ചരിത്രമുണ്ട്. ചെറുപ്പക്കാരായ യുവാക്കളെ ബലാൽസംഗം ചെ യ്യുന്ന സ്ത്രീകളെക്കുറിച്ച് എവിടെയോ വായിച്ചത് ഓർത്തുപോയി. ഭ ക്ഷണവും പണവും കൊടുത്ത് ഈ ലോകത്തെയും മനുഷ്യരെയും ശരിക്കറിയാത്ത ചെറുപ്പക്കാരെ ഉറക്കറയിലേക്ക് ആനയിക്കുന്ന ഒരു സ്ത്രീയെക്കുറിച്ച് എന്റെ കുട്ടിക്കാലത്ത് നാട്ടിൻപുറത്തുള്ള അലക്കു കാരിപ്പെണ്ണുങ്ങൾ പറയുന്നത് തോട്ടിൻകരയിലെ കല്ലിനുമുകളിൽ അ ലസമായി ഇരുന്നുകൊണ്ട് ഞാൻ കേട്ടിട്ടുണ്ട്. അതുപോലെ പ്രലോഭ നങ്ങൾക്ക് വഴങ്ങിയില്ലെങ്കിൽ ഇത്തിരി ബലമായിത്തന്നെ ആൺകുട്ടി കളെ വലയിട്ടു പിടിച്ച് രതിയുടെ ബാലപാഠങ്ങൾ പഠിപ്പിക്കുന്ന വീട്ട മ്മമാരുടെ കഥകൾ വായിച്ചിട്ടുണ്ട്.

അതുപോലെയുള്ള അവതാരം ആയിരിക്കണം എന്റെ ഇൻബോ ക്സിൽ കയറിവന്നത്. ബലാൽസംഗത്തിന്റെ കാര്യത്തിൽ എല്ലായ് പ്പോഴും ഇര ആവുന്നത് പെണ്ണ് മാത്രം; ഒരിക്കലെങ്കിലും മറിച്ച് ആ വേണ്ടേ? എല്ലാ കാര്യത്തിലും തുല്യത വേണമെന്ന് സ്ത്രീകൾക്ക് തോ ന്നിയാൽ അവസാനം അവളൊരു ദുരന്തമായി മാറും. രജനിയെ അ ങ്ങനെ വിട്ടാൻ പറ്റില്ല,,

പിറ്റേദിവസം രാത്രിയിൽ എന്നെക്കാൾ മുൻപ് രജനി എത്തിയിട്ടു ണ്ട്. സ്വന്തം ചിന്തകളും പ്രവൃത്തികളും കാരണം ഉണ്ടാവുന്ന അപക ടങ്ങൾ അവൾക്ക് പറഞ്ഞുകൊടുക്കണം. രജനി എഴുതിയത് ഞാൻ വായിച്ചു,

'ചേച്ചീ, ഇന്നലെ ഞാൻ കുറച്ചു വൈകാരികമായ മാനസികാവ സ്ഥയിൽ ആയിരുന്നു. അപ്പോഴാണ് ചേച്ചിക്ക് ഇൻബോക്സിൽ മെ സേജ് അയച്ചത്, എന്റെ വാക്കുകൾ അതിരുകടന്നുപോയെങ്കിൽ ക്ഷ മിക്കണം ചേച്ചി'

'അതൊന്നും പ്രശ്നമില്ല'

'ചേച്ചി ഊണ് കഴിച്ചോ?'

'ഊണു കഴിച്ചിട്ടാണ് കമ്പ്യൂട്ടർ തുറന്നത്'

'ചേച്ചി കമ്പ്യൂട്ടറിലാണോ ഫെയ്സ്ബുക്ക് തുറക്കുന്നത്?'

'അതെ, ചില നേരത്ത് മൊബൈലും ഉപയോഗിക്കാറുണ്ട്'

'ചേച്ചി ഭാഗ്യവതിയാണല്ലോ; ചേച്ചിക്ക് ജോലിയുണ്ടായിരുന്നു; ഇപ്പോൾ പെൻഷനുണ്ട്. കൂടാതെ എല്ലാവിധ സ്വാതന്ത്ര്യവും ഭർത്താവ് തരുന്നുണ്ടല്ലോ'

'അക്കാര്യത്തിൽ തെറ്റൊന്നും ഇല്ലല്ലോ'

'എനിക്കെന്റെ അമ്മയോട് ഉള്ളതുപോലെ വിശ്വാസം ചേച്ചിയോടും ഉണ്ട്. അതുകൊണ്ടാണ് എന്റെ എല്ലാം കാര്യങ്ങളും എന്റെ ശരീരത്തെ കുറിച്ചുപോലും ചേച്ചിയോട് തുറന്നു സംസാരിച്ചത്. ചേച്ചിയോട് സംസാരിച്ചപ്പോൾ മനസ്സിന് വളരെയധികം സമാധാനം തോന്നി'

'ഈ ലോകത്ത് എല്ലാവർക്കും പലതരം പ്രശ്നങ്ങൾ ഉണ്ടാവും. കഴിവതും അതെല്ലാം ഒഴിവാക്കാൻ ശ്രമിച്ചുകൊണ്ട് മുന്നോട്ട് പോവുക'

'അതെ ചേച്ചി ഞാൻ എല്ലാം പരമാവധി അഡ്ജസ്റ്റ് ചെയ്താണ് ജീവിക്കുന്നത്.. ഒന്നിനും ആരോടും ഒരു പരിഭവവും പറയാൻ പോകാറില്ല. സത്യം പറഞ്ഞാൽ എന്റെ അടുത്ത റിലേറ്റീവ്സ് പോലും എന്നോട് ഇത്രയും അടുപ്പത്തോടെയും ആത്മാർത്ഥതയോടെയും സംസാരിച്ചിട്ടില്ല. ചേച്ചിയുടെ സ്നേഹവും കരുതലും ഉള്ള വാക്കുകൾ ഒത്തിരി എന്റെ മനസ്സിനെ സ്പർശിച്ചത് അതുകൊണ്ടാണ്'

'യൂ ആർ വെൽക്കം'

'തേങ്ക്സ് ചേച്ചി, ഗുഡ് നൈറ്റ്'

'ഉറങ്ങാൻ പോവുകയാണോ?'

'ഞാനിന്ന് പത്തുമണി ആയപ്പോൾ കിടന്നതാ, ഉറക്കം വരാത്ത പോലെ,, വൈകുന്നേരം കുളി കഴിഞ്ഞതുമുതൽ മനസ്സിലും ശരീരത്തിലും വല്ലാത്ത വികാരം പോലെ ഉണ്ടാകുന്നു ചേച്ചി'

വികാരം എന്ന വാക്ക് കണ്ടതോടെ ഞാൻ പിന്നീടൊന്നും എഴുതിയില്ല. ഇവൾക്ക് ഈയൊരു ചിന്ത മാത്രമേ ഉള്ളൂ,,

'ചേച്ചി പോയോ?'

'പോയിട്ടില്ലാ, കുട്ടി പറഞ്ഞോ'

'ഉറക്കം ഞെട്ടിയപ്പോൾ പുറത്തു നല്ല മഞ്ഞും തണുപ്പും ചേച്ചി,

കുറച്ചു സമയം ജനാല തുറന്നിട്ട് ഞാൻ പുറത്തേക്ക് നോക്കി നിന്നു. ചുറ്റും നല്ല തണുപ്പുണ്ട് ചേച്ചി, എന്നാലും ശരീരം മുഴുവൻ ചൂട് പോലെ തോന്നുന്നു. അപ്പോഴാണ് ചേച്ചിയോട് സംസാരിക്കാൻ തോന്നിയത്'

'ഇതൊക്കെ തോന്നാൻ കാരണം ജോലിയൊന്നും ഇല്ലാതെ വീട്ടിലിരിക്കുന്നത് കൊണ്ടാണ്. വീട്ടിലെ ജോലിയെല്ലാം രജനി ചെയ്തിട്ട് അമ്മയോട് വിശ്രമിക്കാൻ പറയുക'

'ഓക്കേ ചേച്ചി, ഇപ്പോൾ പാചകമെല്ലാം ചെയ്യുന്നത് ഞാനും കൂടിയാണ്. ഊണ് തയ്യാറാക്കാനുള്ള തിരക്കിൽ അമ്മയോടൊപ്പം അടുക്കളയിലായാലും ഓരോ കാര്യങ്ങൾ മനസ്സിൽ ആലോചിക്കും. അപ്പോൾ ചേച്ചിയെ ഓർമ്മവരും'

'നന്നായി, വളരെ സന്തോഷം'

'ചേച്ചിയുടെ സ്നേഹവും സപ്പോർട്ടും എനിക്ക് ഒത്തിരി ആശ്വാസം നൽകുന്നുണ്ട്.. എന്റെ മനസ്സും ജീവിത സാഹചര്യവും എത്ര വേഗത്തിലാണ് ചേച്ചി മനസ്സിലാക്കിയത് എന്ന് ഞാൻ പലപ്പോഴും ആലോചിക്കാറുണ്ട്'

'ഒരു സ്ത്രീക്ക് മറ്റൊരു സ്ത്രീയുടെ മനസ്സ് അറിയാൻ കഴിയും'

'ചേച്ചിക്ക് ഇപ്പോൾ സുഖമാണോ? വീട്ടിൽ തിരക്കുണ്ടോ?'

'കുട്ടികൾക്ക് വെക്കേഷൻ ആവാറായി; അവരെല്ലാം ഇവിടെ വന്നാൽ വലിയ തിരക്കാവും'

'ചേച്ചി പറഞ്ഞായിരുന്നു. കുഞ്ഞുങ്ങൾ എല്ലാം സന്തോഷമായി ഇരിക്കുന്നോ ചേച്ചി?'

'സന്തോഷം തന്നെ, മൂത്ത മകളുടെ കുട്ടികളാണ്. ഇപ്പോൾ അവർ മാതാപിതാക്കളുടെ കൂടെയാണ്'

'സന്തോഷം, നന്മകൾ ഉണ്ടാവട്ടെ ചേച്ചി'

'നന്ദി'

നന്ദിയും പറഞ്ഞ് രജനി മെസെഞ്ചർ ഓഫാക്കുകയാണെന്ന് തോന്നിയെങ്കിലും അവൾ വീണ്ടും എഴുതാൻ തുടങ്ങി. സ്വന്തം ദേഹത്തെക്കുറിച്ച് മാത്രം ചിന്തിക്കുകയും പറയുകയും ചെയ്യുന്നത് മാനസിക വൈകല്യം ആണോ? തുടർന്നും അവളെഴുതി,

'ചേച്ചി ഈയിടെ ആയി വളരെ കൂടുതൽ വികാരങ്ങൾ ശരീരത്തിലും മനസ്സിലും ഉണ്ടാകുന്നു ചേച്ചി.. എനിക്ക് സ്വയംഭോഗം എല്ലാദിവസവും ചെയ്യേണ്ടിവരുന്നു ചേച്ചി'

'അതൊക്കെ അപകടമാണ് കുട്ടീ,, ഒഴിവാക്കാൻ ശ്രമിക്കൂ'

'സത്യം പറഞ്ഞാൽ ചേച്ചി, ചിലപ്പോൾ എത്ര അടക്കിവെച്ചാലും ഫീലിങ്ങ്സ് സഹിക്കാൻ പറ്റാത്തപോലെ തോന്നും. എനിക്ക് ചേച്ചിയെ എന്റെ മനസ്സ് പോലെ വിശ്വാസം ആണ്. അതുകൊണ്ടാ എന്റെ അവസ്ഥയേ ഞാൻ സത്യസന്ധമായി തുറന്നു പറഞ്ഞത്. എനിക്ക് വണ്ണം കൂടുതൽ ആയതുകൊണ്ടാണോ ഇത്രയും കൂടുതൽ ഫീലിങ്ങ്സ് ഉണ്ടാകുന്നത് എന്ന് അറിയില്ല ചേച്ചി'

'ഇതുപോലെ തോന്നുന്നവർക്ക് പലതരത്തിലുള്ള സെക്സ് ടൊയ്സ് മാർക്കറ്റിൽ ലഭ്യമാണെന്ന് കേട്ടു. അതൊക്കെ നമ്മുടെ നാട്ടിലുണ്ടോ എന്നറിയില്ല'

'അയ്യോ അതൊന്നും വേണ്ട ചേച്ചി,, ചേട്ടനറിഞ്ഞാൽ എന്നെ ശരിയാക്കും'

'ഭർത്താവ് അരികിലില്ലാത്ത സ്ത്രീകൾ വൈബ്രേറ്റർ ഉപയോഗിച്ച് സെക്സ് ചെയ്യുന്നുണ്ട്'

'അതൊന്നും വേണ്ട ചേച്ചി, അപകടമാണ്'

'ചില ഭർത്താക്കന്മാർ ഗൾഫിൽ നിന്നും വരുമ്പോൾ ഭാര്യമാർക്ക് ഇങ്ങനെയുള്ള ചിലത് കൊണ്ടുവരാറുണ്ടെന്ന് പറഞ്ഞുകേട്ടു. ഒറ്റക്ക് ആയിരിക്കുമ്പോൾ ഭാര്യക്ക് ഉപയോഗിക്കാൻ,,'

'ചേച്ചിക്ക് എന്തൊക്കെ അറിവാണ്, എങ്കിലും അതൊന്നും വേണ്ട ചേച്ചി'

അവളുടെ പ്രശ്നത്തിനൊരു പരിഹാരം നിർദ്ദേശിക്കുമ്പോൾ അക്കാര്യം ശ്രദ്ധിക്കുന്നില്ല. പിന്നെന്തിനാണ് എന്നോട് പരാതി പറയുന്നത്,, സെക്സ് കാര്യങ്ങൾ മാത്രം പറയാനായി ഇങ്ങനെയൊരു സൗഹൃദത്തിന്റെ ആവശ്യം എനിക്കില്ലല്ലോ,,

ഞാൻ ചിന്തയിലാണ്ടു; പറയുന്നത് എന്ത് കാര്യമായാലും അവളെന്റെ ആരുമല്ല. അടുത്ത കാലത്ത് സ്വവർഗരതി സർക്കാർ പോലും അംഗീകരിച്ചിരിക്കയാണ്. അപ്പോൾ ടെൻഷൻ ഒഴിവാക്കാനായി അവൾ കണ്ടെത്തിയ ഒറ്റമൂലി ആയ സ്വയംഭോഗം എങ്ങനെ കുറ്റകരമാവും. പക്ഷെ അവളെന്തിനാണ് ഒരു പരിചയവും ഇല്ലാത്ത ഏതോ നാട്ടിലുള്ള എന്നോട് ഇതെല്ലാം പറയുന്നത്? ചിലർ അന്യനാട്ടിൽ പോയി പരിചയമില്ലാത്തവരുടെ മുന്നിൽവെച്ച് തെറ്റ് ചെയ്യുന്നതുപോലെ സ്വന്തം നാട്ടിൽവെച്ച് ചെയ്യാറില്ല. പരിചയക്കാരുടെ മുന്നിലായാൽ മാന്യതയുടെ മുഖം മൂടി അഴിഞ്ഞുവീഴുമല്ലോ. തെറ്റാണെന്ന് വിശ്വസിക്കുന്ന കാര്യം പരിചയം ഇല്ലാത്തവരോട് പറയുന്നതിന്റെ മനഃശാസ്ത്രവും അതുതന്നെ ആവാം.

അല്പസമയത്തെ ഇടവേളയിൽ അവൾ എഴുതി,

'ചേച്ചിയെന്താ ഒന്നും എഴുതാത്തത്? ഞാൻ പറഞ്ഞതെല്ലാം തെറ്റായിപ്പോയോ ചേച്ചീ?'

'അത് കുട്ടിക്ക് മറ്റൊന്നും ചെയ്യാനില്ലാത്തതു കൊണ്ടാണ് വേണ്ടാത്ത കാര്യങ്ങൾ ചിന്തിക്കുന്നത്. എന്തെങ്കിലും ചെയ്തുകൊണ്ടിരിക്കുക,, വായന, എഴുത്ത്, ചിത്രംവര, പൂന്തോട്ടനിർമ്മാണം, പാട്ടുപാടൽ എല്ലാം ചെയ്യാം; അതിനിടയിൽ സ്വന്തം കാര്യം മറക്കാൻ കഴിയുമ്പോൾ തന്റെയീ ഫീലിംഗ്സിന്റെ ഓർമ്മയുണ്ടാവില്ല'

'വീട്ടിലെ ജോലികൾ അധികവും മോന്റെ കാര്യങ്ങളും എല്ലാം ഞാനിപ്പോൾ ചെയ്യുന്നുണ്ട് ചേച്ചി. കഴിയുന്നത്ര മനസ്സിനെ അങ്ങനെയുള്ളതൊന്നും ചിന്തിക്കാൻ ഇടം കൊടുക്കാറില്ല.. പക്ഷെ രാത്രിയിലൊക്കെ പലപ്പോഴും അതിനു കഴിയാറില്ല ചേച്ചി. എന്റെ ഹസ്ബൻഡ് പറയുന്നത് എന്റെ മാറിടവും നിതംബവുമെല്ലാം വലുതായതുകൊണ്ടാണ് എനിക്ക് കൂടുതൽ സെക്സ് ഫീലിങ്ങ്സ് ഉണ്ടാകുന്നതെന്ന്,,'

'ഹസ്ബന്റ് അങ്ങിനെ പറഞ്ഞോ? അപ്പോൾ കാര്യങ്ങൾ മനസ്സിലായിരിക്കുമല്ലോ'

'ചേച്ചിയുടെ നല്ല മനസ്സിനോട് ഒത്തിരി വിശ്വാസം തോന്നുന്നു ചേച്ചി. ഞാൻ ഒരു ഫോട്ടോ അയക്കാം ചേച്ചി ഒന്ന് കണ്ടുനോക്കു. എന്റെ ഹസ്ബൻഡ് പറയുന്നതുപോലെ എന്തെങ്കിലും വലുപ്പത്തിൽ അസ്വാഭാവികത ഉണ്ടോ എന്ന് നോക്കൂ ചേച്ചി. ഒരു അമ്മ മോളെ കാണുന്നത് പോലെയാണ് എനിക്ക് ചേച്ചിയുടെ സ്നേഹവും വാക്കുകളും തോന്നുന്നത്.'

ഞാനൊന്നും മിണ്ടിയില്ല..

'ഫോട്ടോ കിട്ടിയോ ചേച്ചി?'

' ഞാനല്പം തിരക്കിലാണ്. എന്റെയൊരു കഥ ബ്ലോഗിൽ കഥ പോസ്റ്റ് ചെയ്യാനുണ്ട'

'തിരക്ക് കഴിയുമ്പോൾ എന്റെ ഫോട്ടോ നോക്കിയിട്ട് പറയണേ ചേച്ചി. അതിനുശേഷം ഡിലീറ്റ് ചെയ്യണം. എന്റെ ഒരു സമാധാനത്തിനു വേണ്ടിയാ'

'പറയാം, നോക്കട്ടേ'

അവൾ അയച്ചുതന്ന ഫോട്ടോ കണ്ടപ്പോൾ ഞാനാകെ ഞെട്ടി. അവളുടെ രൂപം പിറന്നപടി എന്റെ മുന്നിൽ. പൂർണ്ണമായിട്ടല്ല, കഴുത്തു മുതൽ താഴോട്ടുള്ള മേൽത്തട്ടിന്റെ സെൽഫി മാത്രം. ഉരുണ്ട് തടിച്ച മുലകളും ആലില വയറിന് അലങ്കാരമായ പൊക്കിൾച്ചുഴിയും കഴി

ഞ്ഞ് അരക്കെട്ട് വരെയുണ്ട്. നേരിയ ചുവപ്പുകലർന്ന് കറുത്തിരുണ്ട മുലഞെട്ടുകളുടെ അപൂർവ്വമായ ദൃശ്യം കൌതുകത്തോടെ ഞാൻ നോക്കി.

ഇന്നലെ ഫുൾ സൈസ് കുലസ്ത്രീ ഫോട്ടോ പോസ്റ്റ് ചെയ്തു; ഇന്ന് മറയില്ലാത്ത മേൽത്തട്ടിന്റെ ഭാഗം, നാളെ അടിത്തട്ടിന്റെ സെൽഫി പോസ്റ്റ് ചെയ്യുമായിരിക്കും.

കാത്തിരുന്ന് കാണാം.

അകത്തുള്ളതെല്ലാം പുറത്ത്

രജനി പോസ്റ്റ്ചെയ്ത ഉരുണ്ടുതടിച്ചതിന്റെ മോർഫോളജി സൂക്ഷ്മമായി പരിശോധിച്ചശേഷം മറ്റൊന്നും ചെയ്യാൻ എനിക്ക് തോന്നിയില്ല. കമ്പ്യൂട്ടർ ഷട്ട്ഡൌൺ ചെയ്ത് ഉറങ്ങാൻ കിടന്നപ്പോഴും മനസ്സുനിറയെ രജനി അയച്ച ചിത്രമാണുള്ളത്. ചില കാര്യങ്ങൾ അങ്ങനെയാണ്; ആരോടെങ്കിലും പറഞ്ഞ് മനസ്സിന്റെ ഭാരം ഇറക്കിവെക്കാൻ ആവാത്തത്. മനസ്സ് അസ്വസ്ഥമാവുമ്പോൾ എന്നെക്കാൾ മുന്നേ കിടന്നുറങ്ങുന്ന ഭർത്താവിനെ വിളിച്ച് ശല്യം ചെയ്യാറുണ്ടെങ്കിലും ഇന്നെനിക്ക് ധൈര്യം വന്നില്ല. 'ഉറങ്ങുന്നവരെ വിളിച്ചുണർത്തരുതെന്ന്' ഞങ്ങൾക്കിടയിലുള്ള അലിഖിത നിയമം പാലിക്കാൻ തന്നെ തീരുമാനിച്ചു.

ശരീരത്തിൽ ഉയരുന്ന ലൈംഗികകാമനകളെ തളച്ചിടാതെ അതിന്റെ ചൊല്പടിക്ക് പോകാൻ അനുവദിച്ചുകൊണ്ട് മുന്നിലുള്ള കാണാക്കയത്തിലേക്ക് എടുത്തുചാടാൻ തയ്യാറായ ഒരു സ്ത്രീയാണവൾ. എന്റെ ഇൻബോക്സിൽ അവൾ പോസ്റ്റ്ചെയ്ത ഫോട്ടോ മനസ്സിനകത്ത് കുടിയേറി പാർത്തപ്പോൾ ഏതാനും മണിക്കൂറുകൾ മാത്രമായി ചുരുങ്ങിയ എന്റെ രാത്രിനിദ്ര പൂർണ്ണമായും അകന്നുമാറി. ഇതൊരു വികലമായ മാനസികവൈകൃതം ആയിരിക്കാം.

ഗെ, ലെസ്ബിയൻ എന്നൊക്കെ അറിയപ്പെടുന്നതുപോലെയുള്ളത്. ആണിനും പെണ്ണിനും ഉണ്ടാവാനിടയുള്ളത്. എന്റെ ചിന്തകൾ കാടുകയറാൻ തുടങ്ങി,

വർഷങ്ങൾക്കു മുൻപ്;

വീട്ടിൽനിന്നും ഇറങ്ങി രണ്ട് കിലോമീറ്റർ മൺപാതയിലൂടെ നടന്ന് നാഷനൽ ഹൈവെയിൽ എത്തിയാൽ ബസ്സിൽ കയറി അറുപത് കിലോമീറ്റർ യാത്രചെയ്ത് ഇറങ്ങിയശേഷം അര കിലോമീറ്റർ നടന്നാൽ പഠിപ്പിക്കുന്ന ഹൈസ്ക്കൂളിൽ എത്താം. ഷിഫ്റ്റ് സിസ്റ്റത്തിൽ പ്രവർത്തിക്കുന്ന സ്ക്കൂൾ ആയതിനാൽ 12.30ന് ആരംഭിക്കുന്ന ക്ലാസ്സിലെത്താൻ രാവിലെ 9.30ന് വീട്ടിൽനിന്നും ഇറങ്ങി ഇടവഴിയിലൂടെ

നടക്കാൻ തുടങ്ങണം. 12 മണിക്ക് സ്ക്കൂളിൽ എത്തിയിട്ടാണ് ഉച്ചഭക്ഷണം. യാത്രാ സൗകര്യങ്ങൾ കുറഞ്ഞ കാലമാണ്.

നാഷനൽ ഹൈവെയിൽ എത്താൻ എനിക്ക് നടക്കേണ്ട വഴിയിലൂടെ അന്ന് ഏതാനും കാറും കാളവണ്ടികളും മാത്രമാണ് പോയിരുന്നത്. ഇന്നാവട്ടെ നൂറുകണക്കിന് കാറുകളും ഏതാനും ബസ്സും ആ വഴിയിൽ ഓടിക്കൊണ്ടിരിക്കുന്നു. അക്കാലത്ത് എന്നെപ്പോലുള്ള സ്ഥിരയാത്രക്കാർ പലരും പ്രധാനവഴി ഒഴിവാക്കി ഇടവഴിയും വരമ്പും കടന്ന് ഓടിച്ചാടി നടന്ന് പെട്ടെന്ന് ബസ്സിൽ കയറുകയാണ് പതിവ്. ബസ്സിന്റെ എണ്ണമാണെങ്കിൽ വളരെ കുറവ്.

ഇനിയാണ് സംഭവം.

യാത്രക്കാർ കുറഞ്ഞ 10മണി സമയത്ത് ആളൊഴിഞ്ഞ വഴിയിലൂടെ ഭയത്തോടെ പരിസരം ശ്രദ്ധിക്കാതെ തിരക്കിട്ട് മുന്നോട്ട് നടക്കുമ്പോൾ ചിലദിവസം (മാസത്തിൽ ഒന്നോ രണ്ടോ തവണ) പെട്ടെന്ന് മരത്തിന്റെയോ മതിലിന്റെയോ മറവിൽനിന്നും ഒരാൾ നേരെ മുന്നിൽ പ്രത്യക്ഷപ്പെടുന്നു.

എന്നെ നോക്കാതെ അയാൾ ലുങ്കി പൊക്കുന്നു, പിന്നെ എന്തൊക്കെയോ ചെയ്യുന്നു.

രണ്ട് മക്കളുടെ അമ്മയായ ഞാൻ ഒരു നിമിഷത്തെ ഞെട്ടലിനിടയിൽ മുഖം തിരിച്ച് ഒന്നും കാണാതെ അറിയാത്തമട്ടിൽ സ്പീഡിൽ നടക്കുന്നു. ഇതുപോലുള്ള അനുഭവം എന്റെ സമപ്രായക്കാരായ പലർക്കും അക്കാലത്ത് ഉണ്ടായിരുന്നു എന്നാണ്, അറിയാൻ കഴിഞ്ഞത്. വിശാലമായ മൈതാനത്ത് മലർന്നുകിടന്ന് ഗോഷ്ഠി കാണിക്കുന്നവരുടെ വാർത്തകൾ സഹപ്രവർത്തകർ പറഞ്ഞുകേട്ടിട്ടുണ്ട്. വിജനമായ വഴിയിൽ ഒറ്റപ്പെടുന്ന അവസ്ഥയിൽ പ്രതികരണശേഷി നഷ്ടപ്പെടുന്ന അനുഭവങ്ങളാണ് അതെല്ലാം,,

അവർ കാണിക്കുന്നതെല്ലാം ഒരുതരം മാനസിക വൈകല്യം ആണെന്ന് പറയാം. അപരിചിതരായ യാത്രക്കാരെ ഞെട്ടിച്ചുകൊണ്ട് സന്തോഷിക്കുക,, സ്വയം എക്സിബിഷനിസം എന്ന വൈകൃതം പുരുഷന്മാർക്ക് മാത്രം ആണെന്ന് തോന്നുന്നു. മാന്യതയുടെ മുഖംമൂടി അണിഞ്ഞ കുടുംബനാഥന്മാരുടെ കോപ്രായങ്ങളും അതുപോലെ കാണാൻ ഇടവന്നിട്ടുണ്ട്.

അവിവാഹിതരായ മുതിർന്ന രണ്ട് മക്കളുടെ പിതാവ് ഗൾഫിൽ നിന്നും അവധിക്ക് വന്നാൽ മിക്കവാറും ദിവസം വീടിന്റെ വരാന്തയിലും മുറ്റത്തും ആയിരിക്കും. വേഷം, ലുങ്കി അല്ലെങ്കിൽ മുണ്ട് മാത്രം.

അയാൾ എല്ലാവരും കാൺകെ ചെയ്യുന്ന ഒരു ശീലം; ഉടുവസ്ത്രം ഇടയ്ക്കിടെ അഴിച്ച് മെലോട്ട് ഉയർത്തി രണ്ടുമൂന്ന് തവണ വീശിയിട്ട് വീണ്ടും ഉടുക്കും. നാട്ടുകാരിൽ പലരും അയാളുടെ വസ്ത്രാക്ഷേപവും വിവസ്ത്രമായ ഉടലും ദർശിച്ചവരാണ്.

ഒരുതരം മാനസിക വൈകല്യം ആണ് ഇതെന്ന് പറയാമെങ്കിലും തരംകിട്ടിയാൽ കൊച്ചു കുഞ്ഞുങ്ങളെ പീഡിപ്പിക്കാൻപോലും ഇത്തരക്കാർ മടിക്കില്ല. ഇതുപോലെയുള്ള മാനസികരോഗികളോട് ചോദിക്കാനും പറയാനുമായി നിയമങ്ങൾ ഒന്നുമില്ലേ എന്ന് സംശയം തോന്നാം.

നിയമം ഉണ്ട്.

ഉടുവസ്ത്രം പൊക്കി കാണിക്കുന്നത് ശിക്ഷാർഹമായ തെറ്റാണ്. പൊതുസ്ഥലത്ത് പുകവലിക്കുന്നവരെ അറസ്റ്റ് ചെയ്യുന്ന പോലീസ് ഉടുതുണി പൊക്കി കാണിക്കുന്നവരെയും പിടികൂടി കോടതിയിൽ എത്തിക്കാറുണ്ട്. മിനിമം മൂന്ന് ആണിനെയെങ്കിലും ഒരുദിവസം പരിശോധനക്ക് പോയാൽ പിടിക്കാറുണ്ടെന്ന് പറഞ്ഞുകേട്ടിട്ടുണ്ട്.

ഇവിടെ രജനിക്ക് എതിരെയും വസ്ത്രാക്ഷേപത്തിന് കേസ് എടുക്കേണ്ടതാണല്ലോ,, ചില പുരുഷന്മാർ ചെയ്യുന്നതുപോലെ രജനിയും ലൈംഗികവൈകൃതം നടത്തുകയാണ്. അക്കാര്യം പറഞ്ഞ് അവളെയൊന്ന് ഭീഷണിപ്പെടുത്തിയാലോ? എന്റെ ഫെയ്സ്ബുക്ക് തുറന്നു നോക്കാൻ ബന്ധുക്കളും സുഹൃത്തുക്കളും ശിഷ്യന്മാരും നാട്ടുകാരും ഒക്കെയുണ്ട്. മെസഞ്ചറിൽ അയച്ചതുകൊണ്ടാണ് രജനി എഴുതിയത് മറ്റുള്ളവർക്ക് വായിക്കാൻ കഴിയാത്തത്. റിട്ടയർ ചെയ്താലും ഞാനൊരു ടീച്ചറല്ലേ,,

പിറ്റേദിവസം ഉച്ചകഴിഞ്ഞപ്പോൾ കമ്പ്യൂട്ടർ തുറന്ന് ഇൻബോക്സിൽ ഞാൻ രജനിഫ്ക്ക് മെസേജ് അയച്ചു,

'രജനി ഒരു കാര്യം അറിയണം, എന്റെ മക്കളും മരുമക്കളും ചെറുമക്കളും സഹോദരന്മാരും സഹോദര പത്നിമാരും ബന്ധുക്കളും സുഹൃത്തുക്കളും നാട്ടുകാരും ശിഷ്യന്മാരും സഹപ്രവർത്തകരും എല്ലാം എന്റെ ഫെയ്സ്ബുക്ക് ഫ്രന്റ്സ് ആയതിനാൽ ഞാൻ എഴുതുന്നത് അവരെല്ലാം വായിക്കുന്നുണ്ട്.

ഞാനിവിടെ വരുന്നതും സൌഹൃദം പങ്കിടുന്നതും ലോകകാര്യങ്ങൾ, കൃഷി, സാഹിത്യം എന്നിവയെക്കുറിച്ച് സംവദിക്കാനും കാര്യങ്ങൾ അറിയാനും ആണ്. അല്ലാതെ സെക്സ് കാര്യം പറയാനും കേൾക്കാനും അല്ല. അതിനെക്കുറിച്ച് കുട്ടികളെ പഠിപ്പിച്ചിട്ടുണ്ടെങ്കിലും അതൊക്കെ ശാരീരികമായ അവയവഘടനയും പ്രവൃത്തിയും ആയിട്ടാ

ണ് ഞാൻ കണ്ടത്. ആണായാലും പെണ്ണായാലും എനിക്ക് സെക്സ് പറയുന്നതിൽ താല്പര്യം കുറവാണ്. രജനിയൊരു സ്ത്രീ ആയതു കൊണ്ടാണ് കാര്യങ്ങൾ പറഞ്ഞു മനസ്സിലാക്കാൻ ശ്രമിച്ചത്. ഇക്കാര്യം പറയുന്നത് പുരുഷനാണെങ്കിൽ എന്റെ പ്രതികരണം ഇതുപോലെ ആയിരിക്കില്ല. ആ നിമിഷം അവനെ ഡിലീറ്റ് ചെയ്ത് എന്റെ കമ്പ്യൂട്ടർ സിസ്റ്റവും മൊബൈലും ശുദ്ധീകരിക്കും.

മൊബൈലിൽ ഫോട്ടോ എടുത്ത് ഇന്റർനെറ്റ് വഴി അയച്ചാൽ അത് കൈവിട്ടു പോവുമെന്ന് അറിയണം. രജനിയുടെ ഫോട്ടോകൾ നെറ്റ് ഉപയോഗിക്കുന്ന പലർക്കും ലഭിക്കാനുള്ള വഴി തുറന്നിരിക്കയാണ്. ഉടുതുണിയില്ലാതെ രാത്രി ഉറങ്ങാൻ കിടന്നാൽ തനിക്ക് പലതും തോന്നും. അക്കാര്യം പറഞ്ഞും ഫോട്ടോ നിറച്ചും എന്റെ ഇൻബോക്സ് വൃത്തികേടാക്കരുത്'

പറയേണ്ടത് പറഞ്ഞപ്പോൾ ഒത്തിരി ആശ്വാസം തോന്നി. ഞാൻ എഴുതിയതെല്ലാം വായിച്ച് കാര്യങ്ങൾ മനസ്സിലാക്കിയെങ്കിൽ അവളെന്നെ അൺഫ്രന്റ് ചെയ്തിരിക്കും. അങ്ങനെ പോയാൽ നല്ലത്, പുകയുന്ന തീക്കൊള്ളി പുറത്താവട്ടെ.

തുളസിയിലകൾ

സൈബർലോകത്ത് കറങ്ങിനടക്കുന്ന വ്യാജന്മാരെയും ചതിക്കുഴികളെയുംകുറിച്ച് വാർത്തകൾ പുറത്തുവരുന്നത് സാധാരണസംഭവമായി മാറിയ കാലമാണ്. എന്റെ മുന്നിൽ പെണ്ണിന്റെ രൂപത്തിലും ഭാവത്തിലും പ്രത്യക്ഷപ്പെട്ട രജനി ശരിക്കുമൊരു പെണ്ണാണോ എന്ന് പരിശോധിക്കാൻ ഓൺലൈൻ മാർഗ്ഗമൊന്നും കണ്ടെത്തിയിട്ടില്ല. സൈബറിടം പരിചയമില്ലാത്ത സ്വന്തം ഭാര്യയുടെ ഫോട്ടോ വെച്ച് ഫെയ്സ്ബുക്കിൽ കടന്ന് തട്ടിപ്പും വെട്ടിപ്പും നടത്തി പോലീസ് കേസിനോടൊപ്പം ഡൈവോഴ്സ് കേസ് കൂടി നടന്നത് അടുത്തിടെ എന്റെ നാട്ടിലാണ്. അതുകൊണ്ട് ഇൻബോക്സിൽ ഫോട്ടോ കാണിക്കുന്നത് സ്വന്തം ഫോട്ടോ ആണെന്ന് ഒരിക്കലും ഉറപ്പിക്കാനാവില്ല.

അത് മാത്രമോ?

വാരികയിൽ കഥ എഴുതിയ ഞാൻ പെണ്ണായിരിക്കുമെന്ന് അവളെങ്ങനെ വിശ്വസിച്ചു?

അത്, വാരികയിൽ എന്റെ ഫോട്ടോ ഉണ്ടല്ലോ. അതേ ഫോട്ടോതന്നെ ഫെയ്സ്ബുക്ക് പ്രൊഫൈലിലും ഉണ്ട്. സ്വന്തം ഫോട്ടോ സ്വന്തം എഫ്.ബി. പ്രൊഫൈലിൽ ഇട്ട് ഐഡന്റിറ്റി ഉറപ്പാക്കിയ ധീരവനിതയാണ് ഞാൻ.

രജനിയുടെ ഐഡന്റിറ്റിയിൽ എനിക്കുള്ള വിശ്വാസം വെറും ഒരു ശതമാനം മാത്രമാണ്. സ്വന്തമല്ലാത്ത പേരും ഫോട്ടോകളും വെച്ച് പ്രൊഫൈൽ ചമക്കുന്നവരാണ് സൈബർലോകത്ത് കറങ്ങുന്നവരിൽ അധികംപേരും. പോസ്റ്റ് ചെയ്ത ഫോട്ടോകളൊക്കെ അവളുടെ സ്വന്തമാണെന്ന് ഒരിക്കലും എനിക്ക് വിശ്വസിക്കാനാവില്ല. രജനി വിനീത് എന്ന പേരുപോലും വ്യാജമാണോ എന്ന് പറിയാനാവില്ല. വിവസ്ത്രമായ വെറൈറ്റി ഫോട്ടോകൾ ഇന്നത്തെകാലത്ത് വിരൽത്തുമ്പിൽ ലഭ്യമാണ്. ഒരു സ്ത്രീ അറിഞ്ഞുകൊണ്ട് ഒരിക്കലും അവളുടെ സ്വകാര്യ ഭാഗങ്ങൾ മൊബൈലിൽ പകർത്തുകയില്ല. അഥവാ പകർത്തി

യാൽ തന്നെ അത് ഫെയ്സ്ബുക്കിലോ വാട്ട്സാപ്പിലോ പ്രദർശിപ്പിക്കില്ല.

അപ്പോൾ അവളയച്ച ഫോട്ടോ? അവളുടേതാണെന്ന് വിശ്വസിച്ച് അഭിപ്രായം പറഞ്ഞതോ? എല്ലാം ഒരു വിശ്വാസം, വിശ്വാസം അതല്ലേ എല്ലാം.

തിരക്കുപിടിച്ച ഏതാനും ദിവസത്തിനുശേഷം ഉച്ചകഴിഞ്ഞ നേരത്താണ് മൊബൈലിൽ മെസഞ്ചർ തുറന്നത്. ഒരു സ്ത്രീയെന്ന നിലയിൽ രജനി ചെയ്യുന്ന തെറ്റുകളെപ്പറ്റി അഭിപ്രായം തുറന്നു പറഞ്ഞതിനാൽ അവളുടെ എഴുത്ത് ഞാൻ പ്രതീക്ഷിച്ചിരുന്നില്ല. എല്ലാം വായിച്ച് കാര്യം മനസ്സിലായെങ്കിൽ ഫോട്ടോ ഡിലീറ്റ് ചെയ്യുന്നതോടൊപ്പം മുഖപുസ്തകത്തിൽ എന്നോടുള്ള സൗഹൃദം അവൾ ഉപേക്ഷിക്കേണ്ടതാണ്.

എങ്കിലും മെസെഞ്ചറിൽ എന്നെ എതിരേറ്റത് രജനിയുടെ ചിരിക്കുന്ന ഫോട്ടോയാണ്. മഞ്ഞ ചുരീദാർ അണിഞ്ഞ് മഞ്ഞയിൽ ചുവപ്പ് പുള്ളിയുള്ള ഷാൾ പുതച്ച് അവളെന്നെ നോക്കി ചിരിക്കുകയാണ്. കണിക്കൊന്നമരം നിറയെ ഒന്നിച്ചുവിടർന്ന പൂങ്കുലകൾ പോലെ.

ചുവടെ എഴുത്ത്, നീണ്ടകഥ പോലെയല്ല, നീണ്ട കവിതപോലെ.

'എന്റെ പ്രീയപ്പെട്ട ചേച്ചീ'

തുടക്കം മോശമല്ല. അപ്പോൾ ഞാൻ എഴുതിയതൊന്നും ഈ കുട്ടിക്ക് മനസ്സിലായില്ലേ?

'ചേച്ചി എന്നെ ഉപേക്ഷിക്കരുത്. ഞാനെന്റെ മനസ്സുതുറന്ന് എഴുതുന്നത് ചേച്ചിയോടുള്ള അമിതമായ വിശ്വാസം കൊണ്ടാണ്. ഒറ്റപ്പെട്ട തുരുത്തിലായ എന്റെ അവസ്ഥ ഒരു ടീച്ചറായ ചേച്ചി തിരിച്ചറിയുമെന്ന് ഞാൻ വിശ്വസിക്കുന്നു. ഒന്ന് സങ്കല്പിച്ചു നോക്കണം ചേച്ചി, കാര്യങ്ങൾ തിരിച്ചറിയുന്ന ഒരാളോടും സംസാരിക്കാതെ ദിവസങ്ങൾ കഴിച്ചുകൂട്ടുക എന്നത് ഭീകരമായ അവസ്ഥയാണ്. ഇവിടെയുള്ള അമ്മയ്ക്കാണെങ്കിൽ ഒന്നും കേൾക്കാനോ പറയാനോ ഇഷ്ടമല്ല. പിന്നെയെന്റെ മകനാണ് ആശ്വാസം, അവനൊരു കുഞ്ഞല്ലേ. കളിതമാശകളല്ലേ പറയാനാവൂ. അതിനിടയിൽ ഒരാളോട് തുറന്നു സംസാരിക്കാനുള്ള അവസരം മനസ്സിന് നല്ല ആശ്വാസം തരുന്നു. അതുകൊണ്ടാണ് ഒരു പെണ്ണിന്റെ കാര്യങ്ങൾ കേൾക്കാനും മനസ്സിലാക്കാനും കഴിവുള്ള ചേച്ചിയുടെ മുന്നിൽ മനസ്സുതുറന്ന് എല്ലാകാര്യങ്ങളും ഞാൻ എഴുതിയത്'

പാവം, ഞാനെന്തൊക്കെയോ തെറ്റിദ്ധരിച്ചു; എന്നെപ്പോലുള്ള ഒ

രു സ്ത്രീക്ക് അല്പം ആശ്വാസം നൽകുന്നതിൽ എനിക്കെന്ത് നഷ്ടം? എന്നാൽ ഇവൾക്കൊന്ന് ഫോൺ ചെയ്തുകൂടായിരുന്നോ? അതല്ലേ കൂടുതൽ ആശ്വാസം;

അവളുടെ എഴുത്ത് തുടരുകയാണ്,

'ഈ വീട്ടിൽ എന്റെ ബന്ധുക്കളാരും വരാൻ പാടില്ലായെന്ന് മാത്ര മല്ല, ഞാനെങ്ങോട്ടും പോകാനും പാടില്ല. കാലം കുറെ ആയതോടെ ബന്ധുക്കളുടെ ഒച്ചപോലും ഞാൻ മറന്നുപോയി. വിനിയേട്ടന് ഇഷ്ട മില്ലാത്തവരെ ഫോൺ ചെയ്താൽ വഴക്കോട് വഴക്ക് ആയിരിക്കും. ആ നേരത്ത് പറയുന്ന വാക്കുകൾ സഹിക്കാൻ പറ്റാത്തവയാണ്. എന്റെ ബന്ധുക്കളെ മൊത്തമായി ചീത്തപറയും. മൊബൈലിൽ പൈസ തീ രുന്നതൊന്നും ആ നേരത്ത് ചേട്ടന് പ്രശ്നമല്ല.

ഇന്നലെ ഞാനല്പം ഓവറായിപ്പോയോ എന്നൊരു സംശയം. ഞാ നെന്റെ അമ്മയുടെ സ്ഥാനത്ത് ചേച്ചിയെ കാണുന്നതുകൊണ്ടാണ് ഇ ങ്ങനെ തുറന്നെഴുതുന്നത്. ഒരു പെണ്ണായാൽ എന്തൊക്കെ കാര്യങ്ങ ളാണ് ചിന്തിക്കുന്നത്. എനിക്കു മാത്രമാണോ ഇങ്ങനെ വല്ലാത്തൊരു ഫീലിങ്സെന്ന് ഉത്തരം കിട്ടാത്ത ചോദ്യമാണ്. അക്കാര്യം അറിയാ നാണ് ഞാനാ ഫോട്ടോ പോസ്റ്റ് ചെയ്തത്, സോറീ ചേച്ചി.

ചേച്ചി പറഞ്ഞതുപോലെ ആ ഫോട്ടൊ ഞാൻ ഡിലീറ്റ് ചെയ്തു. പകരം ഇന്നു രാവിലെ മകനെ സ്കൂളിൽ അയച്ച് അല്പസമയം കഴി ഞ്ഞപ്പോൾ ബെഡ്റൂമിൽ നിന്നും ഞാനെടുത്ത ഫോട്ടോ അയക്കു ന്നുണ്ട്. ഈ വേഷത്തിൽ എങ്ങിനെയുണ്ട് ചേച്ചി?

ഒരപേക്ഷയുണ്ട്, എന്നെ ബ്ലോക്ക് ചെയ്യല്ലേ. എനിക്കാകെയുള്ളൊ രു ആശ്രയവും ആശ്വാസവുമാണ് ചേച്ചി. ചേച്ചിയും എന്നെ ഒഴിവാ ക്കിയാൽ ഞാനിവിടെക്കിടന്ന് ശ്വാസംമുട്ടി ചാവും'

വായിച്ചു കഴിഞ്ഞപ്പോൾ എനിക്കാകെയൊരു പ്രയാസം, ഒരു പെ ണ്ണിന്റെ മനസ്സ് ഇത്രക്ക് ലോലമാണോ? ഞാനെന്തൊക്കെയാണ് ചി ന്തിച്ചു കൂട്ടിയത്. ഒരുത്തി മനസ്സിലെ പ്രയാസങ്ങളൊക്കെ തുറന്നുപറ ഞ്ഞപ്പോൾ അവൾക്ക് ആശ്വാസം നൽകാതെ അവളൊരു കള്ളിയാ ണെന്ന് വിശ്വസിച്ച് ഒഴിവാക്കാൻ ശ്രമിക്കുക. എന്തൊരു ക്രൂരതയാ ണ്. പക്ഷെ?

അവിടെയൊരു 'പക്ഷെ' ഉണ്ടല്ലോ.

ഭർത്താവ് ഗൾഫിലുള്ള സ്ത്രീകളൊക്കെ ഇങ്ങനെ ചിന്തിച്ചാൽ കുടുംബജീവിതം തകർന്നു തരിപ്പണമാവില്ലേ. ഈ കുട്ടി പറയുന്ന ഫീലിങ്സ് ഒഴിവാക്കാൻ ആധുനിക ലോകത്ത് പലതരം ഉപകരണ

ങ്ങൾ ഉണ്ടെന്ന് പറയാമെങ്കിലും പഴഞ്ചൻ ശീലങ്ങളിൽ ജീവിക്കുന്ന മലയാളി വീട്ടമ്മയുടെ കാര്യത്തിൽ അങ്ങിനെയൊന്ന് ചിന്തിക്കാനേ വയ്യ. സമയം അനാവശ്യമായി കളയുന്നതോടൊപ്പം ജീവിത പ്രയാസങ്ങളും ടെൻഷൻ ഇല്ലായ്മയും കാരണമാണ് രജനി അവളുടെ ശരീരത്തെക്കുറിച്ചു മാത്രം ചിന്തിക്കുന്നത്. ചെയ്യാനൊരു തൊഴിലുണ്ടെങ്കിൽ അനാവശ്യ കാര്യങ്ങളൊക്കെ ചിന്തിക്കാനുള്ള നേരം കാണില്ല.

അപ്പോഴാണ് തുളസിയെക്കുറിച്ച് ഓർമ്മിച്ചത്, നമ്മുടെ തുളസിതന്നെ.

ഞാൻ എഴുതി,

'കുട്ടിയോട് എനിക്കൊരു വെറുപ്പും ഇല്ല; സ്ത്രീകൾക്കല്ലെ സ്ത്രീകളുടെ പ്രശ്നങ്ങൾ മനസ്സിലാക്കാനാവൂ. പക്ഷെ, കഴിഞ്ഞദിവസം അയച്ചതുപോലുള്ള സെൽഫികൾ രജനിക്ക് തന്നെ അപകടമാണ്. മുഖം ഇല്ലെങ്കിലും രജനിയുടെ ഭർത്താവ് ആ ഫോട്ടോ കണ്ടാൽ തിരിച്ചറിയുമല്ലോ; അപ്പോൾ എന്തായിരിക്കും സംഭവിക്കുന്നത് എന്ന് ഓർക്കണം.

കുട്ടി ഒരു കാര്യം ചെയ്യുക,, തുളസിയുടെ ഇലകൾ ചെടിയിൽനിന്നും നല്ലതുനോക്കിയിട്ട് അഞ്ചെണ്ണം പറിച്ചെടുക്കുക. നന്നായി തുടച്ച് വൃത്തിയാക്കിയശേഷം ചവച്ചു തിന്നുക, വെള്ളത്തിൽ കഴുകരുത്, വിഴുങ്ങരുത്, പതുക്കെ ചവച്ചുതന്നെ തിന്നണം. രാവിലെയും വൈകുന്നേരവും അഞ്ച് ഇലകൾ വീതം ചെടിയിൽനിന്നും പറിച്ചെടുത്ത ഉടനെ തിന്നുക. ആദ്യമേ പറിച്ചത് ഉപയോഗിച്ചാൽ ഗുണമില്ല. മൂന്ന് മാസത്തോളം എല്ലാ ദിവസവും രണ്ടുനേരം അഞ്ച് തുളസിയിലവീതം തിന്നാൽ കുട്ടിയുടെ ശാരീരികപ്രശ്നങ്ങൾക്ക് ആശ്വാസമാവും; ഫീലിംഗ്സ് കുറയും, ഉറപ്പ്. വീട്ടിൽ തുളസിചെടികൾ ഇല്ലെങ്കിൽ നട്ടുവളർത്തിയിട്ട് ഉപയോഗിക്കണം. അതിന്റെ കൂടെ പച്ചക്കറികളും നട്ടുവളർത്തിയാൽ ആരോഗ്യം നന്നാവും.

പിന്നെ പച്ചക്കറികൾ കൃഷി ചെയ്യുമ്പോൾ ഇലക്കറികളും ധാരാളം നട്ടുവളർത്തുക. സ്വന്തമായി നട്ടു വളർത്തിയ ഇലകൾ തന്നെ ഭക്ഷണത്തിന് ഉപയോഗിക്കണം. കടയിൽ നിന്നും വാങ്ങുന്നതിൽ മാരകമായ കീടനാശിനികൾ തളിക്കുന്നതിനാൽ അവയെല്ലാം ഒഴിവാക്കുക. ഇലകൾ മുറിച്ചെടുത്ത് അര മണിക്കൂറിനുള്ളിൽ പാകം ചെയ്ത് ഭക്ഷിക്കണം'

എഴുതിക്കഴിഞ്ഞപ്പോൾ ആശ്വാസം തോന്നി, ഇപ്പോൾ ഇത്രയും മതി.

അജ്ഞാതതീരം തേടി അലയുന്നവൾ

മനുഷ്യൻ,

ഭൂമിയുടെ പരിണാമചരിത്രത്തിന്റെ മഹത്തായ സൃഷ്ടിയായ മനുഷ്യൻ കടന്നുവന്ന വഴികളെല്ലാം ശാസ്ത്രീയമായി കണ്ടെത്താനാവും. മുന്നോട്ടുള്ള ഗമനത്തിൽ അവർ തട്ടിത്തടഞ്ഞ് വീണതും വീണിടത്തു നിന്നും എഴുന്നേറ്റതും ഓടിയതും തളർന്നുവീണതും തുടങ്ങി എല്ലാറ്റിന്റെയും ചരിത്രവഴികൾ ശാസ്ത്രജ്ഞരും ചരിത്രകാരന്മാരും ചുഴ്ന്നെടുത്തിട്ടുണ്ട്. ചരിത്രവും ശാസ്ത്രവും മാത്രമല്ല കലയും സാഹിത്യവും മതവും എല്ലാം ചേർന്ന് മനുഷ്യനെ മഹത്വവൽക്കരിച്ചിട്ടുണ്ട്.

എന്നാലോ?

ഈ പറയുന്ന ശാസ്ത്രവും ചരിത്രവും കലയും സാഹിത്യവും മതവും എല്ലാം മനുഷ്യസൃഷ്ടിയാണെന്ന് ഓർക്കുമ്പോൾ ആശ്ചര്യം തോന്നുന്നു. മറ്റൊരു കാര്യം, ഇതെല്ലാം നിർമ്മിച്ച മനുഷ്യൻ അടിസ്ഥാനപരമായി ഒരു മൃഗമാണ്. പരിണാമവഴിയിലൂടെ കടന്നുവന്ന ഇരുക്കാലി ജന്തു.

'ഹോമോ സാപിയൻസ്'

മനുഷ്യനൊരു ജന്തുവാണെങ്കിലും മറ്റു ജന്തുക്കൾക്കില്ലാത്ത സവിശേഷതകൾ എല്ലാവരിലും കാണാം,, അവനു മാത്രമായി രൂപംകൊടുത്ത മസ്തിഷ്കം, അത് ഉപയോഗിച്ച്,, കാര്യങ്ങൾ തിരിച്ചറിഞ്ഞ് പ്രവർത്തിക്കാനും പ്രതികരിക്കാനും കഴിയും. ബുദ്ധി മാത്രമല്ല, വിവേചന ബുദ്ധിയും ഉണ്ട്; നല്ലതും ചീത്തയും, അപകടം ഉള്ളതും ഇല്ലാത്തതും, എല്ലാം തിരിച്ചറിയുന്നവനാണ് മനുഷ്യൻ,,

തലച്ചോറ് വികാരങ്ങളുടെ കേന്ദ്രം കൂടിയാണ്, തലയിൽ നിന്നും ഉയരുന്ന വികാരങ്ങളാണ് അവയവങ്ങളിലേക്ക് പ്രവേശിക്കുന്നത്. വികാരങ്ങൾ ഏതായാലും വിവേചനബുദ്ധികൊണ്ട് നിയന്ത്രിച്ചാണ് മനുഷ്യന്റെ പ്രവർത്തനങ്ങൾ. സാമൂഹ്യജീവിയായ മനുഷ്യൻ സമൂഹം അനുശാസിക്കുന്ന നിയമങ്ങൾക്ക് അനുസൃതമായി ജീവിക്കുന്നു. അ

പ്പോൾ പലർക്കും വികാരങ്ങൾക്ക് കടിഞ്ഞാൺ ഇടേണ്ടി വന്നേക്കും. അതാണ് കവി പാടിയത്,

'അവനവനാത്മസുഖത്തിനാചരിക്കു
മവയപരന്നു സുഖത്തിനായ് വരേണം'

സ്വന്തം സുഖത്തിനായി ചെയ്തുകൂട്ടുന്നത് അപരന് സുഖം നൽകിയില്ലെങ്കിലും കുറഞ്ഞപക്ഷം മറ്റുള്ളവർക്ക് ദ്രോഹം ഉണ്ടാക്കാതിരുന്നാൽ നല്ലത്.

ലൈംഗിക ചിന്തകൾ തലച്ചോറിൽ നിന്നും ഉയരുന്നതാണ്. അതുകൊണ്ട് അവയെ നിയന്ത്രിക്കാൻ തലച്ചോറിന് മാത്രമേ കഴിയൂ. ആന്തരികവും ബാഹ്യവുമായ ഘടകങ്ങൾ മനുഷ്യവികാരങ്ങളെ നിയന്ത്രിക്കുന്നുണ്ട്. നല്ലൊരു ഉപദേഷ്ടാവിന്റെ അഭാവം രജനിയുടെ ജീവിതത്തിലുണ്ട്. ബന്ധുക്കളും സുഹൃത്തുക്കളും അക്കാര്യത്തിൽ പരാജയം ആയിരിക്കാം. ഏതായാലും എന്റെ തുളസിക്കതിർ എവിടെയാണ് എത്തിയതെന്ന് നോക്കാം. തുളസി നടാനെങ്കിലും അവൾ അദ്ധ്വാനിക്കട്ടെ.

തുളസിയുടെ കാര്യം ചിന്തിച്ചുകൊണ്ടാണ് അന്നു രാത്രി കമ്പ്യൂട്ടർ തുറന്നത്, എന്നെക്കാൾ മുൻപെ രജനി ഹാജരായിട്ടുണ്ട്, അവൾ എഴുതിയത് ഞാൻ വായിച്ചു,

'ചേച്ചീ, ചേച്ചിക്ക് എന്നോട് വെറുപ്പുണ്ടാവും എന്ന് വിചാരിച്ച് ചിലദിവസം ഞാനെത്രയാ പ്രയാസപ്പെട്ടത്. ഞാനെന്തെങ്കിലും തെറ്റ് ചെയ്തെങ്കിൽ ചേച്ചിയോട് മാപ്പ് ചോദിക്കുന്നു. ചേച്ചിയുടെ എഴുത്ത് കണ്ടപ്പോൾ എനിക്കെന്ത് ആശ്വാസമായെന്നോ? ഇവിടെ വീട്ടിൽ ധാരാളം തുളസിച്ചെടികൾ ഉണ്ട് ചേച്ചി, ഇന്നുമുതൽ തുളസിയില കഴിക്കാൻ തീരുമാനിച്ചു. ഇങ്ങനെയുള്ള ഉപദേശങ്ങൾ തരാനായി അമ്മൂമ്മയോ അമ്മയോ മുതിർന്നവരൊ ഇല്ലാത്തതാണ് എന്റെ പ്രശ്നം. ചില ദിവസങ്ങളിൽ വൈകുന്നേരം കുളിക്കാൻ പോകുമ്പോൾ വണ്ണം കുറഞ്ഞ് ഒതുക്കം കിട്ടാനായി എന്റെ ദേഹത്ത് മാറിലൊക്കെ വെളിച്ചെണ്ണ തേച്ച് നന്നായി തടവാറുണ്ട്. പക്ഷെ വലിയ മാറ്റമൊന്നും തോന്നാറില്ല ചേച്ചി. അങ്ങനെ ചെയ്യുന്നതുകൊണ്ട് എന്തെങ്കിലും ഗുണം ഉണ്ടാവുമോ ചേച്ചി?'

ഇൻബോക്സിൽ രജനി എഴുതിയത് വായിച്ചപ്പോൾ എനിക്ക് ചിരിവന്നു. എണ്ണയിട്ട് തടവിയാൽ വണ്ണം കൂടുകയല്ലാതെ ചുരുങ്ങുന്ന പേശികൾ ശരീരത്തിലുണ്ടോ? അപ്പോൾ രജനിക്ക് വണ്ണം കൂടിയതെല്ലാം അവൾതന്നെ തടവി ഉണ്ടാക്കിയത് ആയിരിക്കാം. നല്ല പരിപാടി

തന്നെ,, ഞാൻ എഴുതി,

'വണ്ണം കുറയണമെങ്കിൽ അതിനെക്കുറിച്ച് ചിന്തിക്കാതിരിക്കുക. മറ്റൊന്നും ചെയ്യേണ്ട'

'ചേച്ചി സുഖമാണോ? അത്താഴം കഴിച്ചോ?'

'കഴിച്ചു'

'സന്തോഷം, ചേച്ചിയോട് എല്ലാകാര്യങ്ങളും മനസുതുറന്നു സംസാരിച്ചത് ഞാൻ പല പ്രാവശ്യം ഓർക്കാറുണ്ട്. അപ്പോൾ മനസ്സിൽ നല്ല ആശ്വാസവും സമാധാനവും തോന്നും. എന്റെ ഭർത്താവിനെക്കാളും എന്റെ മനസ്സ് ചേച്ചി മനസ്സിലാക്കിയല്ലോ എന്ന യാഥാർത്ഥ്യം ഓർക്കുമ്പോൾ സന്തോഷം തോന്നുന്നു'

'അതെയോ? സന്തോഷം'

'ചേച്ചി പറഞ്ഞതുപോലെ തുളസിയില തിന്നാം, വേനൽക്കാലത്ത് കുടിവെള്ളത്തിൽ എപ്പോഴും തുളസിയിലകൾ ഇടാറുണ്ട്. പിന്നെ പൂജാമുറിയിൽ മാല ചാർത്തനായി വീട്ടിൽ എപ്പോഴും തുളസി നട്ടു വളർത്താറുണ്ട്. അതിപ്പോൾ ഉപകാരമായി, അല്ലെ ചേച്ചീ,'

അങ്ങനെ തുളസിയുടെ കാര്യത്തിനൊരു തീർപ്പായി.

ഇനിയങ്ങോട്ട് തുളസിക്കാര്യം മിണ്ടുന്നില്ല; വിഷയം മാറ്റാനായി ഞാൻ എഴുതി,

'ഭക്ഷണം കഴിഞ്ഞോ?'

'അതൊക്കെ എട്ടു മണിക്ക് തന്നെ കഴിച്ചു; മോനും അമ്മയും ഉറങ്ങി'

'രജനിക്ക് ഉറക്കം വരുന്നേയില്ല'

'ശരിയാണ് ചേച്ചി. ഉറങ്ങാൻ കിടക്കുമ്പോൾ എനിക്ക് വേണ്ടാത്ത ചിന്തകൾ വരുന്നു'

'രജനിക്ക് ഭർത്താവ് കൂടെ ഇല്ലാത്തതു കൊണ്ടല്ലേ പ്രയാസങ്ങൾ?'

'അതെ ചേച്ചി, അദ്ദേഹം ഉള്ളപ്പോൾ മറ്റൊന്നും ചിന്തിക്കാറില്ല, പക്ഷെ'

'അതെന്താ ഒരു പക്ഷെ?'

'വിനിയേട്ടൻ അടുത്ത് ഉള്ളപ്പോഴും സെക്സിന്റെ കാര്യത്തിൽ പലപ്പോഴും പരാജയമാണ്'

'അതെങ്ങനെ?'

'ഞാൻ കൂടെ ഉണ്ടെങ്കിലും അദ്ദേഹത്തിന് പെട്ടെന്ന് ഉറക്കം വരും. മാസങ്ങൾക്കുശേഷം ഗൾഫിന്ന് വന്നാലും ആവേശമൊന്നും കാണിക്കുകയില്ല. ഞാനാണെങ്കിൽ പുലരുന്നതുവരെ കെട്ടിപ്പിടിച്ച് ഉറങ്ങാ

തിരിക്കാൻ തയ്യാറാണ്'

'അപ്പോൾ രണ്ടുപേരും ചേർന്ന് മന:ശാസ്ത്രജ്ഞനെ കാണുന്നതാണ് നല്ലത്'

'അയ്യോ, അക്കാര്യം പറഞ്ഞാൽ എന്നെ കൊല്ലും'

'അപ്പോൾ രക്ഷയില്ല'

ഒരു രോഗം ഉണ്ടായാൽ ചികിത്സിച്ച് മാറ്റണം. ഡോക്റ്റർമാർ ചേർന്ന് മനുഷ്യശരീരത്തിന്റെ അവയവങ്ങൾ ഓരോന്നായി പകുത്തെടുത്ത് വരാവുന്ന രോഗത്തെയും അതിനുള്ള ചികിത്സകളും നടത്തുന്ന കാലമാണ്. ശരീരത്തിന് മാത്രമല്ല, രോഗാതുരമായ മനസ്സിനും കൂടി ചികിത്സയുണ്ട്. ഇത്രയൊക്കെ ഉണ്ടെങ്കിലും ഡോക്റ്ററെ കാണില്ല, ചികിത്സ വേണ്ട എന്ന് രോഗി തീരുമാനിച്ചാൽ പിന്നെ രക്ഷയില്ല. കാലത്തിനൊത്ത് വളരാത്ത മനസ്സുമായി ജീവിക്കുന്ന ഇത്തരക്കാർ മറ്റുള്ളവർക്ക് ഭാരമായി മാറുന്നു. അങ്ങനെയുള്ള വ്യക്തിയുടെ ഭാര്യമാരുടെ കാര്യം കഷ്ടമാണ്. രജനി എഴുതിയത് വായിച്ചു,

'മനസ്സ് വല്ലാതെ അസ്വസ്ഥമാകുമ്പോൾ ചേച്ചിയോട് സംസാരിക്കുന്നത് എനിക്ക് നല്ല ആശ്വാസം തോന്നാറുണ്ട്'

'കുട്ടി എത്ര വേണമെങ്കിലും പറഞ്ഞോ,, ഞാൻ കേൾക്കാൻ അല്ല, വായിക്കാൻ തയ്യാറാണ്'

'ജീവിതത്തിൽ മാത്രമല്ല ചേച്ചി മനസ്സിലും ഏകാന്തത തളംകെട്ടുന്നു, ഉറക്കം വരാത്ത രാത്രികളിൽ എന്റെ ശരീരവും മനസ്സും വല്ലാതെ രതി ആഗ്രഹിക്കുന്നു'

'കുട്ടീ വികാരങ്ങളെ അടക്കിവെക്കുകയാണ് മനുഷ്യൻ ചെയ്യേണ്ടത്; പ്രത്യേകിച്ച് സ്ത്രീകൾ'

'എത്രയൊക്കെ അടക്കിവെച്ചിട്ടും രതിയുടെ മദജലം താനേ ഒഴുകിയിറങ്ങുന്നു ചേച്ചി'

'അതിനെക്കുറിച്ച് ചിന്തിക്കാതെ ജീവിക്കണം; വികാരങ്ങൾക്ക് പിന്നാലെ പോകരുത്'

'ഞാനെപ്പോഴും അടക്കിവെക്കാറാണ് പതിവ്; ഓരോ രാത്രികളിലും ഞാൻ അനുഭവിക്കുന്ന അവസ്ഥ രണ്ടുവരിയെങ്കിലും ചേച്ചിയോട് തുറന്നു പറയുമ്പോൾ എന്തോ വലിയ ആശ്വാസം'

'ആശ്വാസം തോന്നുന്നുണ്ടെങ്കിൽ പറഞ്ഞോളൂ; ഒടുവിൽ എന്റെ സമാധാനം കളയരുത്'

'ഇല്ല ചേച്ചി, ചേച്ചിക്ക് വിഷമം ഉണ്ടാക്കുന്നതൊന്നും ഞാൻ ചെയ്യില്ല. ഈ തണുപ്പുകാലത്ത് സുഖമായി ഉറങ്ങേണ്ടതാണല്ലോ; അ

തോർക്കുമ്പോൾ എനിക്ക് വല്ലാത്ത നഷ്ടം തോന്നുന്നു'

'കുട്ടീ വികാരങ്ങളെ കയറൂരി വിടാതെ പ്രാർത്ഥിച്ച് ഉറങ്ങാൻ നോക്ക്'

'ഞാനെന്നും പ്രാർത്ഥിക്കുന്നത് കണ്ണനെയാണ് ചേച്ചീ, ഉണ്ണിക്കണ്ണൻ'

'അതു നന്നായി'

'പതിനാറായിരത്തെട്ടിനെ കൊണ്ടുനടന്ന ആളല്ലേ, എനിക്ക് ആശ്വാസം തരാനായി ഉറക്കത്തിലെങ്കിലും വരട്ടെ'

'തന്റെ വിശ്വാസം തന്നെ രക്ഷിക്കട്ടെ,, ഗുഡ്നൈറ്റ്'

'ഗുഡ് നൈറ്റ് ചേച്ചീ, നാളെ രാത്രി വരണേ'

'വരാം, ഓക്കെ'

കരിമ്പിൻ തണ്ട്

പതിനാറായിരത്തി എട്ട് ഭാര്യമാരെ ഒന്നിപ്പിച്ച് ഐക്യത്തോടെ മുന്നോട്ടുപോയ സാക്ഷാൽ ശ്രീകൃഷ്ണന്റെ അവസ്ഥയോർത്ത് എനിക്ക് ചിരിവന്നു. നമ്മുടെ പുരാണങ്ങളിലൊക്കെ പുരുഷന്മാരുടെ ഗ്രെയ്ഡ് കൂടുന്നതിനനുസരിച്ച് ഭാര്യമാരുടെ എണ്ണം കൂടാറുണ്ട്. പാഞ്ചാലി ഇതിനൊരു അപവാദമാണെങ്കിലും. പാഞ്ചാലിയെ പരിണയിച്ച അഞ്ചു പേർക്കും വേറെ ഭാര്യമാർ ഉണ്ടായിരുന്നു. പിന്നെ നമ്മുടെ ശ്രീരാമൻ,, അതൊരു അവതാരം തന്നെ,, ഏതോ ഒരുവൻ അപവാദം പറയുന്നത് കേട്ടപ്പോൾ നീണ്ട പതിനാല് കൊല്ലം തന്റെയൊപ്പം കല്ലും മുള്ളും കാഞ്ഞിരക്കുറ്റിയും ചവിട്ടി കാട്ടിലൊട്ടാകെ നടന്ന കാര്യമെല്ലാം ഒറ്റയടിക്ക് മറന്നുകൊണ്ട് ഗർഭിണിയായ ഭാര്യയെ കാട്ടിൽ കൊണ്ടുപോയി കൊന്നുകളയാൻ ആജ്ഞാപിച്ചവൻ. കൊണ്ടുപോയി കൊല്ലാൻ പറഞ്ഞതോ എന്നും കൂടെ ഉണ്ടായിരുന്ന സ്വന്തം അനുജനോട്.

ദൈവങ്ങൾക്കും മഹാത്മാക്കൾക്കും എന്തും ആവാം, അവർ വസിക്കുന്നത് ഭൂമിയിൽ അല്ലല്ലോ,, ഇവിടെയാണെങ്കിൽ ഒരുത്തിയെപോലും കൊണ്ടുനടക്കാൻ വിഷമിക്കുന്നവരാണ് മിക്കവാറും പുരുഷന്മാർ,,

കുടുംബം എന്ന സംവിധാനം തകരാതെ നോക്കേണ്ടത് സ്ത്രീയുടെ കടമയാണെന്ന് സമൂഹം എല്ലായ്പ്പോഴും പറയുന്നു. സ്ത്രീയുടെ മാത്രം കടമകളും ബാധ്യതകളും ആയിട്ട് അനേകം കാര്യങ്ങൾ ഉണ്ടല്ലോ; അതിലൊന്നാണ് കുടുംബബന്ധം. കുടുംബത്തിലുള്ളവർ ദാഹിക്കാതെ വിശക്കാതെ അല്ലലില്ലാതെ എന്നും സന്തോഷവാന്മാരായി ഇരിക്കേണ്ടത് വീട്ടമ്മയായ സ്ത്രീയുടെ ചുമതലയാണ്. അക്കാര്യത്തിൽ എന്തെങ്കിലും കുറ്റം ഉണ്ടായാൽ അതിന്റെ കാരണം വീട്ടിലുള്ള പെണ്ണിന്റെ തലയിലായിരിക്കും. സ്വന്തമായതെല്ലാം മാറ്റിവെച്ച് മറ്റുള്ളവർക്കുവേണ്ടി ജന്മമെടുത്തവൾ ആയിരിക്കണം ഓരോ പെണ്ണും.

പ്രവാസിയുടെ ഭാര്യ ആയിരിക്കുന്നവൾ ഒറ്റപ്പെട്ടതാണെന്ന ചിന്തയിൽ ജീവിക്കണം. അതേസമയം അവളെ നിരീക്ഷിക്കാൻ അനേകം

കണ്ണുകൾ ചുറ്റിലും ഉണ്ടെന്ന ചിന്ത ഊണിലും ഉറക്കിലും വേണം. രജനിയുടെ കാര്യത്തിൽ ക്യാമറവെച്ച് നിരീക്ഷിക്കാൻ സ്വന്തം ഭർത്താവ് തന്നെയുണ്ട്. അവർക്കിടയിൽ ജീവിക്കുമ്പോൾ അവളുടെ വികാരങ്ങൾക്കും വിചാരങ്ങൾക്കും പ്രസക്തി തീരെയില്ല.

പ്രവാസികളുടെ പ്രശ്നങ്ങളൊന്നും അനുഭവിച്ച് അറിയാത്തവളാണ് ഞാൻ. ഗ്രാമത്തിൽ ഒരുകാലത്ത് എന്റെ വീട്ടിലൊഴികെ എല്ലാ വീടുകളിലും ഗൾഫിൽ ജോലിയുള്ള ഒന്നോ രണ്ടോ ആളുകൾ ഉണ്ടായിരുന്നു. പ്രൈമറി ക്ലാസ്സിൽ കൂടെ പഠിച്ച നാട്ടുകാരിൽ പലരും മുതിർന്നപ്പോൾ ഗൾഫിൽ ജോലിക്കാരാവുകയും ഗൾഫുകാരുടെ ഭാര്യമാരാവുകയും ചെയ്തനേരത്ത് പുസ്തപ്പുഴുവായ ഞാൻ കോളേജുകളിൽ കയറിയിറങ്ങി അദ്ധ്യാപികയായി രൂപാന്തരപ്പെട്ടു. അവർ ആകാശത്തുകൂടി പറന്നുകളിച്ചശേഷം ഭൂമിയിൽ ഇറങ്ങി പുതുപുത്തൻ കാറിൽ പളപളാ മിന്നുന്ന വസ്ത്രങ്ങളണിഞ്ഞ് നാട്ടിൽ കറങ്ങുമ്പോൾ ഞാൻ കോട്ടൺസാരിയിൽ ഒതുങ്ങിക്കൊണ്ട് കുട്ടികളെ തറ,പറ പഠിപ്പിക്കുന്നത് തുടർന്നു. ഒരു ദിവസം ഇടവഴിയിലൂടെ കുടചൂടി നടന്നുപോകുമ്പോൾ അവധിക്കുവന്ന പ്രവാസി ആയ സഹപാഠിയെ കണ്ടുമുട്ടിയപ്പോൾ അവൻ എന്നോടു പറഞ്ഞു,

'അന്ന് പഠിച്ചതുകൊണ്ടല്ലേ നീയിങ്ങനെ കഷ്ടപ്പെടുന്നത്. ഞങ്ങളെ നോക്കിയാട്ടെ, നിനക്ക് ഒരുമാസം കിട്ടുന്നത്ര പണം ഒരു ദിവസം കൊണ്ട് എനിക്ക് കിട്ടും'

'ഏതായാലും എനിക്ക് ഇങ്ങനെയൊക്കെ മതി'

'ഗൾഫിലൊക്കെ ടീച്ചർമാർക്ക് നല്ല ശമ്പളമാണ്. ഒരു വിസ സംഘടിപ്പിച്ചുകൂടെ?'

'അങ്ങനെ ഗൾഫിലേക്ക് പോയാൽ എന്റെ വീട്ടുകാര്യമെല്ലാം പ്രശ്നമാവും'

'നിന്റെ വിഷമം കണ്ടിട്ട് പറഞ്ഞതാണ്'

'ഇതിലൊന്നും അത്രക്ക് വിഷമം ഇല്ല, ഞാൻ പോകട്ടെ'

മറുപടി പറഞ്ഞ് മുന്നോട്ട് നടക്കുമ്പോൾ മനസ്സിനുള്ളിൽ ചെറിയൊരു അസൂയ വളർന്നുവരും. പത്താംതരം പാസ്സാവാത്ത സഹപാഠി കൊട്ടാരംപോലുള്ള വീടുവെച്ച് താമസിക്കുമ്പോൾ ഓലപ്പുരയിൽ ജീവിക്കുന്ന ഞാൻ ഗൾഫ് എന്ന മായികലോകത്തിന് മനസ്സിലിടം കൊടുക്കാതെ അകന്നുനിൽക്കും. ഇതൊക്കെയാണ് ഞാനും ഗൾഫും തമ്മിലുള്ള ബന്ധം. ഇന്ന് ജീവിതസൌകര്യങ്ങൾ ധാരാളം ഉണ്ടെങ്കിലും കഴിഞ്ഞകാലത്ത് പ്രയാസങ്ങൾ അനുഭവിച്ചറിഞ്ഞ ഞാനെങ്ങ

ന്നെ ഗൾഫുകാരുടെ വിഷമം അറിയാൻ!

വീട്ടിലുള്ള തിരക്കുകാരണം ഏതാനും ദിവസം ഇന്റർനെറ്റ് ലോകത്തുനിന്നും വിട്ടുനിന്നു. ആധുനികത നൽകിയ വരദാനങ്ങളിൽ പലതും മനുഷ്യന് ആവശ്യമില്ലാത്തതാണെന്ന് തിരിച്ചറിഞ്ഞ ദിവസങ്ങൾ ആയിരുന്നു. അതിനുശേഷം വീണുകിട്ടിയ ഒരു ദിവസത്തിന്റെ ഇടവേളയിൽ മൊബൈലിൽ മെസെഞ്ചർ തുറന്നപ്പോൾ അതിൽ നിറയേ രജനിയുടെ പരിഭവങ്ങൾ. മനസ്സുകൊണ്ട് അടുപ്പമുള്ള കൂട്ടുകാരി അകലുമ്പോൾ ഉണ്ടായ വിഷമം എഴുത്തിലൂടെ നിറച്ചുവെച്ചിട്ടുണ്ട്. പാവം,,

ഇന്നേതായാലും മറുവാക്കുകൾ എഴുതിച്ചേർക്കാം. അവളെ ആശ്വസിപ്പിച്ചുകൊണ്ട് ഏതാനും വാക്കുകൾ എഴുതി. അവളുടെ ഏകാന്തതയ്ക്ക് ആശ്വാസം കിട്ടട്ടെ.

രാത്രിയിൽ കമ്പ്യൂട്ടർ തുറന്നപ്പോൾ എന്നെക്കാൾ മുൻപെ രജനി ഓൺലൈനിൽ വന്നിട്ടുണ്ട്. അവൾ എഴുതി,

'ചേച്ചീ, ഞാനാകെ ഭയപ്പെട്ടു'

'എന്തിന്?'

'അത് ചേച്ചി എന്നെ വെറുത്തോ എന്ന് തോന്നിപ്പോയി'

'വെറുപ്പോ? എന്തിന്?'

'അഞ്ച് ദിവസമായി ചേച്ചിയെ ഓൺലൈനിൽ കണ്ടിട്ട്'

'കാണാനോ? എങ്കിൽ ഞാൻ വീഡിയോ കോൾ ചെയ്യാം'

'അയ്യോ, ചതിക്കല്ലേ ചേച്ചീ; ഞാനാകെ കുടുങ്ങും'

ഈ കുടുക്ക് എന്താണെന്ന് എനിക്കൊരു പിടിയും കിട്ടിയില്ല. എഫ്.ബി.യിൽ എഴുതുന്നതു പോലെ സംസാരിച്ചാൽ എന്താണ് തെറ്റ്? അപ്പോൾ ആരറിയാനാണ്?

'കുടുങ്ങാനോ? പുതിയ വിശേഷങ്ങൾ എന്തെങ്കിലും ഉണ്ടായോ?'

'എനിക്കെന്ത് വിശേഷം. ചേച്ചിയെന്താ ഇത്രയും ദിവസം വരാഞ്ഞത്?'

'വീട്ടിൽ മക്കൾ വന്നിരുന്നു. മൊബൈലും കമ്പ്യൂട്ടറും അവരുടെ കൈയിലായിരുന്നു'

'നല്ലതാണ് ചേച്ചി, കുട്ടികളോടൊപ്പം കളിക്കാനൊക്കെ നല്ല രസമല്ലേ'

'അതേ, സ്കൂൾ അടച്ചാൽ മാത്രമാണ് അവർ വീട്ടിൽ വരുന്നത്'

'മറ്റു ദിവസങ്ങളിൽ വീട്ടിലുണ്ടാവുന്നത് ചേച്ചിയും ഹസ്ബെന്റും മാത്രമായിരിക്കുമല്ലോ'

'അതേ, വല്ലാത്ത അവസ്ഥയാണ്, ഒച്ചയും അനക്കവും കുറവാ

ണ്'

'ശരിയാണ് ചേച്ചീ ഒരു വീട് ആവുമ്പോൾ കുട്ടികളുടെ ഒച്ച ഉണ്ടാവണം'

'ഇന്ന് എല്ലായിടത്തും അണുകുടുംബമല്ലേ'

'അതേ'

'ചേച്ചീ ഇന്നൊരു വിശേഷം ഉണ്ടായി'

'വിശേഷമോ?'

'അതേ ചേച്ചി, ഇന്ന് ഞാനും അമ്മയും ചേർന്ന് മാർക്കറ്റിൽ പോയി വരുമ്പോൾ വഴിയിൽ വെച്ച് പരിചയമില്ലാത്ത ഒരാൾ എന്നെ നോക്കിയിട്ട് 'മോളേ കരിമ്പ് വേണോ', എന്ന് ചോദിച്ചു,'

'കരിമ്പോ? ഇപ്പോൾ മാർക്കറ്റിൽ കരിമ്പ് വരുന്ന സീസണല്ലേ. ഒരു കാലത്ത് എന്റെ വീട്ടിൽ ധാരാളം കരിമ്പ് നട്ടുവളർത്തിയിരുന്നു. നല്ല മധുരമുള്ളത്,'

'പക്ഷേ,,'

'പക്ഷേ, എന്തുപറ്റി?'

'അയാളങ്ങനെ ചോദിച്ചപ്പോൾ എനിക്ക് വല്ലാത്ത എന്തൊക്കെയോ തോന്നി'

'എന്ത് തോന്നാൻ?'

'എന്തോ എനിക്കത് കേട്ടപ്പോൾ വല്ലാത്ത വികാരം തോന്നി'

അവളുടെ എഴുത്ത് വായിച്ചപ്പോൾ എനിക്കങ്ങ് ദേഷ്യംവന്നു. ഒരു കരിമ്പിൻതണ്ട് കണ്ടാൽ ഇളകുന്ന മനസ്സാണോ, ഒരു പെണ്ണിന് ഉണ്ടാവേണ്ടത്. ഇത്തിരിയെങ്കിലും തന്റേടം വേണ്ടേ; ഇതുപോലെ ചിന്തിക്കുന്ന സ്ത്രീകൾ കാരണമാണ് സമൂഹം സ്ത്രീകളെ മുഴുവൻ മോശക്കാരായി പറയുന്നത്. ഞാൻ പിന്നീടൊന്നും എഴുതിയില്ല. അല്പസമയത്തെ കാത്തിരിപ്പ് കഴിഞ്ഞപ്പോൾ രജനി തുടർന്നു,

'എന്റെ മനസ്സിലുള്ളത് ഞാൻ ചേച്ചിയോട് തുറന്നു പറഞ്ഞതാണ്; തെറ്റാണെന്നറിയാമെങ്കിലും വേണ്ടാത്തതൊക്കെ ഞാൻ ചിന്തിച്ചു പോകുന്നു, സോറി ചേച്ചി'

'ഇങ്ങനെ ചിന്തിച്ചാൽ അപകടത്തിൽ ചാടും'

'എനിക്കറിയാം ചേച്ചീ, ഇങ്ങനെയുള്ള ഉപദേശങ്ങൾക്ക് വേണ്ടിയാണ് ഞാനെല്ലാം ചേച്ചിയോട് തുറന്നു പറയുന്നത്. അങ്ങനെ ചെയ്യരുതെന്ന് വിചാരിച്ചിട്ടും ഓട്ടോമാറ്റിക്ക് ആയി വേണ്ടാത്തത് ഓർമ്മിച്ച് പോകുന്നു'

'ശരി, ഇന്ന് വൈകി; ഇനി നാളെ കാണാം'

‘ശരി ചേച്ചി, ഗുഡ്നൈറ്റ്’

കമ്പ്യൂട്ടർ ഓഫാക്കാൻ നേരത്ത് ഞാൻ മനസ്സിലോർത്തു,

ഇവളൊരിക്കലും ശരിയാവില്ല; പട്ടിയുടെ വാല് വളഞ്ഞുതന്നെ കിടക്കും.

ഓർമ്മകളിലെ തെറിവിളികൾ

ചുറ്റും ധാരാളം ആളുകളുണ്ടെങ്കിലും ആരുമായും മിണ്ടാതെ പറയാതെ നിൽക്കുന്ന അവസ്ഥ മാനസികമായ ഒറ്റപ്പെടലാണ്. പറയാൻ ഒട്ടനവധി കാര്യങ്ങൾ ഉണ്ടെങ്കിലും ഒന്നും വെളിയിൽ പറയാനാവാത്ത അവസ്ഥ വളരെ ദയനീയമാണ്. മനസ്സിലുള്ളത് തുറന്നു പറയാൻ കഴിയാതെ മറ്റുള്ളവരാൽ അവഗണിക്കപ്പെടുമ്പോൾ ഉള്ളിലാകെ വീർപ്പുമുട്ടൽ അനുഭവപ്പെടും. അതുപോലെയുള്ള അവസ്ഥ തരണം ചെയ്യാനാണ് ഓൺലൈൻ ബന്ധങ്ങളിലൂടെ രജനി ആഗ്രഹിച്ചത്. അതിനുവേണ്ടി അവൾ കണ്ടെത്തിയത് എന്നെയാണ്. ഉള്ളിലുള്ളതെല്ലാം തുറന്നു പറഞ്ഞ് അവൾക്ക് ആശ്വാസം ലഭിക്കണം.

സാമൂഹികജീവിതം തുടങ്ങിയ മനുഷ്യൻ ആശയവിനിമയത്തിനുവേണ്ടി ഭാഷയുണ്ടാക്കുകയും അതുവഴി പലതരം അറിവുകൾ ആർജ്ജിക്കുകയും ചെയ്തു. തുറന്നുപറച്ചിൽ വഴി മനുഷ്യമനസ്സിന് ആശ്വാസവും ഉണർവ്വും ലഭിക്കുമെന്നാണ് എന്റെ അഭിപ്രായം. ടീവിയും മൊബൈലും മാത്രമല്ല, വൈദ്യുതിപോലും ഇല്ലാതിരുന്ന കാലത്ത് എന്റെ ഗ്രാമത്തിലുള്ളവരുടെ പ്രധാനവിനോദമാണ് വഴക്കുകൂടലും ചീത്തപറച്ചിലും. നാട്ടിൻപുറത്തെ ചീത്തപറച്ചിൽ തന്നെയാണ് തെറിവിളി. ഇത്തരം വിനോദങ്ങൾ അരങ്ങേറുമ്പോൾ അതിലെ പങ്കാളികൾക്ക് മാത്രമല്ല, കാണുന്നവർക്കും കേൾക്കുന്നവർക്കും ആവേശം കൂടും. വഴക്കുകൂടൽ വീട്ടിലുള്ളവർ തമ്മിലും അയൽക്കാർ തമ്മിലും ബന്ധുക്കൾ തമ്മിലുമൊക്കെയാവാം. ഒറ്റയായും ഗ്രൂപ്പായും വഴക്ക് കൂടുമ്പോൾ കാണികളായി ഒളിഞ്ഞും തെളിഞ്ഞും ധാരാളം ആളുകൾ ഒത്തുകൂടും. കാണികളുടെ എണ്ണം കൂടുന്തോറും വഴക്കാളികളുടെ ആവേശം കൂടിയിട്ട് തെറിവിളിയുടെ ഗ്രെയ്ഡ് വർദ്ധിക്കും.

എന്റെ ഗ്രാമത്തിലെ തെറിവിളികൾക്ക് പ്രായ, ലിംഗ, ബന്ധ, സ്ഥാന, ജാതി, മത, രാഷ്ട്രീയ, വിദ്യാഭ്യാസ, സാമ്പത്തികം ഒന്നുംതന്നെ

പ്രശ്നമല്ല. അക്ഷരം അറിയുന്ന കുഞ്ഞു മുതൽ സെഞ്ചറി ആവാനിരിക്കുന്ന സീനിയർ സിറ്റിസൺസ് വരെ സാഹചര്യം വന്നാൽ തെറിവിളിക്കും. എല്ലാ ജാതിയിലും മതത്തിലും ജനിക്കുന്ന മിക്കവാറും സ്ത്രീകളും പുരുഷന്മാരും തെറിവിളിക്കാറുണ്ട്. ബന്ധങ്ങളുടെ അടുപ്പം പോലെതന്നെ അവർതമ്മിലുള്ള തെറിവിളിയുടെ ആഴവും കൂടും. ഏത് വലിയ ഓഫീസറായാലും ആയിരങ്ങളെ നയിക്കുന്ന നേതാവായാലും വഴക്കുണ്ടാവുമ്പോൾ ആവശ്യം വന്നാൽ തെറിവിളിക്ക് ഒരു ക്ഷാമവും ഉണ്ടാവില്ല. അതുപോലെ തെരുവിൽ ജീവിക്കുന്നവരും കൊട്ടാരത്തിലെ മതിൽക്കെട്ടിനകത്ത് ജീവിക്കുന്നവരും തെറിവാക്കുകൾക്ക് ക്ഷാമം കാണിക്കാറില്ല. മദ്യലഹരിയിലെ തെറിവിളി ആണെങ്കിൽ കേട്ടുനിൽക്കുന്നവർ സ്ഥലം വിടും. പിന്നെ രാഷ്ട്രീയത്തിലും സിനിമയിലും ഉള്ള തെറിവിളി,, അതിപ്പോഴും നമ്മുടെ സ്വീകരണമുറിയിൽ മുഴങ്ങിക്കേൾക്കുന്നുണ്ടല്ലോ,,

വഴക്കിന്റെ പ്രധാനഘടകമായ തെറിവിളി നിർത്താതെ കൈയ്യേറ്റത്തിൽ എത്തുന്നതിനു മുൻപ് ശാരീരികഗോഷ്ഠികൾ അരങ്ങേറും. ഈ ഗോഷ്ഠികൾ മുഖം കൊണ്ടുള്ള നവരസങ്ങളോടൊപ്പം കൈയും ഉടലും ചേർത്ത കഥകളിമുദ്രകളായി രൂപാന്തരപ്പെടും. അടുത്ത ഘട്ടത്തിൽ സ്വന്തം ഉടുതുണിയിൽ പിടിക്കും. ഇക്കാര്യത്തിൽ ആണും പെണ്ണും വ്യത്യാസമില്ല. അവൻ തുണിപൊക്കി പിൻവാതിൽ കാണിക്കുമ്പോൾ അവൾ ഉമ്മറം തുറന്നുകാട്ടും. ശേഷം തുണിയഴിച്ചാൽ കാണികളുടെ ഹർഷാരവങ്ങൾ ഉച്ചസ്ഥായിയിൽ എത്തിയിരിക്കും.

അടുത്ത ഘട്ടം കൈയ്യേറ്റമാണെങ്കിലും പണ്ടുകാലത്ത് അങ്ങനെയൊന്നും ഉണ്ടാവാറില്ല. അപ്പോഴേക്കും ഇരുവശവും വാക്ക്ശരമേറ്റ് തളർന്ന് ക്ഷീണിച്ചിരിക്കും. അല്ലെങ്കിൽ ജനസമ്മതനായ മുതിർന്ന ആൾ മൂന്നാമനായിവന്ന് തർക്കം തീർത്ത് ഇരുവശത്തേയും അനുനയിപ്പിക്കും. മാന്യതയുടെ ഏറ്റക്കുറച്ചിൽ ഉള്ളപ്പോൾ നാണക്കേട് കൊണ്ട് ഒരുവശത്തുള്ളവർ സ്ഥലംവിട്ടെന്നും വരാം. പലരും അവസാനമായൊരു പച്ചത്തെറി പറഞ്ഞ് കൈകൊണ്ടും മുഖം തിരിച്ചും ഗോഷ്ഠി കാണിച്ചിട്ടായിരിക്കും സ്ഥലം വിടുന്നത്.

ഇങ്ങനെയുള്ള അവസരങ്ങളിൽ പറയുന്ന തെറിവാക്കുകൾ ചേർത്ത് പ്രത്യേക ഡിക്ഷ്ണറി തന്നെ നിർമ്മിക്കാം. ആനമുതൽ ഉറുമ്പുവരെയുള്ള ജന്തുക്കളുടെ പേരുവെച്ച് ആദ്യം തുടങ്ങുന്നു. പിന്നീട് ബന്ധങ്ങളുടെയും ബന്ധുക്കളുടേയും പേരുകൾ അരങ്ങേറുന്നു. തലമുറകൾക്ക് മുന്നേ മരിച്ചു മണ്ണടിഞ്ഞ അപ്പൂപ്പന്മാരുടെയും അമ്മൂമ്മമാരു

ടെയും ഓർമ്മ പുതുക്കൽ കൂടിയാണ് ഇത്തരം തെറിവിളികൾ. ഒടുവിൽ ലൈംഗികതയുടെ അപാരമായ ലോകം തെറിവിളികൾക്കായി തുറക്കപ്പെടും. മലയാളത്തിലെ മാന്യമായ പദങ്ങളിൽ ചിലത് തെറിവിളിക്കാൻ മാത്രമായി സംവരണം ചെയ്യപ്പെട്ടതാണ്. അതിനാൽ ശരീരശാസ്ത്രം പഠിപ്പിക്കാൻ നേരത്ത് എന്നെപ്പോലുള്ള അദ്ധ്യാപകർ ഇംഗ്ലീഷിന്റെയും സംസ്കൃതത്തിന്റെയും സഹായം തേടാറുണ്ട്. ഇന്നത്തെ മുതിർന്ന പൌരസമൂഹം എല്ലായിനം വഴക്കും തെറിവിളിയും കേട്ടും അറിഞ്ഞും വളർന്നവരാണ്.

വഴക്കിന്റെയും തെറിവിളിയുടെയും ചരിത്രവും മനഃശാസ്ത്രവും അന്വേഷിച്ച് നമ്മൾ വളരെദൂരം സഞ്ചരിക്കേണ്ടിവരും. പുരാതനമനുഷ്യൻ ആധുനികമനുഷ്യനായി പരിണമിക്കുന്ന കാലത്ത് കൊന്നും കൊലവിളിച്ചും നടക്കുമ്പോൾ പിറവിയെടുത്ത വാക്കുകളോളം പഴക്കം തെറിവിളികൾക്ക് ഉണ്ടാവണം. അക്ഷരങ്ങളും വാക്കുകളും കൊണ്ട് ആശയവിനിമയം നടത്താൻ പഠിച്ച മനുഷ്യന്റെ അന്യോന്യ വഴക്കുകളിൽ കടന്നുവന്ന ഭാഷ മൂർച്ചയേറിയ ആയുധമായി രൂപാന്തരപ്പെട്ടു.

തെറിവിളിച്ചവർ തമ്മിൽ സ്നേഹബന്ധം ഉണ്ടാവുന്ന അതിമഹത്തായ കാഴ്ചകളും ചിലനേരത്ത് നമുക്കുകാണാം. അത്തരം ബന്ധത്തിന് ആഴം കൂടും. ചിലയിടത്ത് വഴക്കാളികൾ തമ്മിൽ യോജിക്കുമ്പോൾ വഴക്ക് തീർക്കാൻ വന്നവനെ ആക്രമിക്കുന്നതും കാണാം.

'നമ്മളന്യോന്യം പൊരുതുമ്പോൾ നമ്മളഞ്ചും അവർ നൂറും,, അന്യർ വന്ന് ആക്രമിക്കുമ്പോൾ നമ്മൾ നൂറ്റഞ്ച് പേരായിമാറുന്ന അനുഭവംതന്നെ,'

തെറിവിളികളുടെ പിന്നിലെ മനഃശാസ്ത്രം അന്വേഷിച്ചാൽ ചെന്നെത്തുന്നത് അടിമ, ഉടമ ബന്ധത്തിലും ആണത്വത്തിന്റെ അവകാശം സ്ഥാപിക്കുന്നതിലും ആയിരിക്കും. ഉടമയ്ക്ക് അതായത് മേൽതട്ടിലുള്ളവർക്ക് അവരുടെ സ്ഥാനം ഉറപ്പിക്കൽ കൂടിയാണ് ഈ തെറിവിളി. എങ്കിലും നാട്ടിൻപുറത്ത് നടക്കുന്ന തെറിവിളികൾ മനസ്സിന്റെ ഉള്ളറകളിലുള്ള പിരിമുറുക്കത്തിന്റെ ബഹിർഗമനം ആയിട്ടാണ് എനിക്ക് തോന്നിയത്, വെറും ടെൻഷൻ റിലീസിംഗ്. പറയേണ്ടത് പറയേണ്ടതുപോലെ പറഞ്ഞപ്പോൾ ലഭിക്കുന്ന ആശ്വാസം, അത്രതന്നെ,,

അങ്ങനെയാണ് കുട്ടിക്കാലത്ത് ഞാനും ശൈലയും അറബിക്കടലിനെ സാക്ഷിയാക്കി അന്യോന്യം തെറിവിളിച്ചത്. അപ്പോൾ കിട്ടിയ ആശ്വാസം അനുഭവിച്ച് അറിഞ്ഞതാണ്.

കടപ്പുറത്തുള്ള നമ്മുടെ സ്വന്തം പറമ്പിൽ അമ്മാവനോടൊപ്പം ഞങ്ങളും പോയി. ഞങ്ങൾ എന്നുവെച്ചാൽ പത്ത് വയസ്സുകാരി ഞാനും അയൽക്കാരിയും ബന്ധുവുമായ ഒൻപത് വയസ്സുകാരി ശൈലയും. രാവിലെമുതൽ രാമേട്ടനും കൊട്ടേട്ടനും തെങ്ങിന്മേൽ കയറി തേങ്ങ പറിക്കുമ്പോൾ നാല് പെണ്ണുങ്ങൾ വട്ടക്കൂട്ടയിൽ തേങ്ങ കൊണ്ടുപോകുന്നു. അവർക്കിടയിൽ ഓലപ്പീപ്പി ഉണ്ടാക്കിയും ഇളനീർ കുടിച്ചും തേങ്ങ പെറുക്കിക്കൂട്ടിയും ഞങ്ങൾ നടന്നു. ചെങ്കൽപ്പാറകൾക്കിടയിലുള്ള മണ്ണിൽ വളരുന്ന തെങ്ങുകളെല്ലാം നിറയെ തേങ്ങയുമായി കടൽക്കാറ്റിൽ ഇളകിയാടുകയാണ്. ഉച്ചയാവാറായപ്പോഴാണ് വലിയമ്മാവൻ കല്പിച്ചത്, കുന്നിനു താഴെയിറങ്ങി കടപ്പുറത്ത് വീണുകിടക്കുന്ന തേങ്ങകൾ പെറുക്കാൻ,,

ഞങ്ങൾ ഇറങ്ങിനടന്നു,,

വെളുത്ത പൂഴിമണലിൽ വീണുകിടക്കുന്ന പച്ചതേങ്ങകൾ ഒന്നും രണ്ടുമായി എടുത്ത് മുകളിലേക്ക് നടന്ന് ഒരുമിച്ച് കൂട്ടിയിടുന്ന കഠിന പ്രയത്നം തുടങ്ങി. അങ്ങിനെ വെളുത്ത പൂഴി കാലുകൊണ്ട് തെറിപ്പിച്ച് നടക്കുന്നതിനിടയിൽ ശൈല പറഞ്ഞു,

'എണേ, നിനക്ക് ചീത്തപറയാൻ അറിയോ?'

'ചീത്ത പറയാനോ? കേട്ടിട്ടുണ്ടെങ്കിലും പറഞ്ഞിട്ടില്ല'

'എന്നാൽ നമ്മൾക്ക് തുടങ്ങാം ഈടയാവുമ്പോൾ ആരും കേൾക്കില്ല'

'നീ തുടങ്ങ്'

'എങ്കിൽ തുടങ്ങാം. നായീന്റെ മോനേ'

'നായീന്റെ മോളേ'

ഞാനും വിട്ടുകൊടുത്തില്ല. മൂത്തവൾ ഞാനാണല്ലോ,,

അറബിക്കടലിനെ സാക്ഷിയാക്കി ഞങ്ങൾ രണ്ടുപേരും അന്യോന്യം തെറിവാക്കുകൾ പറയാൻ തുടങ്ങി. ആദ്യമൊക്കെ ചെറുതാണെങ്കിലും പിന്നീട് ഡോസ് കൂട്ടിക്കൂട്ടി രണ്ടുപേർക്കും അറിയാവുന്നതൊക്കെ വിളിച്ചുപറഞ്ഞു. മുതിർന്നവർ രഹസ്യമായി പറഞ്ഞുകേട്ട പദങ്ങൾ പരസ്യമായി എന്റെയും അവളുടെയും നാവിലൂടെ പുറത്തുചാടി,, ഞങ്ങൾ വളരെ ഉച്ചത്തിൽ പറഞ്ഞെങ്കിലും അതെല്ലാം അറബിക്കടലിന്റെ അലർച്ചയിൽ മുങ്ങിത്താണു. ഒടുവിൽ ശൈല പറഞ്ഞു,

'മതിയെണേ, നിർത്താം'

'എനക്കും മതിയായി'

'ഇങ്ങനെ ചീത്ത പറയുമ്പോൾ എന്തൊരു രസമാണ്'

'ആകെയൊരു സന്തോഷം തോന്നുന്നു. എന്തൊരു ആശ്വാസം, ഇനി നമ്മക്ക് പോകാം'

ഞങ്ങൾ പറഞ്ഞ വാക്കുകൾ മറ്റാരും കേട്ടില്ലെന്ന ആശ്വാസത്തോടെ പൂഴി ചവിട്ടിത്തെറിപ്പിച്ചു കൊണ്ട് കുന്നിന്റെ മുകളിലേക്ക് കയറാൻ തുടങ്ങി. പെൺകുട്ടികളായ രണ്ടുപേർ ഉച്ചത്തിൽ തെറി പറയാനുള്ള അവസരം ലഭിച്ചത് ശരിക്കും പ്രയോജനപ്പെടുത്തി. ഇന്നത്തെ കാലത്ത് തെറിവിളിയൊക്കെ ഓൺലൈൻ ആയി മാറിയിരിക്കുന്നു.

മുഖം കാണാതെ മനസ്സിൽ തോന്നുന്നതെന്തും വിളിച്ചുപറയാനുള്ള സ്വാതന്ത്ര്യമല്ലേ ഇപ്പോൾ രജനിയും കാണിക്കുന്നത്?

പൂജാമുറിയിൽ സംഭവിച്ചത്

കരിമ്പിൻതണ്ടിന്റെ കാര്യം പറഞ്ഞതിന്റെ പിറ്റേദിവസം വൈകിട്ട് മുഖപുസ്തകം തുറന്നപ്പോൾ ഞാൻ കണ്ടത് രജനിയുടെ പ്രൊഫൈലിൽ ചിരിക്കുന്ന സുന്ദരിയുടെ ചിത്രം. അവളിത്ര സുന്ദരിയാണോ? ശ്രദ്ധിച്ച് നോക്കിയപ്പോൾ അതൊരു ഹിന്ദി ഫിലിം സ്റ്റാർ ആണെന്ന് മനസ്സിലായി.

പൊതുജനത്തിനു മുന്നിൽ സ്വന്തം മുഖം കാണിക്കാനുള്ള തന്റേടം മിക്കവാറും സ്ത്രീകൾക്ക് ഇല്ലാതെ പോയല്ലോ. അവർ പാവങ്ങൾ, സൌന്ദര്യം മൊത്തമായി ഒളിച്ചുവെക്കാൻ വിധിക്കപ്പെട്ടവർ. സ്വന്തം മുഖം കാണിക്കാൻ ഇഷ്ടപ്പെടാത്തതിന്റെ കാരണങ്ങൾ പലതാണ്. മറ്റുള്ളവരെല്ലാം സുന്ദരികളും സുന്ദരന്മാരും ആണെന്നും സ്വന്തം മുഖം വിരൂപമാണെന്നും ഉള്ള മുൻധാരണ കാരണം അപകർഷത വന്നുചേർന്ന് മുഖം മറച്ചു വെക്കുന്നവരും കൂട്ടത്തിലുണ്ട്. ഇഷ്ടം പോലെ പൊയ്മുഖങ്ങളുള്ള ഇക്കാലത്ത് സ്വന്തം മുഖം ഏതാണെന്നുപോലും ചിലപ്പോൾ അറിയാതാവും.

എങ്കിലും സൌന്ദര്യം ഇല്ലാത്തവർ അധികവും കൂട്ടത്തിൽ പിൻതള്ളപ്പെടാറാണ് പതിവ്, ഏതായാലും ഇന്ന് രജനിയെ കാണും,

കാണണം, അവളുടെ കഥ അറിയണം,,

പതിവിലും അധികം വീട്ടുജോലികൾ ഉള്ളതിനാൽ അന്നുരാത്രി കമ്പ്യൂട്ടർ തുറക്കാൻ വൈകി. ബ്ലോഗെഴുത്ത് ഉള്ളതിനാൽ ഇടയ്ക്കിടെ അതിൽ എഴുതുകയും തുറന്നുവായിക്കുകയും ചെയ്യുന്ന പതിവുണ്ട്. ഒരു കഥ വായിച്ചശേഷം എഫ്.ബി. തുറന്നപ്പോൾ രജനി ആദ്യമേ ഹാജരുണ്ടെന്ന് അറിഞ്ഞു. തുറന്നപ്പോൾ അവളുടെ പരിഭവം,

'ചേച്ചീയെ ഞാനെത്ര നേരമാ കാത്തിരിക്കുന്നത്?'

'എന്തെങ്കിലും വിശേഷം ഉണ്ടോ?'

'ഒരു വിശേഷമുണ്ട് ചേച്ചീ'

'ഇതിനിടയിൽ വിശേഷവും ആയോ?'

'ഈ ചേച്ചിയുടെ ഒരു തമാശ'

'കുട്ടീ ഞാനൊരു ഹാസ്യ എഴുത്തുകാരിയാണ്'

'ചേച്ചിക്ക് ചിരിക്കാൻ കഴിയുന്നത് ഭാഗ്യമാ'

'ഹാസ്യ എഴുത്തുകാർ ചിരിക്കാറില്ല; മറ്റുള്ളവരെ ചിരിപ്പിക്കാറാണ് പതിവ്'

'അതൊക്കെ വിടു ചേച്ചീ, എനിക്കൊരു വിശേഷം ചേച്ചിയോട് പറയാനുണ്ട്'

'അതാണ് വിശേഷം ആയോ എന്ന് ചോദിച്ചത്'

'ചേച്ചി ഇന്ന് വൈകുന്നേരം എന്റെ ജീവിതത്തിൽ വലിയൊരു സംഭവം ഉണ്ടായി'

'സംഭവമോ?'

'അതെ ചേച്ചി, ഞാനിന്ന് ഒരാളുമായി സെക്സ് ചെയ്തു,'

'ഗൾഫിൽ നിന്നും ഹസ്ബന്റ് വന്നോ?'

'അതൊക്കെ എപ്പോഴെങ്കിലും വരട്ടെ, ഇത് വേറേയൊരാൾ'

'വേറെ ആളോ?'

'എന്റെ വീട്ടിൽനിന്നും നടന്നുപോകാൻ ദൂരത്തിലുള്ള ചെറിയൊരു വീട്ടിൽ താമസിച്ചുകൊണ്ട് ഒരു സിദ്ധൻ പൂജ ചെയ്യുന്നുണ്ട്. അദ്ദേഹവുമായി എനിക്കിന്ന് ലൈംഗികബന്ധം ഉണ്ടായി'

അവസാനം ഏതെങ്കിലും ഏടാകൂടത്തിൽ അവളങ്ങനെ ചാടുമെന്ന് ആദ്യമേ എനിക്ക് ഉറപ്പുണ്ടായിരുന്നു. അവളുടെ എഴുത്തിൽ മിഴിച്ചുനോക്കി അല്പസമയം ഞാനിരുന്നു. ഇത്രക്ക് തീവ്രമാണോ ഈ പെണ്ണിനുള്ള വികാരം? ഒടുവിൽ ഇവളെത്തിച്ചേരുന്നത് ഏതൊക്കെ കുഴപ്പത്തിലായിരിക്കും?

കൂടുതൽ ചിന്തിച്ചപ്പോൾ എനിക്കവളോട് സഹതാപം തോന്നി, പാവം പെണ്ണ്,, എത്ര കാലമാ ഇങ്ങനെ അടച്ചുപൂട്ടി ഇരിക്കുക,,

ഞാൻ മറുപടി എഴുതാത്തപ്പോൾ അവൾ വീണ്ടും എഴുതി,

'ചേച്ചീ എന്നെ കുറ്റപ്പെടുത്തുകയാണോ? ഞാൻ ചെയ്തത് തെറ്റാണെന്ന് എനിക്കറിയാം'

'അതിലെന്ത് തെറ്റ്, ജീവികളുടെ നിലനില്പ് തന്നെ അതിലല്ലേ; ബന്ധപ്പെടൽ സിദ്ധവിധി പ്രകാരം ആണോ?'

'അതൊന്നും എനിക്കറിയില്ല'

'അപ്പോൾ കാര്യങ്ങളൊന്നും അറിയാതെയാണോ ഈ എടുത്തുചാട്ടം?'

'അമ്പലത്തിന്റെ അടുത്താണ് അദ്ദേഹം താമസിക്കുന്നത്; പലരുടേയും ഭാവി പ്രവചിക്കുന്ന ആളാണ്'

'രജനിയുടെ ഭാവി പ്രവചിക്കൽ എളുപ്പമായല്ലോ'

'ഞാനതിനല്ല ചേച്ചി പോയത്, ആ സിദ്ധൻ സ്വന്തം വീട്ടിൽവെച്ച് ദോഷങ്ങൾ മാറാൻ പൂജ നടത്തുന്നുണ്ടെന്നും ഫലം ഉണ്ടാകുമെന്നും അമ്പലത്തിലെ പൂജാരി പറഞ്ഞു. കുടുംബത്തിലുള്ളവർക്ക് സമയ ദോഷം ആണെന്ന് വിനിയേട്ടന്റെ അമ്മ എപ്പോഴും പറയാറുണ്ട്. അതുകൊണ്ട് അമ്മയോട് ചോദിച്ചിട്ട് പൂജ ചെയ്യാൻ പോയതാണ്'

'അമ്മയുടെയും മകന്റെയും സമയദോഷം, എന്നിട്ട്?'

'അവിടത്തെ അന്തരീക്ഷം എന്നെ ലഹരി പിടിപ്പിച്ചു. കർപ്പൂരത്തിന്റെയും കുന്തിരിക്കത്തിന്റെയും തീഷ്ണഗന്ധം എന്നെ സ്വാധീനിച്ചു ചേച്ചി. പാതി ബോധത്തിലാണ് എല്ലാം നടന്നതെന്ന് തോന്നി'

'ബോധം പാതിയെങ്കിലും ഉണ്ടല്ലോ, ഭാഗ്യം. പിന്നെ ഭാവി പ്രവചനത്തിൽ ഇക്കാര്യവും ഉൾപ്പെട്ടിരുന്നോ?'

'ഭാവിയൊക്കെ അവിടെയിരിക്കട്ടെ ചേച്ചി, എനിക്കിപ്പോൾ വളരെ സന്തോഷം തോന്നുന്നു. എത്ര ദിവസമാ ഒറ്റക്കിങ്ങനെ സഹിക്കുന്നത്?'

അവൾ പറഞ്ഞ കാര്യം ചിന്തിച്ച് ഒന്നുമെഴുതാതെ ഞാനിരുന്നു. അവൾക്ക് ശരിയെന്ന് തോന്നുന്നത് അവൾ ചെയ്യുന്നു. അവളുടെ വികാരങ്ങൾ അവളെ മുന്നോട്ട് നയിക്കുന്നു.

ഇങ്ങനെയൊരു എടുത്തുചാട്ടം ഉണ്ടായാൽ ഒരു സ്ത്രീയുടെ ജീവിതത്തിൽ എന്തെല്ലാം പ്രശ്നങ്ങളാണ് വരുന്നതെന്ന് രജനി ചിന്തിക്കാനിടയില്ല. ഗൾഫിൽ ഇരുന്നുകൊണ്ട് മൊബൈൽ ട്രെയ്സിംഗ്, സി.സി.ടി.വി. നിരീക്ഷണം തുടങ്ങിയ വേലിക്കകത്ത് തളച്ചിട്ടാലും വികാരലോലകൾ വേലിക്കടിയിലെ മണ്ണ് തുരന്നെങ്കിലും വെളിയിൽ ചാടും. ഇനിയുള്ള സംഭവങ്ങൾ എന്തായിരിക്കും? വേലിചാടിയ കഥാനായികയോടുതന്നെ കാര്യം ചോദിക്കാം,

'ഇതുകൊണ്ട് ഉണ്ടാകുന്ന ഭവിഷ്യത്തുകൾ രജനിക്ക് അറിയുമോ?'

'എനിക്ക് അറിയില്ല ചേച്ചി, പാതി മരവിച്ച അവസ്ഥയിലായിരുന്നു ഞാൻ, അദ്ദേഹം പറയുന്ന എല്ലാത്തിനും അനുസരിച്ച് വഴങ്ങുകയായിരുന്നു എന്റെ ശരീരവും മനസ്സും'

'മോളേ, ഇത് തീ കൊണ്ടുള്ള കളിയാണ്. ഇതിവിടം കൊണ്ട് അവസാനിക്കില്ല. ഭർത്താവിന് ഫോൺ ചെയ്ത് ഗൾഫിലേക്ക് വിസ ശരിയാക്കാൻ പറയണം. അവിടെ പോയി താമസിക്കുക. അവിടത്തെ സ്കൂളിൽ പഠിച്ച് മകൻ വളരട്ടെ'

'ചേച്ചി പറയുന്നതിന്റെ ഗൌരവം എനിക്കറിയാം. പക്ഷെ ഞാനെത്ര ആലോചിച്ചിട്ടും എനിക്കൊന്നും മനസ്സിലാവുന്നില്ല. ആ നിമിഷ

ങ്ങളിൽ അയാളൊരു മാന്ത്രികനെ പോലെ ആയിരുന്നു. ദൈവത്തിന് പൂജാപുഷ്പങ്ങൾ അർപ്പിക്കുന്ന അയാളുടെ വിരലുകൾ എന്റെ ദേഹമൊട്ടാകെ സ്പർശിക്കുമ്പോൾ എനിക്ക് എതിർക്കാനേ തോന്നിയില്ല. ഉള്ളിന്റെ ഉള്ളിൽ അതെല്ലാം ഞാൻ ആഗ്രഹിച്ചതുപോലെ ആയിരുന്നു ചേച്ചി'

'കുട്ടീ നീ സൂക്ഷിക്കണം'

'ഈശ്വരനാമം ജപിക്കുന്ന നേരത്ത് സ്ത്രീകൾക്ക് അശുദ്ധി കല്പിക്കുന്ന ആളിന് എന്നോടുള്ള അനുരാഗം അതിതീവ്രമായിരുന്നു ചേച്ചി. അദ്ദേഹവുമായി ഇടപെട്ട നിമിഷങ്ങൾ എന്നിൽ നിർവൃതിയും കൌതുകവും ഉണ്ടാക്കി ചേച്ചി. എന്റെ ശരീരവും മനസ്സും ഇപ്പോഴും ആ നിമിഷങ്ങളുടെ ഉണർവിൽ തന്നെ തുടരുകയാണ്. എന്റെ അവസ്ഥയെല്ലാം ആദ്യം മുതൽക്കെ അറിയാവുന്നത് കൊണ്ടാണ് ഞാനെല്ലാം ചേച്ചിയോട് തുറന്നു പറയുന്നത്'

അവൾ എഴുതിയത് വായിച്ചപ്പോൾ തലയിലൂടെ എന്തൊക്കെയോ ഓടിക്കളിക്കുന്നത് പോലെ തോന്നി. ഇനിയൊരു തിരിച്ചുവരവ് ഇല്ലാത്തവിധം ലൈംഗിക മോഹങ്ങളെല്ലാം അടച്ചുപൂട്ടിയ എന്റെ വൃദ്ധമനസ്സിലും ചെറുതായൊരു ഇളക്കം തട്ടുന്നുണ്ടോ? എന്നാലും,,

ഇതാകെ പുലിവാലായോ? ഈവക പെണ്ണുങ്ങൾ ഭൂമീലുണ്ടോ?

എന്റെ മറുപടി കിട്ടാത്തപ്പോൾ അവളെഴുതി,

'ചേച്ചി എന്നോട് പിണക്കത്തിലാണോ?'

'ഞാൻ ഉറങ്ങാൻ പോകുന്നു'

'ഇന്നെനിക്ക് ഉറക്കമില്ല ചേച്ചി; പകൽനേരത്തെ പൂജാവേളയുടെ കുളിരിൽ ലയിച്ചുലയിച്ച് രാത്രിയിൽ ഉറങ്ങാതെ ഞാനങ്ങനെ ഇല്ലാതെയാവും ചേച്ചി'

'ശരി, ഗുഡ്നൈറ്റ്'

എന്റെ ഉറക്കം എന്നിൽനിന്നും അകന്നുമാറി. ചിന്തകൾ ചുഴികളായി പടരുകയാണ്. സ്വന്തമായ പ്രശ്നങ്ങൾ ഇല്ലാത്തതു കൊണ്ടാണോ മറ്റുള്ളവരുടെ കാര്യങ്ങൾ അറിഞ്ഞ് ടെൻഷനാവുന്നത്. അവൾ അവളുടെ പാട്ടിന് പോവട്ടെ, ഏതോ നാട്ടിൽ എവിടെയോ ഉള്ളവൾ. ചിലപ്പോൾ ഫെയ്ക്ക് ഐഡി ആവാം. നാളെത്തന്നെ അവളെ ബ്ലോക്ക് ചെയ്ത് എന്റെ കമ്പ്യൂട്ടർ സിസ്റ്റവും ഫെയ്സ്ബുക്കും ശുദ്ധീകരിക്കണം. എന്റെ തലച്ചോറിൽ നിന്നും രജനിയെ ഒഴിവാക്കിയിട്ട് മനസമാധാനത്തോടെ എനിക്കൊന്ന് ഉറങ്ങണം.

വാസ്തുദോഷ പരിഹാരം

ചെയ്യുന്നത് പൂർണ്ണമായും തെറ്റാണെന്ന് അറിയാമെങ്കിലും പൂർവ്വാധികം താല്പര്യത്തോടെ അക്കാര്യം വീണ്ടും വീണ്ടും ചെയ്യുന്നത് മനുഷ്യസഹജമാണ്. ഇവിടെയൊരു സ്ത്രീ അവളുടെ വേദനകളും ആഹ്ലാദനിമിഷങ്ങളും ഒരു ചേച്ചിയോടെന്ന പോലെ പറഞ്ഞ് ആശ്വാസം തേടുമ്പോൾ ഞാനൊരു ശ്രോതാവ് ആയി മാറിയിരിക്കുന്നു. എന്നിൽനിന്നും അവൾ പ്രതീക്ഷിക്കുന്നത് വെറും ശ്രോതാവിന്റെ റോൾ മാത്രം ആയിരിക്കില്ല. തന്നെപ്പോലൊരു സ്ത്രീയിൽ നിന്നുള്ള ആശ്വാസവചനങ്ങൾ കൂടി അവൾ കൊതിക്കുന്നുണ്ട്. മുതിർന്ന സഹോദരിയോട് എന്നപോലെ അവളെല്ലാം തുറന്ന് പറയുകയാണ്. ഞാനൊരു കേൾവിക്കാരി മാത്രം,, അവളെ ആശ്വസിപ്പിക്കുക അല്ലാതെ അവളുടെ ചെയ്തികൾ മാറ്റാനോ നിയന്ത്രിക്കാനോ ആവില്ലെന്ന കാര്യം ഉറപ്പാണ്.

ചുരുക്കി പറഞ്ഞാൽ ഒരു ഉപദേശിയെ അവൾക്ക് ആവശ്യമില്ല,
കാരണം?
പ്രേമത്തിന് കണ്ണില്ല,
കാമത്തിനാണെങ്കിൽ കണ്ണും ചെവിയും മൂക്കും ഇല്ല,
വെറും ശാരീരികമായ ചോദനകൾ മാത്രം,,

രജനിയെ അൺഫ്രന്റ് ചെയ്ത് ഒഴിവാക്കണം എന്ന തീരുമാനത്തിന് പിറ്റേന്നുതന്നെ മാറ്റമുണ്ടായി. എവിടെയോ ജീവിക്കുന്ന ഒരു സ്ത്രീ അവൾക്ക് ശരിയെന്ന് തോന്നിയ കാര്യങ്ങൾ എന്നോട് പറയുമ്പോൾ ഞാനെന്തിനാണ് അസ്വസ്ഥമാവുന്നത്. സമയമുണ്ടെങ്കിൽ അവൾ പറയുന്നതെല്ലാം കേൾക്കുക, എഴുത്തുകാരി എന്ന നിലയിൽ എനിക്ക് ചെയ്യാവുന്നത് അതു മാത്രമാണ്. രജനിയെപോലുള്ള നായികമാർ അടുത്തുതന്നെ എഴുതാൻ തീരുമാനിച്ച കഥാപുസ്തക രചനക്ക് മുതൽക്കൂട്ടാണ്. അപ്പോൾ.

അവളുടെ പിന്നാലെ പോവുക.

ഒളിഞ്ഞുനോട്ടം ആണെന്ന് പറയാമെങ്കിലും അതാണിവിടെ സംഭവിക്കുന്നത്.

മൂന്നു ദിവസത്തിനുശേഷം രാത്രി കമ്പ്യൂട്ടർ തുറന്നപ്പോൾ മുഖപുസ്തകത്തിലെ ഇൻബോക്സിൽ കണ്ടത് രജനിയുടെ ഫോട്ടോ. അവളുടെ സുന്ദരമായ മുഖത്ത് അല്പസമയം നോക്കിയപ്പോൾ കവിതയുടെ അയലത്തുപോലും സഞ്ചരിക്കാത്ത എന്റെയുള്ളിൽ കവിത വിരിഞ്ഞു. പ്രായക്കൂടുതലിന്റെ അടയാളം കടന്നുവരാത്ത രജനിയുടെ മുഖത്തെ പുരികക്കൊടികളും കരിമഷി എഴുതിയ കണ്ണുകളും ആദ്യം ശ്രദ്ധിക്കപ്പെട്ടു. പിന്നെ ഇടത്തെ കവിളിൽ കറുത്ത മറുക്. എല്ലാം ചേർത്ത് കണക്കാക്കിയാൽ മുപ്പതിൽ താഴെ. ഉമ്മവെക്കാൻ തോന്നുന്ന തുടുത്ത കവിളിണകളും താലിമാല അലസമായി പിണഞ്ഞുകിടക്കുന്ന കഴുത്തും. പിന്നെ മാറിടം, അത് അവൾ തന്നെ പറഞ്ഞതാണല്ലോ. വണ്ണം കൂടുന്തോറും വികാരം ഉയർന്നുവരുന്നത് തന്നെ.

അവളുടെ സൌന്ദര്യം നോക്കിയിരിക്കെ എഴുത്ത് വന്നു.

'ചേച്ചി വോട്ടു ചെയ്തോ?'

'ഞങ്ങൾ രണ്ടുദിവസം മുൻപെ വോട്ട് ചെയ്തല്ലോ, രജനി ചെയ്തില്ലേ?'

'ഞങ്ങളൊക്കെ ഇന്നാണ് വോട്ട് ചെയ്തത്, അടുത്ത സ്കൂളിലാണ്. അമ്മയും ഞാനും ഒന്നിച്ചുപോകുമ്പോൾ മകനെയും കൂട്ടി'

'എന്നിട്ട് രജനി ആർക്കാണ് വോട്ട് ചെയ്തത്?'

'വോട്ടൊക്കെ ചെയ്തു. ഇന്നു ചേച്ചി നേരത്തേ വന്നോ?'

'വന്നതേയുള്ളൂ. വോട്ട് ചെയ്തത് ആർക്കാണെന്ന് പറഞ്ഞില്ല'

'നമ്മൾ വോട്ട് ചെയ്ത ചിഹ്നം മൊബൈൽ ആണ്; അമ്മയുടെ ബന്ധുവാണ് സ്ഥാനാർത്ഥി. സുരേഷ് എന്ന് വീട്ടിന്ന് വിളിക്കുന്ന ആളാണ്, ശരിക്കുള്ള പേര്.'

'ശരിക്കുള്ള പേര് പറയേണ്ട.'

പേര് പറയുന്നതും കളവുതന്നെ ആയിരിക്കും; അവളുടെ സൂത്രം കൊള്ളാമല്ലോ. സ്ഥലം കണ്ടെത്താനുള്ള വഴി ഇപ്പോഴും അടഞ്ഞു. സ്വതന്ത്രന്മാരായ ഏതെല്ലാം മൊബൈലുകളുടെ പിന്നാലെയാണ് അന്വേഷണം നടത്തേണ്ടത്,,

'ചേച്ചി ഫോട്ടോ നോക്കിയില്ലേ? എങ്ങിനെയുണ്ട് ചേച്ചി?'

'രജനിയുടെതല്ലേ, നന്നായിട്ടുണ്ട്'

'ഈ ഫോട്ടോ ആരാണെടുത്തതെന്ന് പറയാമോ?'

‘അത് ഞാനെങ്ങിനെ പറയാനാണ്?’

‘അറിഞ്ഞാൽ ചേച്ചി ഞെട്ടും’

‘ഞെട്ടാൻ തയ്യാറായി, ഇനി പറഞ്ഞോ’

‘ഇന്നലെ വൈകുന്നേരം അവിടെ പോയപ്പോൾ പുള്ളിക്കാരൻ എടുത്ത ഫോട്ടോയാണ്. ചേച്ചി കണ്ടതിനുശേഷം ഡിലീറ്റ് ചെയ്യണേ,,’

‘ഏത് പുള്ളി?’

‘കഴിഞ്ഞദിവസം ഞാനൊരു സിദ്ധന്റെ കാര്യം പറഞ്ഞില്ലേ, അയാൾ’

‘അന്ന് രജനിയെ സഹായിച്ച ആൾ?’

‘ഇന്നലെ സന്ധ്യക്ക് നിലവിളക്കുമായി ഞാനവിടെ പോയിരുന്നു’

‘നിലവിളക്കോ, എന്തിന്?’

അമ്പലത്തിൽ അമ്മയോടൊപ്പം എന്നെ കണ്ടപ്പോൾ അദ്ദേഹം പറഞ്ഞു, ‘പ്രത്യേകം പൂജിച്ച നിലവിളക്ക് കത്തിച്ച് പൂജാമുറിയിൽ വെച്ചാൽ വീടിനുള്ള വാസ്തുദോഷത്തിന് പരിഹാരം ആവുമെന്ന്. അതിനുവേണ്ടി പൂജിക്കാനുള്ള വിളക്കും എണ്ണയുമായി പോയതാണ്’

‘അപ്പോൾ അമ്മ വന്നില്ലേ?’

‘അവിടേക്ക് പോകാൻ അല്പം കയറ്റം ഉണ്ട്. അമ്മക്ക് സ്റ്റെപ്പ് കയറാൻ പ്രയാസമായതുകൊണ്ട് എന്നെ ഒറ്റക്കുവിട്ടു’

‘രജനി തനിച്ച് പോയിട്ട് പൂജ നടത്തി, ആരെയാ പൂജിച്ചത്?’

‘ചേച്ചിയെന്നെ കളിയാക്കുകയാണോ?’

‘കളിയാക്കാനോ,, എന്തിന്?’

‘എന്നിട്ട് ഫോട്ടോയെ പറ്റി ഒന്നും പറഞ്ഞില്ല’

ഫോട്ടോയിൽ നോക്കിയിരിക്കെ മറ്റുപലതും ഞാൻ ചിന്തിച്ചു. വിളക്കുമായി പോയപ്പോൾ ഫോട്ടോയെടുപ്പ് മാത്രം ആയിരിക്കില്ലല്ലോ, അവിടെ എത്തിയിട്ട് എന്തെല്ലാം നടന്നിരിക്കും,,

ഞാൻ പറഞ്ഞു,

‘നല്ല ഫോട്ടോ, അവിടെ പോയിട്ട് പൂജയും ഫോട്ടോ എടുപ്പും മാത്രമാണോ ഉണ്ടായത്? പുള്ളി മറ്റൊന്നും ചെയ്തില്ലേ?’

‘ചേച്ചിക്ക് എന്നെ നന്നായി അറിയാമല്ലോ,, അതൊക്കെ ഞാനെങ്ങനെ ചേച്ചിയോട് പറയാനാണ്, എനിക്കാകെ ദേഹമാസകലം കുളിര്,,’

‘കുളിരുള്ളതാണെങ്കിലും പറയാൻ പറ്റുന്നതൊക്കെ പറഞ്ഞോ’

‘ചേച്ചിയുടെ സംഭാഷണം വായിക്കുമ്പോൾ എനിക്ക് സന്തോഷം തോന്നുന്നു. ഈ ഫോട്ടോ ഹസ്ബെന്റിന് അയച്ചുകൊടുത്തപ്പോൾ

നന്നായി ഇഷ്ടപ്പെട്ടു'

'ഹസ്ബെന്റിനോ? എന്നിട്ട് ഫോട്ടോഗ്രാഫറെ കുറിച്ച് പറഞ്ഞില്ലേ?'

'എന്റെ കസിനാണ് ഫോട്ടോ എടുത്തതെന്ന് പറഞ്ഞു. അവളിങ്ങനെ പലതും ചെയ്യുന്നതാണ്. ഒരു തവണ ഉറങ്ങിക്കിടക്കുന്ന എന്റെ ഫോട്ടോ എടുത്തിരുന്നു'

'എന്നിട്ട് അങ്ങേര് എന്തു പറഞ്ഞു?'

'അതാണ് രസം, ചേട്ടൻ ചോദിച്ചു, 'എന്താടി നിന്റെ മുഖത്തിനിത്ര തിളക്കം?'എന്ന്; ഇത്രയും സൌന്ദര്യത്തോടെ ആദ്യമായിട്ടാണ് നിന്നെ കാണുന്നതെന്നും പറഞ്ഞു'

അതിസമർത്ഥയായ വ്യക്തിയുടെ മുന്നിലാണ് ഇരിക്കുന്നതെന്ന് എനിക്ക് തോന്നി. സ്ഥലം അറിയാതിരിക്കാൻ എന്തൊക്കെ സൂത്രങ്ങളാണ് രജനി പ്രയോഗിച്ചത്! ഏത് ജില്ലയിലാണെന്ന് പോലും അവൾ പറഞ്ഞില്ലെങ്കിലും സൈബർ ലോകത്ത് കറങ്ങുന്ന എല്ലാവരുടേയും ഡാറ്റകൾ ആവശ്യമാണെങ്കിൽ അറിയാൻ പറ്റും. ഞാനൊരു കുറ്റാന്വേഷക അല്ലാത്തതുകൊണ്ട് അതിന്റെയൊന്നും ആവശ്യമില്ല. രജനി എന്ന വ്യക്തി ആരായാലും എനിക്ക് നഷ്ടമൊന്നും വരാതെ ശ്രദ്ധിച്ചാൽ മതിയല്ലോ,,

കഥാനായികയുടെ ബുദ്ധിവൈഭവം ചിന്തിച്ച് സമയം പോയത് അറിഞ്ഞില്ല. രജനി എന്നത് ഫെയ്ക്ക് ഐഡി ആയാലും അല്ലെങ്കിലും സമർത്ഥമായാണ് സ്വന്തം ഐഡന്റിറ്റി എന്നിൽനിന്നും ഒളിപ്പിക്കുന്നത്. അവളുടെ എഴുത്തിലേക്ക് എന്റെ ശ്രദ്ധ പതിഞ്ഞു,

'ചേച്ചിയെന്താ ആലോചിക്കുന്നത്?'

'എന്നിട്ട് രജനി ഭർത്താവിനോട് എന്തുപറഞ്ഞു?'

'സന്തോഷം വരുന്ന കാര്യങ്ങൾ ഉണ്ടാവുമ്പോൾ സൌന്ദര്യം കൂടും, എന്ന്'

'എന്നിട്ട് സന്തോഷമുള്ള കാര്യം പറഞ്ഞോ?'

'ചേച്ചീ, ചേച്ചിയെന്നെ പഠിക്കുകയാണോ?'

'അങ്ങനെ പറയാം, കുട്ടികളെ പഠിപ്പിക്കുന്ന ടീച്ചറല്ലേ ഞാൻ,'

'ചേച്ചി ടീച്ചറാണെന്ന കാര്യം ഞാൻ മറന്നുപോകുന്നു'

'നീ പറഞ്ഞോ, ഞാൻ കേൾക്കാം'

'സത്യം പറഞ്ഞാൽ ഇന്നലെ വൈകിട്ട് ഉണ്ടായ അനുഭൂതി ഇന്ന് രാത്രി ആയിട്ടും മാറിയിട്ടില്ല. ഞാനിപ്പോൾ അതിന്റെ ലഹരിയിലാണ്. ഇപ്പോഴും എന്റെ ദേഹം നിറയെ പൂജാരിയുടെയും പൂജാദ്രവ്യങ്ങളുടെയും ഗന്ധമാണ് ചേച്ചി. മന്ത്രം ചൊല്ലുന്ന നാവുകൊണ്ട് രതിയുടെ

പാഠങ്ങൾ ചൊല്ലിക്കൊണ്ട് എന്റെ ദേഹമൊട്ടാകെ ഇക്കിളികൂട്ടി ഉഴിഞ്ഞപ്പോൾ എന്റെ ചേച്ചീ ഞാനേതോ സ്വർഗ്ഗത്തിൽ ആയിരിരുന്നു'

'മോളേ നീ കുടുങ്ങി സൂക്ഷിച്ചോ'

'ചേച്ചിയെന്നെ പറഞ്ഞു പേടിപ്പിക്കല്ലേ, എന്റെ പൊന്നു ചേച്ചി, ആ സാഹചര്യത്തിൽ എനിക്ക് അതൊക്കെ വേണമായിരുന്നു. ചേച്ചിക്കറിയില്ലേ, ഞാനെത്ര നാളുകളായി മനസ്സിൽ ഇതെല്ലാം അടക്കിവെച്ച് ഭ്രാന്തുപിടിക്കുന്ന അവസ്ഥയിലായിട്ട്, ചേച്ചീ'

'എന്നാലും ഇത്രക്ക് വേണമായിരുന്നോ?'

'അതൊന്നും ഇല്ലാതെ എനിക്ക് ആവുന്നില്ല ചേച്ചി'

'ഇത്തരം ആണുങ്ങളെ വിശ്വസിക്കാൻ പറ്റില്ല. ആ സിദ്ധൻ തന്നെ ബ്ലാക്ക്മെയിൽ ചെയ്യും'

'എനിക്ക് അദ്ദേഹത്തെ വിശ്വാസമാണ് ചേച്ചി. ഇഷ്ടമുള്ളപ്പോഴൊക്കെ എനിക്കവിടെ വരാമെന്ന് പറഞ്ഞു. ആവശ്യം തോന്നുമ്പോഴൊക്കെ ലൈംഗികബന്ധത്തിന് തയ്യാറാണെന്നും അദ്ദേഹം പറഞ്ഞു ചേച്ചി. എനിക്ക് അപകടം ഉണ്ടാവുന്ന തരത്തിൽ ഒരിക്കലും പ്രവർത്തിക്കില്ലെന്ന് വിളക്കിനുമുന്നിൽ വെച്ച് അദ്ദേഹം സത്യം ചെയ്തു'

'സത്യം സത്യമായിരിക്കട്ടെ, ഗുഡ്നൈറ്റ്'

'ഗുഡ്നൈറ്റ് ചേച്ചീ, നാളെയും വരണം'

'ശരി'

സിലബസിൽ ഇല്ലാത്ത പാഠങ്ങൾ

ഉറങ്ങാൻ കിടന്നെങ്കിലും മനസ്സ് എവിടെയോ സഞ്ചരിക്കുകയാണ്. രജനി ഉയർത്തിവിട്ട പ്രശ്നങ്ങൾ എന്റേയും പ്രശ്നങ്ങളായി മാറുകയാണോ? അന്യരുടെ പ്രയാസങ്ങളും ആകുലതകളും വേദനകളും സ്വന്തമാണെന്ന് സങ്കല്പിച്ചുകൊണ്ട് ചിന്തിച്ചു തലപുകയുന്ന സ്വഭാവം എനിക്ക് പണ്ടേയുള്ളതാണ്. അതേസമയം അവരുടെ സന്തോഷ നിമിഷങ്ങളിൽ പങ്കെടുത്ത് അതിരറ്റ് സന്തോഷിക്കാനുള്ള അവസങ്ങളിൽനിന്നും മാറിനിൽക്കാറാണ് പതിവ്. സ്വന്തമായ ഒട്ടനവധി പ്രശ്നങ്ങളോടൊപ്പം മറ്റുള്ളവരുടെ പ്രശ്നങ്ങൾ കൂടി ഏറ്റെടുക്കുകയാണ്. ഇപ്പോഴാണെങ്കിൽ രജനിയെ കുറിച്ചുള്ള ചിന്തകൾ എന്റെ ഉള്ളുലയ്ക്കുകയാണ്.

പെട്ടെന്നൊരു ചോദ്യം ഉയർന്നു,,

'ഇതുപോലെയുള്ള സ്ത്രീകളും ലോകത്തുണ്ടോ?'

ഉണ്ടാവാം.

ചിന്തകൾ കറങ്ങിത്തിരിഞ്ഞ് ശൈശവത്തിലേക്ക് പ്രയാണം ആരംഭിച്ചു. മാവും പ്ലാവും തെങ്ങും കവുങ്ങും തലയുയർത്തി നിൽക്കുന്ന പറമ്പിൽ ഓലമേഞ്ഞ വീട്. വീടിന്റെ വരാന്തയിലിരുന്ന് നോക്കിയാൽ കാണുന്ന വിശാലമായ വയൽ. വയലിന്റെ അരികിലൂടെ വർഷം മുഴുവനും തെളിനീർ ഒഴുകുന്ന തോട്. ഗ്രാമീണ ജനത കുളിക്കാനും തുണിയലക്കാനും ആശ്രയിക്കുന്നത് തോട്ടിലെ വെള്ളം. സ്കൂൾ അവധി ദിവസങ്ങളിൽ രാവിലെ കഞ്ഞി കുടിച്ചശേഷം ഒരുകെട്ട് തുണിയുമായി വീടിന്റെ മുന്നിലൂടെ ഒഴുകുന്ന തോട്ടിലേക്ക് ഞാനിറങ്ങും. അവിടെയാണെങ്കിൽ ഗ്രാമത്തിലെ കുട്ടികളും സ്ത്രീജനങ്ങളും ആയി ഒട്ടനവധി ആളുകൾ. തോട്ടിലെ വെള്ളത്തിലിറങ്ങിയാൽ തുണികളോടൊപ്പം അലക്കുകാരികളുടെ ദേഹവും വൃത്തിയാവും. കൂടുതൽ വെളുക്കുന്നത് ആരാണെന്ന കാര്യത്തിലാണ് സംശയം,,

തുണികളെല്ലാം അലക്കി വെളുപ്പിച്ചാലും തോട്ടിൻകരയിൽ നിന്നും തിരികെ പോകാത്ത സ്വഭാവമാണ് എന്റേത്; കുറച്ചു കഴിഞ്ഞപ്പോൾ അതേ സ്വഭാവമുള്ള രണ്ടുപേരെയും കിട്ടി,

പ്രസന്ന, ഭാരതി.

ഇപ്പോൾ അമ്മൂമ്മമാരായി രണ്ടുപേരും അടുക്കളയിൽ ഇരിക്കുന്നുണ്ടാവും.

തോട്ടിലേക്ക് വരാം:

അവിടെനിന്നാണ് ആനിയമ്മയെ പരിചയപ്പെട്ടത്,

ഞങ്ങൾ പരിചയപ്പെടുന്ന കാലത്ത് അവർക്ക് ഷഷ്ടിപൂർത്തി കഴിഞ്ഞിട്ടുണ്ടാവും. സ്വന്തം വസ്ത്രവും സ്വന്തം ദേഹവും മാത്രം കഴുകാനായി ഇടയ്ക്കിടെ തോട്ടിൽ വരുന്ന ഗ്രാമീണ സ്ത്രീരത്നമാണ് ആനി എന്ന ആനിയമ്മ. ചിലകാലത്ത് തുടർച്ചയായി അവർ വരും, നല്ല മഴയുള്ള ദിവസങ്ങളിൽ കാണുകയേ ഇല്ല. രാവിലെ തോട്ടിലിറങ്ങിയാൽ അലക്കും കുളിയും കഴിഞ്ഞ് ഉച്ചക്കുശേഷമാണ് തിരികെ വീട്ടിലേക്കുള്ള ആനിയുടെ എഴുന്നെള്ളത്ത്. അതിനിടയിൽ അടുത്ത വീടുകളിൽ പോയി ചെറിയ സഹായങ്ങളായ ഓല മടയുക, വിറക് ഒതുക്കുക, തേങ്ങ ഉരിക്കുക തുടങ്ങിയ ജോലിചെയ്ത് കൂലി വാങ്ങുന്നതോടൊപ്പം കഞ്ഞി കുടിക്കും. അതിനിടയിൽ സ്വന്തം പശുവിന് പുല്ലരിഞ്ഞ് കെട്ടുകളാക്കി വെച്ചിരിക്കും.

സ്കൂളിന്റെ പടി കാണാത്ത ആനിയമ്മയുടെ ഒറിജിനൽ പേര് വേറെയാണ്; അതാവട്ടെ റേഷൻ കാർഡിൽ മാത്രമാണ്. അച്ഛനും അമ്മയും മരിച്ചതോടെ സ്വന്തം വീട്ടുകാർ പോലും ആനിയുടെ പേര് മറന്നുപോയി. സമ്പന്ന കുടുംബത്തിലെ അംഗമാണ് ആനി. ജോലിയും വരുമാനവും ഉള്ള സഹോദരങ്ങളെല്ലാം വിവാഹിതരായി മക്കളോടൊപ്പം ജീവിക്കുമ്പോൾ ആനി പശുവിനെ വളർത്തിയിട്ട് സ്വന്തം കാലിൽ നിൽക്കുന്നു. അജ്ഞാതമായ ഏതോ കാരണത്താൽ വിവാഹ മാർക്കറ്റിൽ നിന്നും പുറത്തായ അവർ സഹോദരങ്ങളെയും അവരുടെ മക്കളെയും അമ്മയെപ്പോലെ പരിചരിക്കുന്നു.

എട്ടാം ക്ലാസ്സിൽ പഠിക്കുന്ന ഞാനും പ്രസന്നയും ഒൻപതിൽ പഠിക്കുന്ന ഭാരതിയും തോട്ടിലെ വെള്ളത്തിൽ കുളിക്കാനും വസ്ത്രം അലക്കാനും ഇഷ്ടപ്പെടുന്നതിൽ ഒരു കാരണം ആനിയമ്മയാണ്. ലൈംഗികതയുടെ അപാരമായ അറിവുകൾ അവരിൽനിന്നാണ് ഞങ്ങൾക്ക് ലഭിച്ചത്. എട്ടാം തരം ജീവശാസ്ത്രത്തിൽ മനുഷ്യന്റെ പ്രത്യുല്പാദനം പഠിപ്പിക്കാൻ ഭയപ്പെട്ടിരുന്ന അന്നത്തെ വിദ്യാഭ്യാസവകുപ്പ്

മനുഷ്യനുപകരം മുയലിനെ വെച്ച് പഠിപ്പിച്ചിരുന്ന കാലമാണ്. മുയൽ,,,?

നമ്മുടെ മുയൽ തന്നെ, മനുഷ്യന്റെ ശരീരഘടനയും പ്രവർത്തനവും അതേപടി പഠിപ്പിക്കുമ്പോൾ സൃഷ്ടിയുടെ കാര്യത്തിൽ മാത്രം മുയലിനെ നോക്കി പഠിപ്പിക്കുക. അങ്ങനെയൊരു കാലം ഉണ്ടായിരുന്നു. പഠനം കഴിഞ്ഞ് പഠിപ്പിക്കലിൽ എത്തിയപ്പോഴേക്കും ബയോളജി ക്ലാസ്സിൽ പ്രത്യുല്പാദനപഠനം മനുഷ്യന്റേത് ആയി. എത്രയെത്ര കുട്ടികളെയാണ് ഞാൻ സൃഷ്ടിയുടെ രഹസ്യങ്ങൾ പഠിപ്പിച്ചത്! പക്ഷെ, ഒരു കാര്യം,

കണ്ണും മൂക്കും നട്ടെല്ലും ആമാശയവും പോലെ നമ്മുടെ ദേഹത്തുള്ള ഒരു അവയവമാണ് പ്രത്യുല്പാദനകർമ്മം നടത്തുന്നതെന്ന് പറഞ്ഞു ഫലിപ്പിക്കാൻ പരമാവധി ശ്രമിക്കും. ആമാശയത്തിന് താഴെ മൂത്രാശയത്തിനും മലാശയത്തിനും ഇടയിലുള്ള ഗർഭാശയം എന്ന അവയവത്തിലാണ് ഞങ്ങളെല്ലാം പത്ത് മാസം കിടന്നതെന്ന് പറയുന്ന നിമിഷം ക്ലാസ്സുകൾ ഗൌരവം നിറയുന്നു. ശിഷ്യന്മാർ പറയാൻ തുടങ്ങിയ പുതിയ ആശയങ്ങളൊക്കെ പമ്പയും മുല്ലപ്പെരിയാറും കടന്നുപോകും.

ഓ നമ്മളെവിടെയാ എത്തിയത്!

ആനിയമ്മ,

വിവാഹ മാർക്കറ്റിൽ പുറം തള്ളപ്പെട്ടെങ്കിലും ആനിയമ്മ നിത്യകന്യക ആയി അടുക്കളയിൽ ജീവിതം തുലച്ചു തീർത്തില്ല. മറ്റുള്ള കൂട്ടുകാരികളെപോലെ കഴുത്തിലൊരു കെട്ട് വീഴാൻ കാത്തിരിക്കാതെ കന്യാജീവിതം അവസാനിപ്പിച്ചുകൊണ്ട് അവർ പുത്തൻ മേച്ചിൽപ്പുറങ്ങൾ തേടിയിറങ്ങി. ഗ്രാമീണവഴികൾ ചവിട്ടിമെതിച്ച് ഓടിനടന്ന അവർ പെൻഷനില്ലാതെ വിരമിച്ചിരിക്കുന്ന കാലത്താണ് ഞങ്ങൾ പരിചയപ്പെടുന്നത്. ഒരു കാലത്ത് വളർച്ചയുടെ പടവുകൾ കയറുന്ന യുവാക്കളുടെ ഹരമായി മാറിയ ആനിയേച്ചി തോട്ടിൻകരയിൽ വന്നാൽ അതൊരു അരങ്ങാണ്. ഒളിഞ്ഞു നോട്ടക്കാരോട് തെളിഞ്ഞു നോക്കാൻ പറയുന്ന അവരെ മുതിർന്നവരിൽ പലർക്കും ഭയമാണ്. നാട്ടിൻപുറത്ത് കുലസ്ത്രീകളായി അറിയപ്പെടുന്നവർക്ക് ദുഃശകുനം ആണെങ്കിലും അവരുടെ ഭർത്താക്കന്മാർക്ക് ശുഭശകുനമായ ആനിയെ ആരും നേരിട്ട് എതിർക്കാറില്ല. ആനിയമ്മ വരുമ്പോൾ 'ആനക്കുട്ടി വരുന്നേ' എന്ന്, അവർ കേൾക്കാതെ പറഞ്ഞ് കളിയാക്കുന്ന ശീലം ഗ്രാമത്തിലെ സ്ത്രീകളിൽ ചിലർക്കുണ്ട്.

സ്കൂൾ അവധിദിവസം ആനിയമ്മ തുണിക്കെട്ടുമായി തോട്ടിൻക

രയിൽ എത്തിയെന്ന് കണ്ടാൽ അതുവരെ വായിക്കുന്ന പൈങ്കിളി വാരിക അടച്ചുവെച്ചശേഷം അകത്തുപോയ ഞാൻ സോപ്പിനോടൊപ്പം മുഷിഞ്ഞ തുണികളെല്ലാം എടുത്ത് കെട്ടാക്കി അമ്മയോട് പറഞ്ഞ ശേഷം നേരെ തോട്ടിലേക്ക് നടക്കും. എന്റെ ആൺ പെൺ അറിവുകളുടെ പാഠശാല തോടിന്റെ കരയിലാണ്. ഗ്രാമത്തിലെ വീടുകളിൽ നിന്നും വന്നെത്തുന്ന പലതരക്കാരായ സ്ത്രീകൾ വിവിധവർണ്ണത്തിലുള്ള തുണികളോടൊപ്പം അണിനിരന്ന് വിളമ്പുന്ന പ്രാദേശിക വാർത്തകൾ കേട്ടാലും കേട്ടാലും മതിയാവില്ല. അതോടൊപ്പം മുട്ടോളം വെള്ളത്തിലിറങ്ങി നനഞ്ഞീറനായി നിൽക്കുന്ന തരുണീമണികളുടെ നയനാനന്ദകരമായ സൌന്ദര്യം,,

അതൊന്ന് ഒപ്പിയെടുക്കാൻ,,

ഹോ, ഇന്നാണെങ്കിൽ??

എന്റെ മൊബൈലിൽ അവരുടെ ഫോട്ടോകൾ നിറഞ്ഞേനെ,,

ചില ദിവസം ആനിയമ്മയെ എനിക്കും കൂട്ടുകാരികൾക്കും തനിച്ചുകിട്ടും. അന്നാണ് അവരുടെ ഉള്ളിലെ അപാരമായ അറിവുകൾ വെളിയിൽ വരുന്നത്; അല്ല ഞങ്ങൾ വരുത്തുന്നത്. അമ്മയോടും അമ്മുമ്മയോടും ചോദിച്ചാൽ മറുപടി പറയാതെ ഓടിച്ചുവിടുന്ന ചോദ്യങ്ങളുടെയെല്ലാം ഉത്തരം ആനിയമ്മ പച്ചമലയാളത്തിൽ വിവരിച്ചുതരും. ബയോളജി അദ്ധ്യാപിക പറയാൻ മടിക്കുന്ന പാഠങ്ങൾ രസകരമായി പറഞ്ഞുതരും. തോടിന്റെ ആഴമേറിയ ഭാഗത്ത് തുടയോളം വെള്ളത്തിൽ വെറുമൊരു തോർത്ത് മാത്രം ഉടുത്തുകൊണ്ട് ആനിയമ്മ ഇറങ്ങും. അവരുടെ വെളുത്തുതുടുത്ത ദേഹത്തും തലയിലും വെള്ളം കോരി ഒഴിച്ച് മണിക്കൂറുകളോളം അങ്ങനെ നിൽക്കും. അതിനിടയിൽ ഉടുത്ത വസ്ത്രങ്ങളായ വെള്ളമുണ്ടും ബ്ലൌസും അഴിച്ച് സോപ്പിട്ട് കഴുകിയശേഷം അവതന്നെ അണിയും.

നട്ടുച്ച കഴിഞ്ഞാൽ,,

കുളിച്ചീറനായി നനവ് മാറാതെ പതിനഞ്ച് മിനിട്ട് നടന്ന് സ്വന്തം വീട്ടിലെത്തും,,

ഗ്രാമത്തിൽ അവരുടെ പ്രായത്തിലുള്ള മിക്കവാറും പുരുഷന്മാരുടെ ജ്യോഗ്രഫിയും ഹിസ്റ്ററിയും ആനിയമ്മക്ക് ബൈഹാർട്ടാണ്. സിലബസിൽ ഇല്ലെങ്കിലും കുട്ടികളായ ഞങ്ങൾ പഠിക്കാൻ ഇഷ്ടപ്പെടുന്നത് അതൊക്കെയാണ്. ഒരു ദിവസം ഭാരതി ചോദിച്ചു,

'ആനിയമ്മ ആദ്യമായി ബന്ധപ്പെട്ടത് ഏത് പുരുഷനുമായാണ്?'

'ആദ്യമായിട്ടോ, മക്കളെ അന്നെനിക്ക് നിങ്ങളുടെ പ്രായമായിരു

ന്നു. പശുവിന് പുല്ലരിയാൻ കുന്നുമ്പുറത്ത് പോയി, ധാരാളം പച്ചപ്പുല്ല്; അന്നേരമാ അയാള് വന്നത്'

'എന്നിട്ട്'

'എന്നിട്ടുണ്ടായത് ഞാനെന്നാ പറയേണ്ടതെന്റെ മക്കളേ, കാട്ടിലെ പുല്ലില്,'

'എന്നിട്ട്?'

'എന്നിട്ട് അവനെനിക്ക് നാലണ തന്നു'

പ്രസന്നക്ക് സംശയം,

'നാലണയോ? എന്തിന്?'

'അതൊന്നും അന്നെക്കൊണ്ട് പറീപ്പിക്കണ്ട'

'ആനിയമ്മേ ആരാണയാൾ?'

ഭാരതി ചോദ്യമായി,

'നിന്റെ മൂത്ത കാരണോറ്'

ഭാരതി ഞെട്ടി,

മിലിറ്ററിയിൽ നിന്നും വിരമിച്ച് വീട്ടിലിരിക്കുന്ന ഭീകരനായ അമ്മാവൻ!

ഇതെങ്ങാനും അമ്മായി അറിഞ്ഞാലോ,

കോളേജിൽ പഠിക്കുന്ന അവരുടെ മക്കൾ സുനന്ദയും ജയഗോപാലും അറിഞ്ഞാലോ,

എനിക്ക് സംശയം മറ്റൊന്നാണ്,

'ആനിയമ്മേ എന്തിനാ ഇങ്ങനെയൊക്കെ ചെയ്യുന്നത്?'

'അത് മോളേ, അനക്കാകെ എന്തോപോലെ, ആണ്ങ്ങളെ കിട്ടാത്തപ്പോ ശരണോം പൊറുതിയും ഇല്ലാതാവും'

തോട്ടിലെ വെള്ളത്തിൽ തുണിയലക്കുന്ന മൂന്നുപേരും പൊട്ടിച്ചിരിച്ചുകൊണ്ട് വെള്ളത്തിൽ ഇരുന്നപ്പോൾ ആനിയമ്മക്ക് ആകെ ഭയമായി. പെൺകുട്ടികൾ ഉച്ചത്തിൽ ചിരിക്കുന്നത് കേട്ടപ്പോൾ വീട്ടിൽ നിന്നും അമ്മ ഇറങ്ങിവന്ന് തോട്ടിലേക്ക് എത്തിനോക്കി ഭീഷണിപ്പെടുത്തി, എന്നിട്ടും ഞങ്ങൾക്ക് ചിരി നിർത്താൻ കഴിഞ്ഞില്ല.

മുൻകരുതൽ

വളരെ തിരക്കുപിടിച്ച ദിവസങ്ങൾ കടന്നുപോയതിനാൽ ഞാൻ രജനിയെ ഓർമ്മിച്ചതേയില്ല. പുതിയ കഥാസമാഹാരം പ്രകാശനം ചെയ്യുന്നതുമായി ബന്ധപ്പെട്ട് സന്തോഷം നിറഞ്ഞ ഏതാനും ദിവസങ്ങൾ കടന്നുപോയി. കൌമാരവും യൌവനവും പിന്നിട്ടശേഷം ഷഷ്ടിപൂർത്തി കഴിഞ്ഞ് വാർധക്യത്തിന്റെ വാതായനം തുറന്നപ്പോഴാണ് എഴുത്തുകാരി ആവാനുള്ള നിയോഗം എനിക്ക് ഉണ്ടായത്. ആധുനിക കാലഘട്ടത്തിന്റെ സംഭാവനകളായ ഓർക്കുട്ടിൽ തുടക്കം കുറിച്ചുകൊണ്ട് ബ്ലോഗ്, ഫെയ്സ്ബുക്ക്, വാട്ട്സാപ്പ് എന്നിവയാണ് എന്നിലെ എഴുത്തുകാരിയുടെ വളർച്ചക്ക് കാരണം. വൃദ്ധയാണെങ്കിലും നവാഗത എഴുത്തുകാരിയുടെ വേഷമണിഞ്ഞ ഞാൻ അച്ചടിക്കപ്പെട്ട പത്തിലേറെ പുസ്തകങ്ങളുടെ ഉടമയായി രൂപാന്തരപ്പെട്ടപ്പോൾ ഉണ്ടായ സന്തോഷം വിവരണാതീതമാണ്.

പ്രകൃതി കുളിരണിഞ്ഞ് പൂക്കളും ശലഭങ്ങളും പേറിനിൽക്കുന്ന സസ്യലതകളാൽ ആവരണം ചെയ്യപ്പെട്ട ഗ്രാമീണജീവിതം കാലഹരണപ്പെട്ടു. എങ്ങും വാഹനങ്ങളുടെയും യന്ത്രങ്ങളുടെയും ഒച്ചയും ബഹളവും ഒത്തുചേർന്ന ജീർണ്ണതയാണ്. സ്വന്തമായൊരു മുറ്റം പോലും പങ്കുവെക്കാനില്ലാത്ത മുറികളിൽ അടച്ചുപൂട്ടപ്പെടുന്ന ജീവിതമാണ് എങ്ങും. അതിനിടയിൽ വാർത്താമാധ്യമങ്ങളും സൈബർ ലോകവും നൽകുന്ന സന്തോഷം മാത്രമാണ് എല്ലാവരുടെയും മനസ്സിലുള്ളത്. പറയുമ്പോൾ അതൊന്ന് കേൾക്കാൻ മനസ്സുള്ള ഒരാളെ ലഭിക്കാൻ ഇക്കാലത്ത് വളരെ പ്രയാസമാണ്. എനിക്കാണെങ്കിൽ തിരക്കുകൾ കുറവാണ്, വീട്ടുപണികൾ കഴിഞ്ഞാൽ ഇഷ്ടംപോലെ സമയം ഉണ്ട്.

രജനിയെ മറന്നുപോയോ?

അതെങ്ങിനെ മറക്കാനാണ്, അവളല്ലേ എന്റെ സങ്കല്പത്തിലെ കഥാനായിക.

അന്നുരാത്രി രജനിയുടെ പുതിയൊരു ഫോട്ടോ ഇൻബോക്സിൽ കടന്നുവന്നു. പൂന്തോട്ടത്തിന്റെ പശ്ചാത്തലത്തിൽ മഞ്ഞയിൽ ചുവന്ന പൊട്ടുകളുള്ള ചുരീദാർ അണിഞ്ഞ് നിൽക്കുന്ന സുന്ദരിയെക്കാൾ എന്റെ ശ്രദ്ധ ആകർഷിച്ചത് പിന്നിലുള്ള പൂക്കളും ചെടികളുമാണ്. ചുവന്ന ചെമ്പരത്തിയും കനകാമ്പരവും മുസേണ്ടയും അതോടൊപ്പം ചുവന്ന മന്ദാരത്തിനു മുകളിൽ മത്സരിച്ച് പടർന്നുകയറുന്ന ശംഖുപുഷ്പവും മുല്ലവള്ളിയും ചേർന്ന പശ്ചാത്തലത്തിൽ നിൽക്കുന്ന പെണ്ണിന്റെ ചിത്രത്തിന് ഭംഗി വർദ്ധിക്കുമല്ലോ.

ഫോട്ടോ എടുത്തത് ആരായാലും അയാൾക്കൊരു ക്രഡിറ്റ് കൊടുക്കണം.

അപ്പോഴേക്കും രജനി ഓൺലൈനിൽ എത്തി,,

'ചേച്ചി വന്നല്ലോ ആശ്വാസം; അത്താഴം കഴിച്ചോ ചേച്ചി?'

'കഴിച്ചു'

'ഞാൻ കഴിച്ചില്ല'

'ഞാൻ കഴിച്ചിട്ട് അടുക്കളയെല്ലാം ഒതുക്കിയശേഷം ഇപ്പോൾ വന്നതേയുള്ളൂ'

'എന്നാൽ ഞാൻ കഴിച്ചിട്ട് വരാം; അതുവരെ എന്റെ ഫോട്ടോ നോക്കിയിട്ട് ചേച്ചി അഭിപ്രായം എഴുതണം. കവിത ആയിട്ട് എഴുതിയാൽ മതി?'

'ഞാൻ കവിത മാത്രം എഴുതാറില്ല'

'എന്നാൽ എനിക്കുവേണ്ടി ചേച്ചി കവിത എഴുതണം. ആ ഫോട്ടോ നോക്കിയാൽതന്നെ കവിത വരുമല്ലോ,, ഞാൻ ഫുഡ് കഴിച്ചിട്ട് വരാം. അടുക്കളയിലേക്ക് പോകുന്നു'

'ഓക്കെ'

അവളുടെ ചിത്രം ഞാൻ വീണ്ടും വീണ്ടും നോക്കി, കവിത വരുന്നുണ്ടോ? ചെറിയൊരു സംശയം. താമരയിതൾ പോലുള്ള നയനങ്ങളിൽ കരിമഷി എഴുതി ഒന്നുകൂടി ഭംഗി വരുത്തിയതിന് അലങ്കാരമായി മഴവില്ലുപോലുള്ള പുരികം. ചന്ദ്രക്കല പോലുള്ള നെറ്റിയിൽ അലസമായി വീണുകിടക്കുന്ന ചുരുൾമുടികളും സുന്ദരമായ നാസികയും ചുവന്ന ലിപ്സ്റ്റിക്കിന്റെ സ്പർശനമേറ്റ ചെറിയൊരു പുഞ്ചിരി വിടരുന്ന അധരങ്ങളും ചേർന്നാൽ സൌന്ദര്യമില്ലെന്ന് എങ്ങിനെ പറയും, പിന്നെ, കഴുത്തിന് താഴോട്ടുള്ളത് വിവരിക്കാനുള്ള വാക്കുകൾ ഗൂഗിളിൽ പരതിയാലും ലഭിക്കില്ല. അവളുടെ ചിത്രം നോക്കിയിരിക്കുന്ന ഞാനെങ്ങനെ കവിത എഴുതാതിരിക്കും! വാക്കുകളിലും കവി

തയിലും ഒതുങ്ങാത്ത മിന്നുന്ന സൌന്ദര്യം തന്നെ,,

ഒരു പെണ്ണിന് വേണ്ടതിലധികം സൌന്ദര്യം രജനിയിൽ ഉണ്ട്,,

ശരിക്കും ഒന്നൊന്നര സൌന്ദര്യം,,

അവളുടെ ഫോട്ടൊ ഒഴിവാക്കി മറ്റുള്ള കാര്യങ്ങളിലേക്ക് കടന്നു,, ധാരാളം കഥകൾ എഡിറ്റ് ചെയ്യാനുണ്ട്. അടുത്ത കഥാസമാഹാരത്തിനുള്ളത് കമ്പ്യൂട്ടറിൽ നിന്നും എടുത്ത് ഒറ്റ ഫോൾഡറിൽ സെയ്വ് ചെയ്തശേഷം എഡിറ്റ് ചെയ്യണം.

രണ്ട് കഥകൾ വായിച്ച് ഏഡിറ്റ് ചെയ്തപ്പോൾ രജനി ഓൺലൈനിൽ,

അവൾ എഴുതിയത് വായിച്ചു,

'ടീച്ചറേ കവിതയൊന്നും വന്നില്ലേ?'

ഞാൻ മറുപടി എഴുതി,

'രജനിയുടെ സൌന്ദര്യം കവിതയിലൊന്നും ഒതുങ്ങില്ല'

'സന്തോഷം ടീച്ചറേ'

'നല്ലത്'

'ചേച്ചിയുടെ പുസ്തകത്തിന്റെ പേര് 'എട്ടുസുന്ദരികളും ഒരു സിനിമയും' എന്നാണല്ലോ. അതിലുള്ള എട്ടു സുന്ദരികളിൽ ഒരു സുന്ദരി ഞാനാണോ ചേച്ചീ?'

'അതിലുള്ള സുന്ദരികളെല്ലാം ബന്ധുക്കളും നാട്ടുകാരും ആണ്. രജനിയെ ഉൾപ്പെടുത്തിയാൽ ഒൻപത് സുന്ദരികളാവും'

'ഫോട്ടോ എങ്ങിനെയുണ്ട് ചേച്ചി, ഈ ഫോട്ടോ ഒരാഴ്ച മുൻപ് എന്റെ കസിൻ സിസ്റ്റർ വന്നപ്പോൾ എടുത്തതാണ്. വണ്ണം കൂടിയെന്ന് പറഞ്ഞ് അവളെന്നെ കളിയാക്കി'

'വണ്ണം കൂടാനോ?'

'അതെ, നിതംബം നന്നായി കൊഴുത്തിട്ടുണ്ട് എന്ന് പറഞ്ഞു ചേച്ചി'

'അത് നേരിട്ട് കാണുമ്പോൾ പറഞ്ഞതല്ലേ; ചുരിദാറിൽ ആയാൽ തടിച്ചതായി തോന്നും'

'ശരിയാണ്, അവൾ വീട്ടിൽ വരുമ്പോൾ ഇങ്ങനെയുള്ള ഓരോ വട്ട് കാര്യങ്ങൾ ചെയ്തിട്ട് കളിയാക്കും. പലതരത്തിൽ ഫോട്ടോ എടുക്കാറുണ്ട്'

'അങ്ങനെയൊരു കസിൻ സിസ്റ്ററെ ലഭിക്കുന്നത് നല്ലതല്ലേ?'

'നല്ല കുട്ടിയാണ്, ഇന്ന് സന്തോഷമുള്ള ഒരു കാര്യം ചേച്ചിയോട് പറയണമെന്ന് തോന്നി'

'ഇന്നെന്താ സന്തോഷം?'

'വീണ്ടും ഞാനവിടെ പോയി. ചേച്ചിയോട് അത് പറയുമ്പോൾ മനസ്സിലാകെ സന്തോഷം'

'എവിടെ?'

'എനിക്ക് സന്തോഷം തരുന്ന ആളിന്റെ അടുത്ത്, ഇന്നൊരു പൂജ ഉണ്ടായിരുന്നു. ഭർത്താവിന്റെ ആരോഗ്യത്തിന് സുമംഗലീപൂജ നടത്തിയാൽ നന്നായിരിക്കുമെന്ന് അമ്മയോട് അദ്ദേഹം പറഞ്ഞിരുന്നു. തിങ്കളാഴ്ചയും വെള്ളിയാഴ്ചയും പൂജ നടത്താൻ യോജിച്ച നാളുകളാണ്'

'സുമംഗലി പൂജയോ?'

'അതെ ചേച്ചി നല്ല ശക്തിയുള്ള പൂജയാ,,'

സുമംഗലീപൂജ നടത്തുന്ന പൂജാരി അവളുടെ മംഗല്യസൂത്രം തകരാൻ ഇടയാക്കുമോ? എനിക്ക് ചിരിയൊതുക്കാൻ കഴിഞ്ഞില്ല. പാവം അമ്മയെന്തറിഞ്ഞു, ഒരു സ്ത്രീ ഭർത്താവിനെ വഞ്ചിക്കുന്നതോടൊപ്പം അദ്ദേഹത്തിന്റെ ആരോഗ്യത്തിന് പൂജ നടത്തുക! രജനിയുടെ കണ്ണിൽ അവൾ ചെയ്യുന്നത് വഞ്ചനയെന്ന് പറയാനാവില്ലല്ലോ, ഓരോ വ്യക്തിക്കും അവരവരുടെ ന്യായം.

'എന്നിട്ട് പൂജക്ക് ഫലം ഉണ്ടായോ?'

'ചേച്ചീയോടുള്ള പൂർണ്ണവിശ്വാസം കൊണ്ടാണ് ഞാനെല്ലാം പറയുന്നത്. എല്ലാം തുറന്നു പറയുമ്പോൾ എന്റെ മനസ്സിലുള്ള വിങ്ങൽ കുറയുന്നുണ്ട് ചേച്ചി'

'എന്നാലും ഇതിങ്ങിനെ തുടരണോ?'

'ഇതെന്റെ ആവശ്യമാണ് ചേച്ചി. സെയ്ഫ് ആണെങ്കിൽ ആവശ്യമുള്ളപ്പോൾ മാത്രം വന്നാൽ മതിയെന്ന് എന്നോട് പറഞ്ഞു'

'ഇതൊരു തീക്കളിയാണ്. സൂക്ഷിക്കണമെന്നേ പറയാനുള്ളൂ. സ്വന്തം സുരക്ഷ നോക്കണം'

'ഞങ്ങൾ സൂക്ഷിക്കുന്നുണ്ട് ചേച്ചി. ബന്ധപ്പെടുന്ന നേരത്തെല്ലാം അദ്ദേഹം കോണ്ടം ഉപയോഗിച്ചിരുന്നു. അതുകൊണ്ട് കുഴപ്പമൊന്നും ഉണ്ടാവാനിടയില്ല'

എനിക്കാകെ സംശയമായി. അതൊരു സ്പെഷ്യൽ സിദ്ധൻ തന്നെയാണല്ലോ,,

പൂജാദ്രവ്യങ്ങളുടെ കൂട്ടത്തിൽ കോണ്ടവും പൂജിക്കുന്ന സിദ്ധൻ,,

സുമംഗലി പൂജക്ക് യോജിച്ച ആൾ തന്നെ.

എങ്കിലും ഒരുകാര്യം ഉറപ്പിക്കാം. സിദ്ധൻ അതിസമർത്ഥനാണ്.

ഇതുപോലുള്ള പെണ്ണനുഭവം അയാൾക്ക് ആദ്യമായിട്ട് ആയിരിക്കില്ല. രജനിക്ക് നഷ്ടപ്പെടാൻ ധാരാളം ഉണ്ടെങ്കിലും അവളൊരു മായാവലയത്തിലാണ്. രതിമോഹം കൊണ്ട് ബുദ്ധി മരവിച്ച് മരുന്നുകൾ ഫലിക്കാത്ത അവസ്ഥയിലാണ് അവളിപ്പോൾ. ശരിക്കും വ്യാജസിദ്ധനാണ് അയാൾ,, അപ്പോൾ രജനി?

അവളും വ്യാജമാണോ? ഇതെല്ലാം ഒരുതരം അഭിനയം ആയിരിക്കുമോ?

ഹോമോ സാപിയൻസ്

മുഖപുസ്തകം അടച്ചശേഷം എന്റെ രചനകളുടെ ഫോൾഡർ തുറന്ന് ഒരു മാസം മുൻപ് എഴുതിയ കഥ എഡിറ്റ് ചെയ്യാൻ തുടങ്ങിയെങ്കിലും ശ്രദ്ധ മുഴുവൻ രജനി പറഞ്ഞ കാര്യത്തിൽ ആയിരുന്നു. ഇങ്ങനെ പോയാൽ എവിടെപ്പോയി അവസാനിക്കുമെന്ന ചിന്ത എന്നിൽ ആശങ്ക ഉയർത്തി. ഏതാനും ദിവസത്തെ പരിചയം കൊണ്ട് എവിടെയോ ഉള്ള അജ്ഞാതയായ യുവതി എന്റെ ആരോ ആണെന്ന തോന്നൽ. അവൾ അപകടത്തിൽ പെടാതിരിക്കേണ്ടത് എന്റെയും കർത്തവ്യം ആണെന്ന ബോധം വളരുകയാണ്.

പക്ഷെ?

ഞാനും അവളും

രണ്ടാണ്

എന്റെ മനസ്സും ദേഹവും എന്റേത്,. എനിക്ക് നിയന്ത്രണവിധേയം.

അവളുടെ മനസ്സും ദേഹവും അവളുടേത്. അതിന്റെ നിയന്ത്രണം അവൾക്കു മാത്രം,,

എനിക്ക് എന്റെ ഇഷ്ടം. അവൾക്ക് അവളുടെ ഇഷ്ടം.

ഞാൻ വെറുമൊരു പ്രേക്ഷകയും ശ്രോത്രിയും മാത്രം.

ഒന്നിലും ഇടപെടാതിരിക്കുക.

എല്ലാം കാണുക, കേൾക്കുക.

രണ്ടുദിവസം കഴിഞ്ഞപ്പോൾ രജനി ഇൻബോക്സിൽ എഴുതിയത് വായിച്ചു. പുലരാൻ നേരത്തുള്ള സുപ്രഭാതത്തിനൊപ്പം പുതിയൊരു പെയിന്റിഗ് നേരത്തേ അയച്ചിട്ടുണ്ട്; ശരിക്കുമൊരു മോഡേൺ ആർട്ട്. ശ്രദ്ധിച്ചു നോക്കിയാൽ അതൊരു പെണ്ണിന്റെ ചിത്രമാണെന്ന് മനസ്സിലാക്കാം. ഏതോ മാസികയിൽ വന്ന കടും നിറങ്ങൾ ഉപയോഗിച്ച പെയിന്റിംഗ് മൊബൈലിൽ ഫോട്ടോ എടുത്തതാണ്. കാണാൻ നല്ല ഭംഗിയുണ്ട്. ഈ കക്ഷി വായനാശീലം ഉള്ളവൾ തന്നെയാവും.

ചിത്രം നോക്കിയിരിക്കെ രജനിയുടെ എഴുത്ത് വന്നു,

'ചേച്ചി പെയിന്റിംഗ് കണ്ടോ?'

'കണ്ടു, നിറങ്ങൾ നന്നായിട്ടുണ്ട്'

'ഒരു മാസികയിൽ യാദൃച്ഛികമായി കണ്ടതാണ് ചേച്ചി, ശരിക്കും എന്റെ അവസ്ഥ ഒപ്പിവെച്ചതുപോലെ തോന്നി'

'നല്ലത്'

'ചേച്ചിക്ക് സുഖമാണോ?'

'സുഖം തന്നെ'

'ആ പെയിന്റിംഗ് എന്റെ മനസ്സിനെ വല്ലാതെ സ്വാധീനിച്ചു ചേച്ചി. എന്നെപ്പോലെ ആരും അറിയാതെ നീറി നീറി കഴിയുന്ന ഒരുപാട് പേരുടെ പ്രതീകമായി അതെനിക്ക് തോന്നി. ചേച്ചിക്ക് ആ പെയിന്റിംഗ് ഇഷ്ടമായോ?'

'നിറങ്ങൾ ഇഷ്ടപ്പെട്ടു, മനുഷ്യന്റെ രൂപം വരച്ചത് എനിക്ക് പൊതുവേ ഇഷ്ടമല്ല'

'പരന്ന വായനയും മനുഷ്യമനസ്സുകളെ അടുത്തറിയുകയും ചെയ്യുന്ന എന്റെ ചേച്ചിയല്ലേ, എന്നിട്ടും എന്തേ അങ്ങനെ തോന്നിയത്?'

'ഞാനെന്റെ അഭിപ്രായം എഴുതി. മനുഷ്യശരീരത്തിന് മാത്രമായിട്ട് ഒരു മെച്ചവും ഇല്ല. മനുഷ്യൻ മറ്റു ജന്തുക്കളെ പോലെ ഒരു ജീവിവർഗം,, ഹോമോ സാപിയൻസ്'

'എന്ന് ഉറപ്പിച്ച് പറയാൻ ചേച്ചിക്ക് കഴിയുമോ? ചിരിക്കാനും ചിന്തിക്കാനും ആസ്വദിക്കാനും ബുദ്ധി ഉപയോഗിച്ച് കർമ്മം ചെയ്യാനും മനുഷ്യന് മാത്രമെ കഴിയുകയുള്ളൂ. പിന്നെ ശരീരത്തിന്റെ കാര്യത്തിലാണെങ്കിൽ,, രോമാവൃതമല്ലാത്ത ദേഹത്ത് രണ്ടുകാലിൽ നിവർന്നു നിന്ന് സ്വതന്ത്രമായ രണ്ട് കൈകൾ ഇഷ്ടപ്രകാരം ചലിപ്പിച്ച് ജോലി ചെയ്യാനാവുന്നത് മനുഷ്യന് മാത്രമല്ലേ. ഭൂമിയിൽ മനുഷ്യനിർമ്മിതങ്ങളായ മാറ്റങ്ങൾ പോലെ മറ്റേതെങ്കിലും ജീവികൾ മാറ്റം ഉണ്ടാക്കിയിട്ടുണ്ടോ ചേച്ചീ?'

എന്റെ ചിന്തകളാകെ എവിടെയോ സഞ്ചരിക്കാൻ തുടങ്ങി; ഈ വിവരങ്ങളൊക്കെ ഇത്രയും കാലം എവിടെയാണ് ഇവൾ ഒളിപ്പിച്ചു വെച്ചത്! എന്റെ കൂട്ടുകാരി ചില്ലറക്കാരിയല്ല. ഞാൻ എഴുതി,

'കുട്ടി പറഞ്ഞതൊക്കെ ശരിയാണ്. പക്ഷെ ഞാനൊരു ബയോളജി ടീച്ചറാണ്. മനുഷ്യനോടൊപ്പം മറ്റുള്ള ജീവികളെപ്പറ്റിയും പഠിപ്പിച്ചതാണ്'

'ചേച്ചി പറയുന്നത് ശരി തന്നെയാണ്; മനുഷ്യന്റെ ചിന്തയും പ്ര

വർത്തിയും എത്ര ഉയർന്നതായാലും അവനൊരു ജന്തുവർഗമാണ്. ടീച്ചറുടെ ഭാഷയിൽ ഹോമോ സാപിയൻസ്, അപ്പോൾ മറ്റേതൊരു ജന്തുവിനും ഉണ്ടാവുന്നതുപോലെ വികാരവിചാരങ്ങൾ മനുഷ്യനും ഉണ്ട്. അടിസ്ഥാനപരമായി മൃഗങ്ങൾ അധികവും ഒന്നിലധികം ഇണകളെ സ്വീകരിക്കുന്നവരാണ്. പുരാതനകാലത്ത് മനുഷ്യനും അതുപോലെയാണെന്ന് ഞാനൊരു മാസികയിൽ വായിച്ചിട്ടുണ്ട്. കാട്ടുമനുഷ്യൻ പരിണമിച്ച് നാട്ടുമനുഷ്യൻ ആയ കാലത്ത് കർശനമായ ചില നിയമങ്ങൾ വന്നപ്പോഴാണ് വിവാഹം കുടുംബം തുടങ്ങിയ സിസ്റ്റങ്ങൾ ഉണ്ടായത്. ചേച്ചിക്ക് ഇതൊക്കെ അറിയുമെന്നാണ് എന്റെ വിശ്വാസം'

അവളെന്നെ കുടുക്കി; പറഞ്ഞതെല്ലാം ശരിയാണെന്ന് സമ്മതിക്കേണ്ടി വരുന്നു. അപ്പോൾ ഇതെല്ലാം വായനയിലൂടെയുള്ള നേടിയ അറിവുകളാണ്. പണ്ട് കാട്ടിലും ഗുഹകളിലും വേട്ടയാടിനടന്ന മനുഷ്യർ വിവാഹം നടത്തിയിരുന്നില്ല. കയ്യൂക്കുള്ളവൻ കാര്യക്കാരൻ ആണെന്ന നിയമം. ഒരു പെണ്ണിനും ചെറുക്കനെ അന്വേഷിക്കേണ്ടതില്ല. പുരനിറഞ്ഞ പുരുഷനോ സ്ത്രീയോ ഉണ്ടാവില്ല. ബ്രോക്കർ ഇല്ല, സ്ത്രീധനം ഇല്ല, വിവാഹപ്പന്തൽ ഇല്ല, വിവാഹ രജിസ്ട്രേഷൻ ഇല്ല, താലികെട്ട് ഇല്ല. ആർക്കും ആരുമായും ചേരാം, പോളിഗാമസ്, ആധാർ കാർഡ് ഇല്ല, അച്ഛനാരെന്ന് ആർക്കും അറിയേണ്ട. പിന്നെ ഡി.എൻ.എ. ടെസ്റ്റ് നടത്താൻ വിധിക്കുന്ന കോടതികളില്ല. ഒടുവിൽ മോണോഗാമസ് ആയപ്പോഴാണ് മനുഷ്യകുലം ഒന്ന് കലങ്ങിത്തെളിഞ്ഞത്.

മനുഷ്യൻ ശരിക്കും മനുഷ്യനായത്.

ഒരുത്തന് ഒരുത്തി, ഒരുത്തിക്ക് ഒരുത്തൻ.

ചിലനേരത്തെങ്കിലും പണ്ടത്തെ കാട്ടുമനുഷ്യരുടെ ശീലങ്ങൾ കയറുപൊട്ടിച്ച് വെളിയിൽ വരും. ഒരുത്തൻ പോരാ, ഒരുത്തി പോരാ എന്നു പറഞ്ഞ് മുക്കറയിട്ട് ആണും പെണ്ണും ഓടിനടക്കും. തരം കിട്ടിയാൽ ഇണയെ പീഡിപ്പിച്ച് രസിക്കും. ഒരു കാലത്ത് കാട്ടുമൃഗങ്ങളെ വളഞ്ഞിട്ട് വേട്ടയാടിയ വികാരങ്ങളെല്ലാം കൂട്ടമായി ഒറ്റയടിക്ക് വെളിയിൽ ചാടും.

ഇങ്ങനെയുള്ള കാര്യങ്ങളൊക്കെ വായിക്കാനാണ് രജനിക്ക് താല്പര്യം; ഞാൻ എഴുതി.

'രജനിക്ക് ഇതൊക്കെ നന്നായി അറിയാമല്ലോ'

'ഇത്തരം കാര്യങ്ങളൊക്കെ ഞാൻ വായിക്കാറുണ്ട് ചേച്ചി'

'ഇത്തരം ലേഖനങ്ങൾ മാസികകളിലും വാരികകളിലും വരാറുണ്ട്. അത് വായിക്കുന്നതോടൊപ്പം അവയിലെ മറ്റു കാര്യങ്ങളും വായിക്കു

മല്ലോ'

'എനിക്ക് അറിയാം ചേച്ചി, എനിക്ക് ചേച്ചിയോടുള്ള സ്നേഹവും വിശ്വാസവും സ്വാതന്ത്ര്യവും മൂലമാണ് എന്നിലെ ചിന്തകളുടെയും വികാരങ്ങളുടെയും ഓരോ സ്പന്ദനവും ചേച്ചിയോട് തുറന്നു പറയാൻ കഴിയുന്നത്. അതെല്ലാം എനിക്ക് ഒരുപാട് ആശ്വാസം തരുന്നുണ്ട്'

'നല്ലത്'

'ചേച്ചി, ഞാനിപ്പോൾ കടന്നുപോകുന്ന ഓരോ നിമിഷങ്ങളും എന്റെ ശരീരവും മനസ്സും നന്നായി ലൈംഗികത ആഗ്രഹിക്കുന്നു. എന്റെ രാത്രികൾ നിദ്രാവിഹീനങ്ങളായിട്ട് അനേകം നാളുകളായി. അപ്പോഴൊരു ഇടക്കാലാശ്വാസം പോലെയാണ് ഒരാൾ വന്നത്. ഞാനതിന് നിർബന്ധിതയാകുന്നു ചേച്ചി, അവിടെ പോകാനും അയാളെ കാണാനുമുള്ള ചിന്ത ഒഴിവാക്കാൻ എനിക്ക് കഴിയുന്നില്ല ചേച്ചി,,'

രജനി പ്രകടിപ്പിക്കുന്നത് അമിതമായ ലൈംഗിക ആസക്തിയാണ്. നല്ലൊരു സൈക്കോളജിസ്റ്റിനെ കൺസൽട്ട് ചെയ്താൽ അതിനൊക്കെ ചികിത്സ ലഭിക്കും. പക്ഷെ അവൾക്കുള്ള വേറിട്ട സ്വഭാവം രോഗമായി കണക്കാക്കി ഡോക്റ്ററെ സമീപിക്കാൻ അവൾ തയ്യാറാവുകയില്ല. അതൊരു മാനസീക വൈകല്യം ആണെന്നുപോലും സമ്മതിക്കില്ല.

അവളുടെ കാര്യത്തിൽ എനിക്കൊന്നും ചെയ്യാൻ കഴിയില്ലെന്ന് ഉറപ്പാണ്. തെറ്റായാലും ശരിയായാലും അതെല്ലാം സ്വന്തം ഇഷ്ടത്തിന് വിടാനെ കഴിയുകയുള്ളൂ. ഞാൻ എഴുതി,

'രജനിക്ക് വേറൊരു കാര്യവും ചെയ്യാനും ചിന്തിക്കാനും ഇല്ലേ? ആ ടീവി തുറന്നിട്ട് വാർത്താ ചാനലുകൾ ഓരോന്നായി കാണുക, അവനവന്റെ കാര്യങ്ങളെല്ലാം മറന്നിട്ട് മറ്റുള്ളവരെക്കുറിച്ച് ചിന്തിക്കുക. ഈ ലോകത്ത് സെക്സ് മാത്രമാണെന്ന ചിന്ത ഒഴിവാക്കുക. നൂറായിരം പ്രശ്നങ്ങളാണ് ഇവിടെ ജീവിക്കുന്ന പാവങ്ങളായ മനുഷ്യൻ അനുഭവിക്കുന്നത്. അതൊക്കെ ഒന്ന് സങ്കല്പിച്ചു നോക്ക്,, അതെല്ലാം പോട്ടെ,, ഗൾഫിലെ മരുഭൂമിയിൽ തനിച്ച് ജീവിച്ച് അദ്ധ്വാനിക്കുന്ന സ്വന്തം ഭർത്താവിനെക്കുറിച്ച് ഒരു നിമിഷമെങ്കിലും രജനി ചിന്തിച്ചിട്ടുണ്ടോ? അദ്ദേഹവും നിങ്ങളെപ്പോലെ ചിന്തിക്കുകയാണെങ്കിൽ എത്ര സ്ത്രീകളെ ആയിരിക്കും പീഡിപ്പിക്കുന്നതെന്ന് ഓർക്കുക'

'ചേച്ചി പറയുന്നതിനോട് ഞാൻ പൂർണ്ണമായും യോജിക്കുന്നു ചേച്ചി, ഞാൻ എല്ലാം എന്റെ ഹസ്ബെന്റിന് കൊടുക്കാറുണ്ട് ചേച്ചി. സ്നേഹവും നല്ല ഭക്ഷണവും അദ്ദേഹത്തിന്റേതായ എല്ലാ ഉത്തരവാദിത്തങ്ങൾക്കും ഞാൻ കൂടേയുണ്ട്. പക്ഷെ എന്റെ അവസ്ഥ, എപ്പോ

ഴും അദ്ദേഹം എന്നെ മനഃപൂർവ്വം അവഗണിക്കുമ്പോൾ ഞാൻ ഒറ്റക്കായതുപോലെ തോന്നുന്നു ചേച്ചി. ഈ പത്തു വർഷത്തെ ജീവിതത്തിനിടയിൽ ഒന്നിച്ചുള്ള കാലത്ത് സ്നേഹത്തോടെ എന്നെയൊന്ന് തലോടിയെങ്കിൽ എന്ന് ഞാൻ ആഗ്രഹിച്ചിട്ടുണ്ട് ചേച്ചി'

'കുട്ടീ ഇതിന് മറുപടി പറയാൻ എനിക്കാവില്ല'

'എന്റെ ചേച്ചീ'

'മോളേ എനിക്ക് ഉറക്കം വരുന്നു, ഗുഡ്നൈറ്റ്'

'ഗുഡ്നൈറ്റ് ചേച്ചി, സ്വീറ്റ് ഡ്രീംസ്'

അവൾ സ്വീറ്റ് ഡ്രീംസ് പറഞ്ഞപ്പോഴാണ് സ്വപ്നങ്ങളെ കുറിച്ച് ഞാൻ ചിന്തിച്ചത്. കുട്ടിക്കാലത്ത് ധാരാളം സ്വപ്നങ്ങൾ കാണാറുള്ള ഞാൻ മുതിർന്നപ്പോൾ അവയുടെ എണ്ണം കുറഞ്ഞ് ഇപ്പോൾ അപൂർവ്വമായിരിക്കുന്നു. ആകാശത്തുള്ള പറവകളോടും പൂമ്പാറ്റകളോടും ഒപ്പം പറന്നുകളിക്കുന്നതും കടൽതീരത്ത് കൂട്ടുകാരോടൊത്ത് ഓടിക്കളിക്കുന്നതും ശൈശവത്തിലെ സ്വപ്നങ്ങളാണ്. ജനിച്ചതും വളർന്നതും കടൽതീര ഗ്രാമത്തിലാണ്. കിഴക്ക് സൂര്യൻ മേഘങ്ങൾക്കിടയിൽ ഒളിച്ചുകളി നടത്തുന്ന നേരത്ത് അറബിക്കടലിനെ തൊട്ടുരുമ്മുന്ന പടിഞ്ഞാറൻ ചക്രവാളത്തിൽ ഏഴുനിറങ്ങൾ ഒത്തുചേർന്ന മഴവില്ലുമായി പ്രഭാതം കുട്ടികളെ എതിരേറ്റിരുന്നു. അപ്പോൾ നമ്മുടെ സ്വപ്നങ്ങൾക്കെല്ലാം ചിറകുകൾ മുളച്ചിരുന്നു.

വളർച്ചയുടെ പടവുകളിൽ സ്വപ്നങ്ങളുടെ നിറങ്ങൾക്ക് പതിയെ മങ്ങലേറ്റു. സ്വപ്നങ്ങളിലെ കഥാപാത്രങ്ങൾ മാറി മാറി വരാൻ തുടങ്ങി. യൌവനത്തിൽ പ്രേമസുരഭിലമായ സ്വപ്നങ്ങൾ കണ്ട് നിർവൃതിയടഞ്ഞു. ഒടുവിൽ കുടുംബത്തിന്റെ കെട്ടുപാടുകളിൽ സ്വപ്നങ്ങളുടെ എണ്ണം കുറഞ്ഞ് കാര്യമാത്രപ്രസക്തമായി. വാർദ്ധക്യം മുന്നിലെത്തിയപ്പോൾ സ്വപ്നങ്ങൾ അപൂർവ്വമായി.

ഇപ്പോഴാവട്ടെ സ്വപ്നം കാണാൻ ഭയമാണ്;

കാണുന്നതെല്ലാം ഭീകര കാഴ്ചകളാവുമ്പോൾ ഭയക്കാതെ എന്തു ചെയ്യും,,?

സ്വപ്നം കാണാതിരിക്കാൻ വേണ്ടി ഉറങ്ങാതിരിക്കുന്ന വാർദ്ധക്യം,

മനസ്സിനുള്ളിൽ തീയാണ്

ഒരു ജന്തുവിന് ജീവിക്കാൻ വേണ്ടത്?

'വായു, ജലം, ആഹാരം'

ഇതുമാത്രം മതിയോ?

പോര, അവർക്ക് ജീവിക്കാനുള്ള ഇടം വേണം,

മതിയോ?

ഭക്ഷണം കഴിച്ചും വെള്ളം കുടിച്ചും വളരണം, വളരുന്തോറും ഉള്ളിൽനിന്നും ബഹിർഗമിക്കുന്ന ഹോർമോണുകളും ഫിറോമോണുകളും ചേർന്ന് ഓടാനും ചാടാനും ഇണയെ കണ്ടെത്താനുമുള്ള ചോദന ഉണ്ടാക്കും. അപ്പോൾ ഇണകളെ കണ്ടെത്താനുള്ള ശ്രമമായി. അടിപിടി, കടിപിടി,, ജയിച്ചവർ ഇണചേർന്ന് ഭൂമിയിലൊട്ടാകെ അവരുടെ വംശം വർദ്ധിപ്പിക്കുന്നു. അങ്ങിനെ ഹരിതാഭമായ ഭൂമിയിൽ ജന്തുവർഗം തിന്നും കുടിച്ചും അടിച്ചും പിടിച്ചും പുളയ്ക്കുന്നു. സൌരയൂഥത്തിലെ മറ്റു ഗോളങ്ങൾ അത്യുഷ്ണം കൊണ്ട് തിളച്ചുമറിഞ്ഞും അതിശൈത്യം കൊണ്ട് കോച്ചിപ്പിടിച്ചും ചുറ്റിക്കറങ്ങിയിട്ട് കാലം കഴിക്കുമ്പോൾ ഇളംകാറ്റ് വീശുന്ന സസ്യശാമള കോമളമായ ഭൂമി വളർന്ന് തളിർത്ത് പൂത്ത് കായ്ക്കുന്നു. മാറി മാറി വരുന്ന ഋതുക്കൾ കാട്ടിലും മലയിലും കടലിലും കരയിലും തേരോട്ടം നടത്തുന്ന ഭൂമിയെ നോക്കിയിട്ട് പ്രപഞ്ചത്തിലുള്ള കാക്കത്തൊള്ളായിരം ഗോളങ്ങളും അസൂയപ്പെടുന്നു,,

നമുക്ക് മനുഷ്യനിലേക്ക് വരാം.

മനുഷ്യന് എന്തെല്ലാം വേണം.

വായു, ജലം, ആഹാരം, പിന്നെ.

വസ്ത്രം, പാർപ്പിടം, എത്ര കിട്ടിയാലും മതിയാവില്ല.

പിന്നെയോ?

പിന്നെ ഇണയെ വേണം, അധികാരം വേണം, എല്ലാം സ്വന്തമാക്കണം.

ജീവിതം മത്സരമാവുകയാണ്.

അധികാരം, എല്ലാം വെട്ടിപ്പിടിക്കൽ, എത്ര കിട്ടിയാലും മതിയാവാത്തവർ.

തനിക്കുശേഷം പ്രളയം.

പ്രളയത്തെ കാത്തിരിക്കുന്ന ഓരോ മനുഷ്യന്റെയും പ്രതീക്ഷിക്കുന്നത് താനൊഴികെ എല്ലാവരും പ്രളയത്തിൽ നശിക്കും എന്നാണ്. അതിനുശേഷം എല്ലാം സ്വന്തമാക്കണം, എല്ലാം എന്റേത് ആവണം,,

ചിന്തകൾ എവിടെയോ പ്രയാണം തുടരുകയാണ്,, കടിഞ്ഞാണില്ലാത്ത അശ്വത്തെപോലെ അഴിച്ചുവിട്ടാൽ സമയം പോകുന്നത് അറിയുന്നതേയില്ല. ഇപ്പോൾ ഫെയ്സ്ബുക്ക് തുറക്കുന്നത് രജനിയുമായി സംവദിക്കാൻ മാത്രമാണെന്ന അവസ്ഥയിലാണ്. എത്ര ഉപേക്ഷിച്ചാലും മനസ്സിൽനിന്നും വിട്ടുപോവാത്ത അജ്ഞാതമായ അടുപ്പം നമ്മൾ തമ്മിൽ വളരുന്നതായി ഒരു തോന്നൽ,, മനസ്സു തുറന്ന് അവളെന്നോട് പറയുന്നത് കേൾക്കാനും തിരിച്ച് വിശേഷങ്ങൾ പറയാനുമുള്ള താല്പര്യം വർദ്ധിക്കുകയാണ്.

ഏതാനും ദിനങ്ങളായി എനിക്കൊരു തോന്നൽ.

ഞാൻ ചെയ്യുന്നത് ശരിയാണോ?

അവൾ പറയുന്നതിൽ നിറയെ ലൈംഗികതയുണ്ട്.

അന്യരുടെ രഹസ്യങ്ങളിൽ മനുഷ്യർക്ക് പ്രത്യേകിച്ച് മലയാളികൾക്ക് താല്പര്യമുണ്ട്.

അന്യരുടെ ലൈംഗികതയിൽ ഒളിഞ്ഞുനോക്കാനും താല്പര്യമുണ്ട്,

ഒളിഞ്ഞുനോട്ടം മാത്രമല്ല ഒളിഞ്ഞു കേൾക്കാനും അതിലേറെ താല്പര്യമുണ്ട്,

അതല്ലേ ഞാനും ചെയ്യുന്നത്? അതല്ലേ മലയാളിയുടെ ശീലങ്ങൾ?

ഇതൊക്കെ എവിടെ ചെന്നവസാനിക്കും?

ഏതാനും ദിവസങ്ങളായി നല്ല മഴയാണ്. ആദ്യം ചെറുതുള്ളികൾ ചേർന്ന് വരണ്ട മണ്ണിനെ കുളിരണിയിച്ച ശേഷം ഇടിമിന്നലിന്റെ മേളക്കൊഴുപ്പോടെ തുള്ളിക്കൊരു കുടം പേമാരി തകർത്ത് പെയ്യുകയാണ്. വരണ്ടുണങ്ങിയ ഭൂമിയിൽ നനവ് പകർന്നപ്പോൾ മണ്ണിലുറങ്ങുന്ന വിത്തുകളും വേരുകളും കിഴങ്ങുകളും വെള്ളത്തെ ആവാഹിച്ച് ജീവന്റെ തുടിപ്പുകളായി മന്ദം മന്ദം തല ഉയർത്തി ചിരിക്കുകയാണ്. ഏതാനും ദിവസം കൊണ്ട് ഭൂമി പച്ചപ്പണിഞ്ഞ് പുത്തൻ പെണ്ണിനെപ്പോലെ തുടുത്തിരിക്കും. പിന്നെ തിരുവോണ ആഘോഷത്തിന്റെ പൊ

ലിമയോടെ മലയാളികളുടെ പൂക്കാലം വരവായി. പുല്ലുകളോടൊപ്പം നാനാവിധ ചെടികളും ഒത്തുചേർന്ന് പൂക്കൾ വിടർത്തി വിവിധ വർണ്ണങ്ങൾ വാരിവിതറുന്ന കാലം.

മൂന്നു ദിവസത്തെ ഇടവേളക്ക് ശേഷം മഴമാറിനിന്ന രാത്രിയിലാണ് ഞാൻ രജനിയോട് സംവദിച്ചത്. ഞാൻ വിശ്വസിച്ചതുപോലെ അവൾ വെറുമൊരു വീട്ടമ്മ മാത്രമല്ല; ജീവിതത്തിന്റെ വിവിധ വശങ്ങളെക്കുറിച്ച് നന്നായി അറിയുന്ന പെണ്ണാണ്. ഇപ്പോൾ എന്റെ മനസ്സ് കീഴടക്കുന്ന കാര്യത്തിൽ ഏകദേശം വിജയിച്ച മട്ടാണ്. മനസ്സിന്റെ അടിത്തട്ട് മൊത്തമായി ഇളക്കിയെടുക്കാനുള്ള കഴിവ് അവൾക്കുണ്ടെന്ന് ഏകദേശം ഉറപ്പായി. എന്തുപറഞ്ഞാലും വിദ്വേഷം തീരെയില്ലാത്ത മധുരമുള്ള അവളുടെ വാക്കുകളിൽ മയങ്ങി വീഴുന്ന അവസ്ഥയിലാണ് ഞാൻ,,

മധുരം പുരട്ടിയ വാക്കുകളിൽ എന്നെ വിളിച്ചുകൊണ്ട് അവളെഴുതി,

'എന്റെ ചേച്ചീ'

'ഹായ് രജനീ'

'മൈ ഫ്രന്റ്, ഹാപ്പി ഡെയ്സ്'

'ഓൾ ദി ബെസ്റ്റ് വിഷസ്'

'ചേച്ചി രണ്ടുദിവസം മഴ പെയ്തില്ലേ'

'എനിക്ക് മഴ ഇഷ്ടമല്ല'

'മഴ ഇഷ്ടമല്ലെന്നോ? ആശ്ചര്യം'

'വേനലും വരൾച്ചയും ഞാൻ സഹിച്ചിട്ടുണ്ട്; എന്നാൽ ഏറ്റവും സഹിച്ചത് മഴയെ ആണ്. കുട്ടിക്കാലം മുതൽ മഴ എന്നത് എനിക്കൊരു ദുരന്തമായിരുന്നു'

'എന്തുപറ്റി? ഞാൻ ആദ്യമായാണ് മഴയെ ഇഷ്ടപ്പെടാത്ത ഒരാളെ കാണുന്നത്, അല്ല അറിയുന്നത്'

'കോൺക്രീറ്റ് മാളികയിൽ ഇരിക്കുന്നവർക്ക് മഴ കാണുന്നതൊരു രസമാണ്. പക്ഷെ,,'

'പക്ഷേ?'

'ഒരു കാലത്ത് ഇതൊന്നും ഇല്ലായിരുന്നു. മഴ പെയ്താൽ ചോരുന്ന ഓലപ്പുരയിൽ ജീവിച്ചൊരു കാലം ഉണ്ടായിരുന്നു. ചോർച്ച തടയാൻ ചാണകം തേച്ച നിലത്ത് ചട്ടിയും കലവും വെച്ച് വെള്ളം പിടിച്ച കാലം; എനിക്കതൊന്നും അത്രപെട്ടെന്ന് മറക്കാനാവില്ല'

'അങ്ങനെയുള്ള കുട്ടിക്കാലം പലർക്കും കാണുമല്ലോ, അതെല്ലാം

അവർ ഓർക്കാറുണ്ടോ?'

ഞാൻ പറഞ്ഞത് അവൾക്ക് വിശ്വാസം ഇല്ലാതായോ? പുത്തൻ തലമുറ പഴയ കാര്യങ്ങളൊന്നും കേൾക്കാൻ ഇഷ്ടപ്പെടാത്തവരാണ്. ചോർന്നൊലിക്കുന്ന ഓലപ്പുരകൾ നോസ്റ്റാൾജിയ ആണെന്നു പറഞ്ഞ് അവിടേക്ക് ടൂറിസം പ്ലാൻ ചെയ്യുന്നവരാണ്.

പഴയ കാര്യങ്ങൾ തന്നെ ഞാൻ വീണ്ടും പറയാൻ തുടങ്ങി,

'ഇത് അത്ര പഴയതല്ല കുട്ടീ, എന്റെ ജീവിതത്തിൽ പകുതിയും ഓലപ്പുരയിൽ ആയിരുന്നു. ഡിഗ്രിയും പീജിയും പഠിക്കുന്ന കാലത്ത് മഴപെയ്യുമ്പോൾ പുസ്തകങ്ങളിലെ അക്ഷരങ്ങൾ നശിക്കാറുണ്ട്. ആ നേരത്തും പഠനത്തിൽ ഒന്നാം സ്ഥാനം എനിക്ക് ആയിരുന്നു'

'ചേച്ചീ ഇന്നത്തെ കുട്ടികൾ ഇത്തരം പ്രയാസങ്ങളൊന്നും അനുഭവിക്കുന്നില്ല. അവർക്ക് മഴയും മഴക്കാറും ഇടിയും മിന്നലും ആവേശമാണ്'

'അതെ മോളെ, എന്നാൽ മഴ പെയ്യുക എന്നത് എന്റെ മനസ്സിലിന്നും ഭീതിജനകമായ അവസ്ഥയാണ്. ഇടിമിന്നൽ ഉണ്ടാവുമ്പോൾ ഇപ്പോഴും ഞാൻ വീടിനകത്തെ ഇരുട്ടിൽ അഭയം തേടും'

'ചേച്ചിക്ക് എന്തൊക്കെ അനുഭവങ്ങളാണ്,, ചേച്ചിയുടെ ജീവിതത്തിലെ ഓരോ ഏടും ഓരോ കഥയാക്കി എഴുതാനാവും'

'രജനി പറയുന്നതും കഥയല്ലേ, മനുഷ്യമനസ്സിന്റെ കഥ. ഒരു പെണ്ണിന്റെ കഥ'

'ചേച്ചിയോട് ഓരോ രാത്രിയും ഞാൻ അനുഭവിക്കുന്ന അവസ്ഥ രണ്ടു വരികളിലൂടെയെങ്കിലും തുറന്നു പറയുമ്പോൾ മനസ്സിന് എന്തോ വലിയ ആശ്വാസം പോലെ തോന്നും'

'വളരെ സന്തോഷം'

'മഴയില്ലാത്തപ്പോൾ നല്ല ചൂടാണ്. അപ്പോൾ അടിവസ്ത്രങ്ങളൊന്നും ഇല്ലാതെയാണ് ഉറങ്ങുന്നത്. ഇട്ടിരിക്കുന്ന ബ്രായും പാന്റീസുമെല്ലാം അഴിച്ചുകളയാറുണ്ട്'

'അതാണ് നല്ലത്, അപ്പൊൾ മകനോ?'

'മകനെപ്പോഴും അമ്മയുടെ കൂടെയാണ്, അവന് അച്ഛമ്മ മതി'

'നല്ല മകൻ, രജനിക്ക് സൌകര്യമായി'

'അതെ ചേച്ചി, പലപ്പോഴും ചൂടിനെ പഴിചാരി ഇട്ടിരിക്കുന്ന നൈറ്റി കൂടി അഴിച്ചുകളയാറുണ്ട്. പൂർണ്ണ നഗ്നയായി കിടക്കുമ്പോൾ എന്തൊരു ആശ്വാസവും സുഖവുമാണ് ചേച്ചീ. അതൊന്ന് അനുഭവിച്ചു തന്നെ അറിയണം'

അവളെഴുതിയത് മനസ്സിലൊരു ചിത്രമായി പതിഞ്ഞെങ്കിലും മറുപടി മറ്റൊന്നായിരുന്നു,

'ഒറ്റക്ക് ഉറങ്ങുന്നതുകൊണ്ടല്ലേ, അതൊക്കെ അനുഭവിക്കാനൊരു ഭാഗ്യം വേണം'

'അയ്യോ ചേച്ചിയെന്നാ പറയുന്നത്, അതെല്ലാം എന്റെ സിരകളെ ചൂടു പിടിപ്പിക്കാറുണ്ട് ചേച്ചി'

'ചൂടോ? ഈ മഴക്കാലത്ത്?'

'മഴയാണെങ്കിലും എന്റെയുള്ളിൽ ചൂടാണ്, വികാരം കൊണ്ടുള്ള ചൂട്'

'അത് തണുപ്പിക്കാൻ സിദ്ധപൂജയൊന്നും നടന്നില്ലേ?'

'പൂജയൊന്നും നടന്നില്ല'

'എന്തുപറ്റി?'

'ഒരാഴ്ച മുൻപ് അദ്ദേഹം നാട്ടിലേക്ക് പോയി; നാളെയാണ് വരുന്നത്'

'അതുശരി, ഒരു പൂജയുടെ കുറവാണ് ഈ പറഞ്ഞതെല്ലാം'

'ചേച്ചീ, ചേച്ചിയോട് പറഞ്ഞപ്പോൾ ഒരു സമാധാനം'

'ശരി, ഗുഡ്നൈറ്റ്'

'ഗുഡ്നൈറ്റ് ചേച്ചി'

രജനിയോട് ഗുഡ് നൈറ്റ് പറഞ്ഞു; അവളുടെ പേരിനുനേരെയുള്ള പച്ചവെളിച്ചം അണഞ്ഞു. അതിനുശേഷം ഉച്ചകഴിഞ്ഞ് എഴുതിയ ഹാസ്യകഥ പൂർത്തിയാക്കാൻ ശ്രമിച്ചെങ്കിലും രജനി പറഞ്ഞ കാര്യങ്ങൾ മനസ്സിലൂടെ ഓടിക്കളിക്കാൻ തുടങ്ങി. കുട്ടിക്കാലത്ത് വസ്ത്രത്തിന്റെ മറയില്ലാതെ നടക്കാമെങ്കിലും മുതിർന്ന വ്യക്തികൾ വസ്ത്രത്താൽ ബന്ധിക്കപ്പെട്ടിരിക്കുന്നു. അതിൽ നിന്നുള്ള സ്വാതന്ത്ര്യം, പിറന്നപടി നിൽക്കുക എന്നകാര്യം മുതിർന്നുകഴിഞ്ഞാൽ സംഭവിക്കുന്നത് അപൂർവ്വ അവസരങ്ങളിൽ മാത്രമാണ്.

അടച്ചുപൂട്ടിയ മുറിയിൽ കണ്ണാടിയുടെ മുന്നിൽവെച്ച് രജനി ഉടുവസ്ത്രം ഓരോന്നായി അഴിച്ചിടുന്ന രംഗം ഓർമ്മയിൽ വന്നു. രാത്രിയൂനിഫോം ആയ നൈറ്റി സമീപം എടുത്തുവെച്ചിട്ട് അവളാദ്യം സാരി അഴിക്കുന്നു. അതിനുശേഷം ബ്ലൌസ് അഴിച്ചുമാറ്റിയശേഷം പാവാടയും അഴിച്ച് നിലത്തിടുന്നു. പിന്നെ,,

കണ്ണാടിയിൽ നോക്കി അവളങ്ങിനെ നിൽക്കുമ്പോൾ എന്തൊരു രസമായിരിക്കും! അടിവസ്ത്രങ്ങളിൽ ഒതുങ്ങാതെ സ്വാതന്ത്ര്യം കൊതിക്കുന്ന ഉയർച്ചയും താഴ്ചയും നോക്കി ആസ്വദിച്ചശേഷം അവശേ

ഷിച്ച തുണികൾ ഓരോന്നായി പതുക്കെ അഴിച്ചുമാറ്റി. പെട്ടെന്ന് ബ്രായുടെ കെട്ടുപൊട്ടിച്ച് മോചനം നേടിയ രണ്ട് മുലകളും ഞെട്ടിത്തെറിച്ച് കണ്ണാടിയിലുള്ള രജനിയെ നോക്കി പൊട്ടിച്ചിരിക്കാൻ തുടങ്ങി. തിരക്കുകൂട്ടാതെ അവശേഷിച്ചതും അഴിച്ചപ്പോൾ കോരിത്തരിപ്പോടെ സ്വന്തമായുള്ളതെല്ലാം രജനി വീണ്ടും വീണ്ടും നോക്കി.

ഏതാനും ദിവസം പൂജ മുടങ്ങിയതിന്റെ വെപ്രാളം മാത്രമാണ് രജനി കാണിക്കുന്നത്. ഓരോ മനുഷ്യനും ഓരോ ചിന്തകൾ, അതിനോടൊത്ത് പോകാൻ പരമാവധി ശ്രമിക്കുന്നു. അവൾ അവളുടെ വഴിയിൽ സഞ്ചരിക്കട്ടെ; എന്റെ വഴി ഞാൻ കണ്ടെത്തണം.

ആദ്യമായി കിട്ടിയ പ്രേമലേഖനം

'സ്നേഹിക്കാൻ കൊതിക്കുന്ന ലോലമായ മനസ്സാണ് കുട്ടികളുടേത്. സ്നേഹവും പരിഗണനയും കിട്ടിയില്ലെങ്കിൽ അത് കിട്ടുന്ന ഇടത്തേക്ക് കുട്ടികൾ പോവും',

എപ്പോഴോ വായിച്ചത് ഓർമ്മവന്നു.

കുട്ടികൾ മാത്രമല്ല മുതിർന്നവരും ഇക്കാര്യത്തിൽ മുന്നിലാണ്,

സ്നേഹത്തിന്റെ കാര്യത്തിൽ മാത്രമല്ല, എല്ലാ കാര്യത്തിലും അതുപോലെയാണ്.

ഉണ്ണാനില്ലാത്തവർ ഭക്ഷണത്തിന് പിന്നാലെ,

പണമില്ലാത്തവർ പണത്തിനു പിന്നാലെ,

സൌന്ദര്യം കുറഞ്ഞവർ സൌന്ദര്യത്തിനു പിന്നാലെ.

അധികാരം ഇല്ലാത്തവർ അധികാരത്തിനു പിന്നാലെ.

ഒടുക്കം എത്ര കിട്ടിയാലാണ് മനുഷ്യന് തൃപ്തി വരിക?

ഓരോ മനുഷ്യനെയും എന്തെല്ലാം അനുഭവങ്ങളാണ് കാത്തിരിക്കുന്നത്.

പത്താംതരം വരെ പഠിച്ചത് പെൺപള്ളിക്കൂടത്തിൽ ആയിരുന്നെങ്കിലും ഞങ്ങൾ പെൺകുട്ടികളുടെ മനസ്സിൽ ആണിനെക്കുറിച്ചുള്ള ചിന്തകൾ നിറഞ്ഞിരുന്നു. ചിലർക്ക് തീവ്രമായ ആൺചിന്തകൾ മാത്രം. വേലിചാടി വരുന്ന ബോയ്സ് ഹൈസ്കൂളിലെ സുന്ദരന്മാരായ ആൺപിള്ളേരിൽ നിന്നും അക്കൂട്ടരിൽ ചിലർക്ക് പ്രേമലേഖനങ്ങൾ ലഭിച്ചിരുന്നു. ഉച്ചഭക്ഷണം കഴിഞ്ഞ ഇടവേളകളിൽ സുന്ദരികളായ തരിണീമണികൾ അവർക്ക് ലഭിച്ച പ്രേമലേഖനങ്ങൾ പാരായണം ചെയ്യുന്നത് കേൾക്കാൻ എന്നെപ്പോലെയുള്ള സഹപാഠിനികൾ തിക്കിത്തിരക്കാറുണ്ട്. മറ്റുള്ളവരെ കൊതിപ്പിച്ചുകൊണ്ട് കഥാനായിക തനിക്കു കിട്ടിയ അമൂല്യനിധി കൂട്ടുകാരികളെ സാക്ഷിയാക്കി തുറന്ന് ഡിസ്പ്ലെ ചെയ്ത് ഉമ്മവെച്ചശേഷം ഉച്ചത്തിൽ വായിക്കും,

'എന്റെ പ്രീയപ്പെട്ട കാമുകി അറിയാൻ കാമുകൻ എഴുതുന്നത്,

നിന്നെ ആദ്യമായി പരിചയപ്പെട്ട ദിവസം. ഇപ്പോഴും എന്റെ ഓർമ്മയിലുണ്ട്. എനിക്ക് നിന്നോടുണ്ടായ അനുരാഗം തിരിച്ചറിഞ്ഞ നീ എന്നെ നോക്കി ചിരിച്ചത്. ഹോ, ദേഹമാസകലം കുളിരണിയുന്നു. നമ്മുടെ അനുരാഗം ആത്മാവിന്റെ ആഴത്തിൽ പതിഞ്ഞതാണ്.

എന്റെ പ്രിയപ്പെട്ടവളേ, നമ്മുടെ മനസ്സുകൾ ഇണചേർന്ന ആഴത്തിലുള്ള ബന്ധം എനിക്കും നിനക്കും മാത്രമല്ല നമ്മളെ പരിചയമുള്ളവർക്കെല്ലാം അറിയാം. മനസ്സിന് കുളിരേകാൻ എന്റെ പ്രിയപ്പെട്ടവളേ ഒന്നടുത്ത് വരൂ, ആശ്വാസത്തിന്റെ കുളിർമഴ എന്റെ ആത്മാവിൽ പെയ്തിറങ്ങട്ടെ. വിരസമായ ക്ലാസ്സുകളിൽ കൂട്ടുകാരുള്ളപ്പോൾ മാത്രമല്ല തനിച്ചിരിക്കുമ്പോഴും അരികിൽ നീയില്ലാത്ത വിരഹം അതെനിക്ക് സഹിക്കാനാവുന്നില്ല. പ്രിയപ്പെട്ടവളേ നിന്നെയിതാ കാത്തിരിക്കുന്നു, ഒന്നു വേഗം വരൂ.

ഞാനൊന്ന് കെട്ടിപ്പിടിച്ച് ആയിരമായിരം ഉമ്മകൾ തരട്ടെ.'

പിന്നെ?

പിന്നെയവൾ ബാക്കി വായിക്കാനാവാതെ രോമാഞ്ചപുളകിതയാവും,,

അവളുടെ നുണക്കുഴി തെളിയുന്ന മുഖം തുടുത്ത് കണ്ണുകളിൽ അനുരാഗം വിരിഞ്ഞിറങ്ങുമ്പോൾ അതെല്ലാം നോക്കിയിരിക്കുന്ന മറ്റു പാവാടക്കാരികളിലും അനുരാഗം വിടരാൻ തുടങ്ങും,,

ആരോട്?

അങ്ങിനെയൊരാളെ ലഭിക്കാൻ എല്ലാവർക്കും കൊതിയാവും,,

അങ്ങിനെയൊരു കൊതിപിടിച്ച നേരത്താണ് സംഭവം നടന്നത്,

രാവിലെ യൂനിഫോം ആണിഞ്ഞ് പുസ്തകഭാരവും ചുമലിലേറ്റി നാട്ടിൻപുറത്തെ ഇടവഴിയിലൂടെ ഹൈസ്ക്കൂളിലേക്ക് നടക്കുമ്പോൾ ഏതാനും ദിവസമായി എനിക്കൊരു സന്ദേഹം.

'വഴിയിലുള്ള ഒരു വീട്ടിലെ ചെറുപ്പക്കാരൻ നോക്കുന്നത് എന്നെയാണോ?'

പെൺപള്ളിക്കൂടം ആണെങ്കിലും മിനിമം ഒന്നോ അതിലധികമോ പ്രേമം എന്റെ ക്ലാസ്സിലെ മിക്കവാറും പെൺകുട്ടികൾക്കുണ്ട്; പ്രായം അതാണല്ലോ, കൌമാരം. അപ്പോൾ ഞാൻമാത്രം എന്തിന് ശുദ്ധസത്യജീവി ആയി മുന്നോട്ടുപോകണം. ഇതുവരെ ഒരുത്തനേയും പ്രേമിക്കാൻ കഴിയാത്തവളാണെന്ന കാരണത്താൽ തൊട്ടടുത്തിരിക്കുന്നവൾ പോലും എന്നെ പരിഹസിക്കാൻ തുടങ്ങിയിട്ടുണ്ട്. അപ്പോൾ എനിക്കും വേണ്ടേ ഒരു പ്രേമവും കാമുകനും!!

അങ്ങനെയുള്ള കാലത്ത് എന്റെ മുന്നിൽ അവതരിച്ച വെളുത്ത് മെലിഞ്ഞ കാണാൻ സുന്ദരനായ ചുരുളമുടിക്കാരനെ എങ്ങനെ നോക്കാതെപോവും! ചിലപ്പോൾ അവൻ വീടിന്റെ വരാന്തയിൽ ആയിരിക്കും, ചിലപ്പോൾ തൊട്ടടുത്ത തുറക്കാത്ത കടയുടെ മുന്നിൽ, അതുമല്ലെങ്കിൽ വീട്ടിനുമുന്നിലെ പേരമരച്ചുവട്ടിൽ. എവിടെയായാലും ഞാൻ നടന്നുപോകുമ്പോൾ വടക്കുനോക്കിയന്ത്രം പോലെ റോഡിലേക്ക് നോക്കി നിൽക്കുന്ന അവന്റെ മുഖത്ത് ചെറിയൊരു പുഞ്ചിരി വിടരുന്നുണ്ടാവും. ക്രമേണ ആ വീടിനു മുന്നിലെത്തിയാൽ അവന്റെ നോട്ടത്തിനായി എനിക്ക് കൊതിയാവാനും തുടങ്ങി.

അന്വേഷിച്ചപ്പോൾ അകലെയുള്ള പട്ടണത്തിലെ കോളേജിൽ പഠിക്കുന്നവനാണെന്നും അവധിക്ക് വീട്ടിൽ വന്നവനാണെന്നും അറിയാൻ കഴിഞ്ഞതോടെ മറ്റൊന്നും ചിന്തിക്കാതെ എന്റെ മനസ്സ് അവനെ കയറിയങ്ങ് പ്രേമിച്ചു. പരിശുദ്ധമായ പ്രേമം മൂത്ത മനസ്സ് പലനിറങ്ങളുള്ള സ്വപ്നങ്ങൾ കാണാൻ തുടങ്ങി. ഒന്നുരണ്ടു ദിവസമായി എന്നോടെന്തോ പറയാനായി അവൻ റോഡരികിൽ വന്നുനിൽക്കാറുണ്ടെങ്കിലും കൂടെ മറ്റുകുട്ടികൾ ഉള്ളതുകൊണ്ട് ഒന്നും മിണ്ടാതെ ചിരിക്കുക മാത്രം ചെയ്യും. എനിക്കതുമതി.

അങ്ങനെയിരിക്കെ ഒരുദിവസം രാവിലെ അവനെന്നോട് ആദ്യമായി സംസാരിച്ചു.

ഹൊ എന്റെ മനസ്സിൽ കുളിർമഴ പെയ്തു.

പറഞ്ഞത് രണ്ടുവാക്കുകൾ മാത്രം; വെറും രണ്ട് വാക്കുകൾ,

'വൈകുന്നേരം കാണണം'

സാധാരണ അവനെ വൈകിട്ട് കാണാറില്ല, എങ്കിലും ഇന്ന് അവനെ കാണും, നമ്മൾ സംസാരിക്കും,, അപ്പോൾ കൂടെ മറ്റാരും ഉണ്ടാവാൻ പാടില്ല.

അന്ന് പഠിപ്പിച്ചതൊന്നും എന്റെ തലയിൽ കയറിയില്ല, എങ്ങനെ കയറാനാണ്? തലയിൽ അവനല്ലെ പാർക്കുന്നത്. ഊരുംപേരും അറിയാത്ത ഒരു ചെറുപ്പക്കാരൻ. സമയത്തെ എങ്ങനെയോ തള്ളിവിട്ട് കൂട്ടമണിയടി കേട്ടപ്പോൾ തിരക്കിട്ട് സ്ക്കൂളിൽ നിന്നിറങ്ങി ആദ്യത്തെ ബസ്പിടിച്ച് നാട്ടിലേക്കുള്ള സ്റ്റോപ്പിൽ ഇറങ്ങി കൂടെയാരും ഇല്ലെന്ന് ഉറപ്പുവരുത്തിയിട്ട് നടക്കാൻ തുടങ്ങി.

അവന്റെ വീടിനെ സമീപിക്കുമ്പോൾ എനിക്കാകെ വെപ്രാളമായി, മനസ്സിലാകെ താളമേളം.

അകലെനിന്നുതന്നെ അവനെ കാണാൻ കഴിഞ്ഞു, റോഡരികിൽ

എന്റെ വരവും പ്രതീക്ഷിച്ച് നിൽക്കുകയാണ്. ശ്രദ്ധിച്ച് നോക്കിയപ്പോൾ ഇടതു കൈയിൽ ഒരു കവർ,,, എനിക്ക് തരാനുള്ള പ്രേമലേഖനം ആയിരിക്കണം. അത് വായിച്ചശേഷം കൂട്ടുകാരികളെ കാണിച്ച് കൊതിപ്പിക്കണം,, കോളേജ് കുമാരൻ തന്ന പ്രേമലേഖനമാണെന്ന് പറയണം.

ഞാൻ നടന്ന് അടുത്തെത്തിയപ്പോൾ കൈയിലുള്ള കവർ എനിക്കുനേരെ നീട്ടിയിട്ട് അവൻ പതുക്കെപറഞ്ഞു.

'ഒരു ഉപകാരം ചെയ്യാമോ? കുട്ടിയുടെ അടുത്തവീട്ടിലെ വിലാസിനി ചേച്ചിക്ക് അവരുടെ ഭർത്താവ് എക്സ് മിലിറ്ററി രാഘവേട്ടൻ കാണാതെ ഈ കത്ത് കൊടുക്കണം. എന്നിട്ട് 'രാത്രി നേരിട്ട് കാണുമ്പോൾ ബാക്കി പറയും' എന്നുപറഞ്ഞാൽ മതി. ഇന്നുതന്നെ കൊടുക്കണം.'

പിന്നെയെന്ത് പറയാൻ??

പ്രേമത്തെക്കാൾ കൂടുതൽ കാമം പുരുഷന്റെ ഉള്ളിൽ ഒളിച്ചിരിപ്പുണ്ടെന്ന് അറിഞ്ഞതോടെ അത്തരം ചിന്തകൾ എന്നിൽനിന്നും ബാഷ്പീകരിച്ചു.

പ്രേമലേഖനം എന്നു കേട്ടാൽ ഇപ്പോഴും എനിക്ക് ഭയമാണ്.

അവളുടെ സെൽഫി

പ്രേമത്തിന് കണ്ണില്ല, ചെവിയില്ല, മൂക്കില്ല, പിന്നെ ഉള്ളത്?

അതിവിശാലമായ ഹൃദയം, പക്ഷെ,,

ആ ഹൃദയം എന്നെപ്പോലുള്ള ജീവശാസ്ത്രികൾ പഠിച്ചതും പഠിപ്പിച്ചതും അല്ല.

അതാണ് മനസ്സ്. തലച്ചോറ് എന്നപേരിൽ കെട്ടിപ്പിണഞ്ഞ് കിടക്കുന്ന ന്യൂറോണുകളും ഗാംഗ്ലിയോണുകളും ചേർന്ന് പോസിറ്റീവും നെഗറ്റീവും ചാർജ്ജുകളിലൂടെ സംവേദനം നടത്തുമ്പോൾ അതോടൊപ്പം എണ്ണമറ്റ ഹോർമോണുകൾ ചേർന്ന് കൊട്ടിക്കലാശം നടത്തി ബഹിർഗമിക്കുന്ന ഉദ്ദീപന തരംഗങ്ങൾ. എല്ലാം ഒത്തുചേർന്ന് പ്രവർത്തിച്ച് സ്നേഹിക്കാനും വെറുക്കാനും പൊറുക്കാനും തിന്നാനും കുടിക്കാനും കക്കാനും കളവ് പറയാനും പിടിച്ചടക്കാനും ആയ അവസ്ഥയിൽ മനുഷ്യനെ മാറ്റുന്നു.

അപ്പോൾ,

ഒരുത്തിക്ക് ഒരുത്തനോട് അടുപ്പം തോന്നുന്നത് അവളുടെ കുഴപ്പമല്ല,

എല്ലാം അവളുടെ തലക്കകത്തെ കുത്തിത്തിരിപ്പ് പരിപാടിയാണ്.

അപ്പോൾ കാമമോ? അതായത് രതി.

രതിയെ അറിയില്ലേ? കാമന്റെ ഭാര്യ, അവന്റെ നല്ലപാതി.

പരമശിവന്റെ മൂന്നാം കണ്ണിലെ രശ്മികളേറ്റ് ഭസ്മമായത് ഈ കാമനല്ലേ?

ആ നേരത്ത് ഭാര്യ രതിയല്ലേ കാമൻ പുനർജനിക്കാൻ വേണ്ടി തപസ്സു ചെയ്തത്,,

അതേ, അവൾ തന്നെ ഇവൾ.

രതിസാമ്രാജ്യം.

അതൊരു പുസ്തകമാണ്.

നമ്മുടെ കമലാസുരയ്യ എന്ന മാധവിക്കുട്ടിയുടെ വലിയ കാരണവ

രായ നാലാപ്പാട്ട് നാരായണമേനോൻ എഴുപത് കൊല്ലം മുൻപ് മലയാളത്തിൽ എഴുതിയ പുസ്തകം.

കേട്ടിട്ട് ഞെട്ടണ്ട, മലയാളത്തിൽ തന്നെ.

എണ്ണമറ്റ രതിരീതികൾ. മനുഷ്യരുടെയും ജന്തുക്കളുടെയും ചേർന്ന വലിയൊരു പുസ്തകം.

കുട്ടിക്കഥകൾ വായിക്കുന്ന കൂട്ടത്തിൽ ഏതോ ശാസ്ത്രഗ്രന്ഥമാണെന്ന് അറിഞ്ഞ് വായനശാലയിൽ നിന്നും ഞാനെടുത്ത് വായിച്ചത് രതിസാമ്രാജ്യം.

അതോടെ എനിക്ക് സംശയങ്ങൾ കുമിഞ്ഞുകൂടി.

ആർത്തവമെന്തെന്ന് അറിയാത്ത കാലത്താണ് എന്റെമുന്നിൽ രതിസാമ്രാജ്യം തുറന്നുകണ്ടത്. അപ്പോൾ ഞാനാകെ അന്തംവിട്ടു.

അന്നെനിക്ക് പ്രായം പതിനൊന്ന്.

പെൺകുട്ടികളിൽ പലരും പ്രായപൂർത്തി ആവാൻ വൈകുന്ന കാലമാണത്.

സ്നേഹം, പ്രേമം, അനുരാഗം, എന്നിവ മനുഷ്യസഹജമാണ്; ആർക്കും ആരോടും തോന്നാവുന്നത്. 'സ്നേഹത്തിൽ നിന്നുദിക്കുന്നു ലോകം' എന്നാണല്ലോ കവി പാടിയത്. ഈ ലോകം സ്നേഹമയമാണ്. സ്നേഹത്തിന്റെ മറ്റൊരു രൂപമാണ് കാമം,, ഒരു ജീവിക്ക് മറ്റൊന്നിനോട് മാനസ്സികമായും ശാരീരികമായും അടുപ്പം ഉണ്ടാവുമ്പോൾ അത് കാമം ആയി. ഇണയോടുള്ള കാമം വംശവർദ്ധനവിനെ സഹായിക്കുന്നു. അങ്ങനെയൊന്ന് ഉള്ളതുകൊണ്ടല്ലേ പച്ചപിടിച്ച നമ്മുടെ ഭൂമിയിൽ ഒച്ചയും ബഹളവും വളർച്ചയും തളർച്ചയും ഉള്ളത്.

അല്ലെങ്കിൽ??

ചന്ദ്രനെപ്പോലെ, ചൊവ്വയെപ്പോലെ, അനക്കമില്ലാത്ത വെറും കരിമ്പാറകൾ നിറഞ്ഞതാവില്ലേ ഭൂമിയും. മനുഷ്യനില്ലാതെ മാറ്റങ്ങളില്ലാതെ എല്ലാം അതേപടി കിടക്കുമായിരുന്നില്ലേ.

ഇതിനിടയിൽ രജനിയെ മറന്നുപോയോ?

രജനി?

രജനി വിനീത്?

ഇടയ്ക്കിടെ അവൾ വരാറുണ്ട്, പരിഭവങ്ങൾ എഴുതാറുണ്ട്.

ഞാൻ വായിക്കാറുണ്ട്, മറുപടി എഴുതാറുണ്ട്.

പെരുമഴ മാറിനിന്ന ദിവസം ഉച്ചകഴിഞ്ഞ നേരത്ത് അവളെന്നോട് ചോദിച്ചു,

'സുഖമാണോ ടീച്ചർ?'

'യസ്, സുഖം തന്നെ'

'ഇപ്പോൾ കഥയൊന്നും എഴുതാറില്ലേ?'

ഒരു അമ്മയെ സന്തോഷിപ്പിക്കാനുള്ള എളുപ്പമാർഗം അവരുടെ മക്കളെക്കുറിച്ചുള്ള അന്വേഷണം ആയിരിക്കും. അതുപോലെ എഴുത്തുകാരെ സന്തോഷിപ്പിക്കാനും സോപ്പിടാനും ഉള്ള എളുപ്പമാർഗം അവരുടെ രചനയെകുറിച്ച് സംസാരിക്കുന്നതാണ്. ഓരോ മനുഷ്യനും താല്പര്യമുള്ള വിഷയം ഏതാണെന്ന് ആദ്യമേ അറിയുന്നവർക്ക് അവരിൽനിന്നും എളുപ്പത്തിൽ കാര്യം നേടാം. ഞാനൊരു എഴുത്തുകാരി ആണല്ലോ.

മറുപടി കൊടുത്തത് സന്തോഷത്തോടെയാണ്,

'എഴുതാറുണ്ട്, അടുത്തുതന്നെ ഒരു പുസ്തകം പ്രസിദ്ധീകരിക്കും'

'കഥകളാണോ?'

'കഥ തന്നെ, കുട്ടികൾക്കുള്ളത് ബാലസാഹിത്യം'

'പുസ്തകത്തിന്റെ പേരെന്താണ് ചേച്ചി?'

'കാക്കക്കുയിലേ ചൊല്ലൂ'

'അതിലെ കാക്കക്കുയിൽ ഞാനാണോ ചേച്ചീ? ഞാൻ നന്നായി പാട്ടുപാടും'

'എന്നാൽ ഇപ്പോഴൊന്ന് പാടിയാട്ടെ. ഞാൻ മാത്രമേ കേൾക്കുകയുള്ളൂ'

'ചതിക്കല്ലേ ചേച്ചീ, എന്റെയീ ലാപ്ടോപ്പിൽ ഓഡിയോ ഇല്ല'

'ഓഡിയോ ഇല്ലാത്ത ലാപ്ടോപ്പോ! മൊബൈൽ തുറന്ന് മെസെഞ്ചറിൽ പാടിയാൽ മതി. ഞാൻ പിന്നീട് കേട്ടുകൊള്ളും'

'ചതിക്കല്ലേ ചേച്ചീ, ചേച്ചിയെപോലെ എന്റെ മനസ്സറിയാൻ കഴിയുന്ന ഒരു ഫ്രന്റിനെ കിട്ടിയ ആശ്വാസത്തിലാണ് ഞാൻ. ഇതെങ്ങാനും അങ്ങേര് അറിഞ്ഞാൽ എന്നെ കൊല്ലും'

'എനിക്കൊന്നും മനസ്സിലാവുന്നില്ല കുട്ടീ. അഡ്രസ് എഴുതിയാൽ ബാലസാഹിത്യ പുസ്തകം സമ്മാനമായി അയച്ചുതരാം. മകന് വായിക്കാമല്ലോ'

'അയ്യോ, അത് പറ്റില്ല; ആകെ പ്രശ്നമാവും'

എനിക്കാകെ സംശയമായി, എഴുത്തിലൂടെ പരിചയപ്പെട്ടവൾക്ക് സംസാരിച്ചാൽ എന്താണ് പ്രശ്നം? ഓഡിയോ ഇല്ലാത്ത ലാപ്ടോപ്പ് എന്നൊക്കെ പറയുന്നത് വെറും തട്ടിപ്പ് തന്നെയാണ്. മകന് വായിക്കാൻ പുസ്തകം അയച്ചുതരാമെന്ന് പറഞ്ഞപ്പോൾ വേണ്ടെന്ന് പറയുന്നു. അതിലൊരു പ്രശ്നമുണ്ടല്ലോ. പുസ്തകം അയക്കാൻ നേരത്ത് അവ

ളുടെ അഡ്രസ്സ് ഞാൻ അറിഞ്ഞുപോകുമല്ലോ,, ഇത് അസ്സൽ തട്ടിപ്പ് പരിപാടി തന്നെ,,

എന്തായാലും മുന്നോട്ട് പോവുക തന്നെ.

'രജനിയുടെ വീട്ടിൽ പോസ്റ്റ്മാൻ വരാറില്ലേ?'

'ഉണ്ട് ചേച്ചി, വീട്ടിൽ ആരെങ്കിലും വരുന്നത് സി.സി.ടി.വി.യിൽ കാണും. ഹസ്ബെന്റ് വിളിച്ച് അക്കാര്യം ചോദിക്കുമ്പോൾ എല്ലാം പറഞ്ഞുകൊടുക്കണം. പുസ്തകത്തിന്റെ കാര്യം പറഞ്ഞാൽ ചേച്ചിയുമായി പരിചയപ്പെട്ട കാര്യം പറയേണ്ടിവരും. ചേച്ചിക്ക് മെസേജ് അയക്കുന്നത് അറിഞ്ഞാൽ ആകെ കുഴപ്പമാവും'

'അങ്ങനെയാണെങ്കിൽ പുസ്തകം വാങ്ങണ്ട; ഞാൻ അയച്ചുതരുന്ന കഥ വായിക്കുമല്ലോ'

'ചേച്ചി അയച്ചുതരൂ, ഞാൻ വായിക്കാം'

എന്റെ ബ്ലോഗ് തുറന്ന് വലിയൊരു കഥയുടെ ലിങ്ക് കോപ്പി ചെയ്ത് രജനിയുടെ ഇൻബോക്സിൽ ഇട്ടു. അതിനുശേഷം എഴുതി,

'പതുക്കെ വായിച്ചാൽ മതി, വായിച്ച് അഭിപ്രായം പറയണം'

'കുറച്ചു കഴിഞ്ഞ് വായിക്കാം, വീട്ടിലിപ്പോൾ ഞാൻ മാത്രമേ ഉള്ളൂ. ബെഡ്ഡിൽ കിടക്കുകയാണ്'

'അമ്മയെങ്ങോട്ടുപോയി?'

'അമ്മ അടുത്തൊരു ബന്ധുവീട്ടിൽ പോയി; സന്ധ്യ ആയാലേ വരികയുള്ളൂ. സ്കൂൾ വിട്ട് മോൻ വരുന്നതുവരെ ഇത്തിരി വിശ്രമിക്കാമെന്ന് കരുതി'

'നല്ലത്'

'ചേച്ചീ ഇവിടെ നല്ല മഴ, ഞാൻ കട്ടിലിൽ കിടന്നുകൊണ്ട് അലമാരയിലെ കണ്ണാടിയിൽ എന്റെ നഗ്നശരീരം കാണുകയാണ്. മഴ എന്നിലെ വികാരങ്ങൾ ആളിക്കത്തിക്കുന്നതുപോലെ ചേച്ചി'

'വീട്ടിൽ രാമായണം കാണുമല്ലോ, അതെടുത്ത് തുറന്ന് വായിക്കുക'

'ചേച്ചി രാമായണം പൂജാമുറിയിലാണ് ഉള്ളത്. എന്റെ ശരീരവും മനസ്സും വൈകാരിക ഉഷ്ണം കൊണ്ട് വീർപ്പുമുട്ടുന്നതുപോലെ ചേച്ചി'

'അതിനിപ്പോൾ ആകെ ചെയ്യാനുള്ളത് രാമായണം വായനയാണ്. വായനയിലൂടെ ഇതുപോലുള്ള ചിന്തകളെല്ലാം മാഞ്ഞുപോകും. നല്ല ഉറക്കം കിട്ടും'

'എന്റെ ഉള്ളിലെ വിങ്ങൽ സഹിക്കാനാവുന്നില്ല ചേച്ചി'

'കുട്ടീ ചായക്ക് സമയമായി പിന്നെ കാണാം'

'ചേച്ചി ഞാനൊരു ഫോട്ടോ അയക്കാം, സെൽഫിയാണ്. അത് കണ്ടിട്ട് ചേച്ചിയെന്നെ വഴക്കു പറയരുത്'

'ഫോട്ടോ കണ്ടിട്ട് വഴക്കു പറയാനോ? അതിനുമാത്രം ഫോട്ടോയിൽ എന്താണുള്ളത്?'

'ഫോട്ടോ അയച്ചിട്ടുണ്ട്; ആരൊക്കെയാണെന്ന് ചേച്ചി പറഞ്ഞാട്ടെ?'

ഇൻബോക്സിൽ തെളിഞ്ഞ പാസ്പോർട്ട് സൈസ് സെൽഫി കണ്ടപ്പോൾ എനിക്ക് ആശ്ചര്യമായി. കൂട്ടത്തിൽ മഞ്ഞസാരിയുടുത്ത സ്ത്രീ രജനി തന്നെ. രജനിക്ക് ഇഷ്ടമുള്ള നിറം മഞ്ഞയാണെന്ന് തോന്നുന്നു. ഒപ്പം നീലഷേർട്ട് അണിഞ്ഞ പുരുഷന്റെ ഇടതുകൈ രജനിയുടെ ചുമലിൽ വെച്ചിട്ടുണ്ട്. അയാളുടെ വലതുകൈ കൊണ്ടായിരിക്കും സെൽഫി എടുത്തത്. അവളെക്കാൾ ഉയരവും വണ്ണവും കൂടിയ ചെറുപ്പക്കാരന്റെ ഒപ്പം നിരയൊത്ത പല്ലുകൾ കാണിച്ച് ആഹ്ലാദത്താൽ ചിരിക്കുന്ന രജനിയെ നോക്കി ഞാൻ എഴുതി,

'രജനിയുടെ ഭർത്താവ് വന്നോ?'

'അയ്യോ, അത് ഭർത്താവല്ല ചേച്ചീ'

'പിന്നെ?'

'അതാണ് ഞാൻ പറഞ്ഞ ആൾ, പൂജ നടത്തുന്ന സിദ്ധൻ അദ്ദേഹമാണ്'

'ഈയാളോ? എവിടത്തുകാരനാണ്? എനിക്ക് പരിചയമുള്ള മുഖം ആണല്ലോ'

'ശരി ചേച്ചി, രാത്രി കാണണം. അപ്പോഴെല്ലാം പറയാം'

'ഓക്കെ'

പൂജാരിയെന്ന് വായിച്ചപ്പോൾ എന്റെ മനസ്സിലുള്ളത് കാവിവസ്ത്രം അണിഞ്ഞ് താടിയും ജടയും പിരിച്ചുകെട്ടി മെലിഞ്ഞ ഒരാളെ ആയിരുന്നു. അയാളുടെ കണ്ണുകൾ അനന്തതയിൽ ലയിച്ച് ഭക്തിസാന്ദ്രമായിരിക്കും,

എന്നാൽ ഇതൊരുമാതിരി..

ക്ലീൻ ഷെയ്വ് ചെയ്ത, ഡൈ ചെയ്ത് കറുപ്പിച്ചതുപോലെ ചുരുണ്ടമുടിയുള്ള തടിയൻ.

ന്യൂജൻ സിദ്ധന്മാർ ഇതുപോലെ ആയിരിക്കും.

ലാസ്റ്റ് ആന്റ് ഫൈനൽ

സിദ്ധന്റെ ഇടതുകൈയിൽ ഒതുങ്ങി ചിരിച്ചുകൊണ്ട് നിൽക്കുന്ന രജനിയുടെ മുഖം നോക്കിയിരിക്കെ എന്റെ ചിന്തകൾ കലങ്ങിമറിയാൻ തുടങ്ങി. പരിചയപ്പെട്ടതു മുതൽ സംശയം ഉയർത്തുന്ന ഫെയ്ക് ഐഡി ആയിരുന്നു രജനി. ഇപ്പോഴിതാ ഒറിജിനലായി തെളിവുസഹിതം മജ്ജയും മാംസവും എല്ലും തോലുമായി മാത്രമല്ല, അതിനെ പൊതിയുന്ന തുണിയുടുത്ത് അവൾ മുന്നിൽ വന്നിരിക്കുന്നു. എന്നെപ്പോലെ ഒരു സ്ത്രീ തന്നെയാണവൾ; വികാര വിചാരങ്ങളുള്ള ചപലതകൾ നിറഞ്ഞ ഏഷണിയും ഭീഷണിയും അനുഭവിക്കുന്ന അതിസുന്ദരിയായ യൌവനം തുളുമ്പുന്ന പെണ്ണ്. എന്നിൽനിന്നും അവൾക്ക് വേണ്ടത് സൌഹൃദമാണ്, മനസ്സു തുറന്ന് വേണ്ടതും വേണ്ടാത്തതും പറയാനായൊരു സുഹൃത്ത്. അവൾ എന്നെ വിശ്വസിക്കുന്നു എന്നത് എന്റെ ഉള്ളിന്റെ ഉള്ളിലൊരു സ്പന്ദനമായി അവശേഷിച്ചു. നല്ലൊരു സൌഹൃദം, അത് ആരായലും കൊതിച്ചുപോകും.

അവളുടെ കൂടെനിന്ന് ഇടതുകൈയിൽ ഒതുക്കിയ സിദ്ധനെന്ന് പരിചയപ്പെടുത്തിയ ആളെ വീണ്ടും വീണ്ടും നോക്കി. ഇരുനിറത്തിൽ സുന്ദരനായ ആ യുവാവിന്റെ കണ്ണുകളിൽ നോക്കിയപ്പോൾ എനിക്കെന്തോ അപകടം മണത്തു. എവിടെയോ കണ്ടുമറന്ന മുഖം; പരിചയക്കാരുടെ അനേകം മുഖങ്ങൾ സ്കാൻ ചെയ്തിട്ടും ഓർമ്മയിൽ വരുന്നതേയില്ല. ഇയാൾ സിദ്ധനും പൂജാരിയും ഒന്നുമല്ല, അസ്സൽ തരികിടയാവാം. ഈ മനുഷ്യൻ ചെയ്യുന്നത് മന്ത്രവും പൂജയും അല്ല, അസ്സൽ തന്ത്രമാണ്. പാവമൊരു പെണ്ണിനെ കൈയിലൊതുക്കി വിജയഭാവത്തിൽ പുഞ്ചിരിക്കുന്നു. അവന്റെ മുന്നിൽ തനിക്കുള്ളതെല്ലാം തുറന്നു കാണിക്കുന്ന രജനിയോട് സഹതാപം തോന്നി. കണ്ണും മൂക്കും അടച്ചുകൊണ്ട് അവളവനെ വിശ്വസിച്ചത് കൊണ്ടാണ് ഇങ്ങനെയൊരു ഫോട്ടോ എടുത്തത്. എന്റെ തലയിലൂടെ ചിത്രങ്ങൾ ഓരോന്നായി ഫ്ളാഷ് ചെയ്തു,

കാമുകനൊപ്പം പോകാൻവേണ്ടി നൊന്തുപെറ്റ കുഞ്ഞിനെ എറിഞ്ഞുകൊന്ന പെണ്ണ്,

കാമുകനോടൊപ്പം ജീവിക്കാൻ പെറ്റമ്മക്കും അച്ഛനും വിഷം കൊടുത്തു കൊന്നവൾ,

ചെയ്യുന്നത് തെറ്റാണെന്ന് പറഞ്ഞപ്പോൾ കുടുംബത്തിലുള്ള എല്ലാവരെയും കൊന്നവൾ,

കൂടെ ഉറങ്ങുന്ന ഭർത്താവിനെ കാമുകനോടൊപ്പം ചേർന്ന് കൊന്ന സ്ത്രീ,

അവൾ നടത്തിയ കൊലകൾക്കു പിന്നിൽ അധികാരമോ പണമോ അല്ല, അവയുടെ പിന്നിലെല്ലാം കാമുകൻ,, അവന്റെ പ്രേമം,, കാമം.

ലോകത്തുള്ള എല്ലാ പ്രശ്നങ്ങൾക്കും കാരണം പെണ്ണായിരിക്കും എന്നാണ് പെണ്ണുങ്ങൾ പോലും പറയുന്നത്. അപ്പോൾ പുരുഷന്മാരൊക്കെ നന്മയുടെ ഉറവിടം ആണോ? അവരെല്ലാം വിശുദ്ധരല്ലേ,, പാപം ചെയ്യാത്ത കുഞ്ഞാടുകൾ,, എന്തൊക്കെയാണ് പുരുഷന്മാരുടെ കണക്കിൽ ഒതുങ്ങിയത്?

അവൻ ഇണകൾക്കായി അന്യോന്യം അടിപിടി കൂടി കൊല്ലുന്നു,

അവൻ അധികാരത്തിനുവേണ്ടി യുദ്ധം ചെയ്യുന്നു,

അവൻ പണത്തിനുവേണ്ടി അന്യനെ കൊല്ലുന്നു,

അവൻ ഒരുകുപ്പി മദ്യത്തിനുവേണ്ടി മക്കളെയും ഭാര്യയേയും വിൽക്കുന്നു,

അവൻ മതത്തിന്റെയും ജാതിയുടേയും പേരിൽ മനുഷ്യരെ കൊല്ലുന്നു,

അവൻ സ്ത്രീകളെയും കുഞ്ഞുങ്ങളെയും ബലാത്സംഗം ചെയ്ത് കൊല്ലുന്നു,

അവൻ ഭക്ഷണത്തിനുവേണ്ടി മോഷണം നടത്തുന്നു,

അവൻ ഭൂമിയെ നശിപ്പിച്ച് ജീവികൾക്ക് നാശം വരുത്തുന്നു,

മതിയായേ, മതി.

ഇവിടെയുള്ള പ്രശ്നം അതൊന്നും അല്ലല്ലോ,, രജനിയുടെ കാര്യത്തിൽ അടുത്തകാലത്തൊരു വാർത്ത പ്രതീക്ഷിക്കാം,

'യുവതി സ്വന്തം മകനെയും ഭർതൃമാതാവിനെയും കൊന്നശേഷം കാമുകനോടൊപ്പം ഒളിച്ചോടി. വിദേശത്തുള്ള ഭർത്താവ് നാട്ടിലെത്തുന്നതിന്റെ തലേദിവസമാണ് സംഭവം. സമീപത്തുള്ള വാടകവീട്ടിൽ താമസിച്ച് പൂജ നടത്തുന്ന യുവാവുമായി ദീർഘകാലം അവൾക്ക് ബന്ധം ഉണ്ടായിരുന്നു'

അല്ലെങ്കിൽ വാർത്ത മറ്റൊന്നാവാം,

'പൂജ നടത്താൻ വന്ന യുവതിയെ സിദ്ധൻ കഴുത്തറുത്ത് കൊന്നു. മോഷണമെന്ന് സംശയിക്കുന്നു. ഏതാനും ദിവസങ്ങളായി അമ്പലത്തിന് സമീപം താമസിച്ച് നാട്ടുകാർക്ക് വേണ്ടി സിദ്ധയോഗപൂജകൾ നടത്തുന്ന യുവാവ് ഇന്നലെ സന്ധ്യക്കാണ് കൊല നടത്തിയതെന്ന് സംശയം. മരിച്ച യുവതിയുടെ ഭർത്താവ് വിദേശത്താണ്, ഒരു മകനുണ്ട്'

ചിലപ്പോൾ വാർത്ത ഇതൊന്നും ആവില്ല,

'യുവതിയും സിദ്ധനും ആത്മഹത്യ ചെയ്ത നിലയിൽ. ഏതാനും ദിവസങ്ങളായി അമ്പലത്തിനു സമീപം വാടകവീട്ടിൽ താമസിച്ച് നാട്ടുകാരുടെ ഐശ്വര്യത്തിനായി പൂജ നടത്തുന്ന സിദ്ധനും അയൽപക്കത്ത് താമസിക്കുന്ന ഭർതൃമതിയായ യുവതിയും വിഷം കഴിച്ച് ആത്മഹത്യ ചെയ്തു. സിദ്ധന്റെ വിവരങ്ങൾ കൂടുതലായി അറിയില്ല. യുവതിയുടെ ഭർത്താവ് വിദേശത്താണ് ജോലി ചെയ്യുന്നത്, യുവതിക്ക് നാല് വയസ് പ്രായമുള്ള ഒരു മകനുണ്ട്'

എന്തൊക്കെ ഭാവനകളാണ്

ഞാനെന്തിനാണ് ഇങ്ങനെയൊക്കെ ചിന്തിക്കുന്നത്?

ഇങ്ങനെയൊക്കെ സംഭവിക്കുമോ?

അന്നുരാത്രി രജനി ഓൺലൈനിൽ വന്നപ്പോൾ ഞാൻ എഴുതി,

'ഹായ് രജനി'

'ഹായ് ചേച്ചീ, നേരത്തെ വന്നോ? ഞാൻ ചേച്ചിയെ കാത്തിരിക്കുകയാണ്'

'എന്താ വിശേഷം?'

'ഫോട്ടോ കണ്ടിട്ട് ചേച്ചിയൊന്നും പറഞ്ഞില്ല'

'ഞാനെന്താ പറയേണ്ടത്? രജനിക്ക് ഇഷ്ടപ്പെട്ട ആളല്ലേ'

'അതെ ചേച്ചി, എന്റെ മനസ്സിന്റെ കുളിരാണയാൾ'

'മോളേ ഇത് തീക്കളിയാണ്'

'എന്റെ ദേഹത്ത് തിളച്ചുമറിയുന്ന വികാരങ്ങൾക്ക് കത്തുന്ന തീയേക്കാൾ ചൂടുണ്ട് ചേച്ചി.'

അവളുടെ ഭാഷാപ്രയോഗം വായിച്ചപ്പോൾ എനിക്ക് ചിരിവന്നു. സ്നേഹം മനുഷ്യനെ കവിയാക്കി മാറ്റുമല്ലോ. 'മാഃനിഷാദ' പാടിയതും കാനനഛായയിൽ ആടുമേയ്ക്കാൻ പോയതും സ്നേഹത്തിൽ നിന്നാണല്ലോ. 'സ്നേഹത്തിൽ നിന്നുദിക്കുന്നു ലോകം' എന്നും കവി പാടിയിട്ടുണ്ടല്ലോ.

എന്റെ മറുപടി ഇല്ലാത്തതുകൊണ്ട് രജനി വീണ്ടും എഴുതി.

'ചേച്ചി പോയോ?'

'ഇല്ല, എനിക്കൊരു ചെറിയ സംശയം'

'ചോദിക്കൂ ചേച്ചി'

'ഈ പറയുന്ന സിദ്ധൻ ഏത് നാട്ടുകാരനാണ്?'

'ദൂരെയേതോ സ്ഥലപ്പേര് പറഞ്ഞു. ഞാൻ കൂടുതലൊന്നും ചോദിച്ചില്ല'

'രജനിക്ക് അതിനുള്ള സാവകാശം കിട്ടിയിരിക്കില്ല'

'ചേച്ചി പറയുന്നത് ശരിയാണ്. അദ്ദേഹത്തിന്റെ സാമീപ്യം എന്നെ ലഹരി പിടിപ്പിക്കുന്നു. അപ്പോൾ മറ്റൊന്നും ചോദിക്കാനോ പറയാനോ തോന്നാറില്ല'

'അതെല്ലാം പോട്ടെ, അയാളുടെ പേരറിയുമോ?'

'നാട്ടുകാരെല്ലാം വിളിക്കുന്നത് സിദ്ധസാമി എന്നാണ്. സാമിയെന്ന് ഞാൻ വിളിക്കുന്നതാണ് അദ്ദേഹത്തിന് ഇഷ്ടം. നാട്ടുകാരെല്ലാം സിദ്ധപൂജയിൽ വിശ്വസിക്കുന്നവരാണ് ചേച്ചി. മുൻകൂട്ടി ബുക്ക് ചെയ്താൽ മാത്രമേ പൂജ ചെയ്യാനുള്ള അവസരം ലഭിക്കുകയുള്ളൂ'

'രജനി മുൻകൂട്ടി ബുക്ക് ചെയ്താണോ പൂജ ചെയ്യാറുള്ളത്?'

'ചേച്ചിയെന്നെ കളിയാക്കുമ്പോൾ എനിക്ക് നാണമാവുന്നു,'

'നാണമാവുമ്പോൾ മേനിനോവുന്നോ? അധികം നോവാതിരിക്കട്ടെ'

'ചേച്ചിക്കെന്താണ് സംശയം?'

'മോളേ നീ കുടുക്കിലായി'

'അയ്യോ, എന്തുപറ്റി?'

'ഇയാൾ തന്റെ ഫോട്ടോ എടുത്തത് പറ്റിക്കാനല്ലേ എന്നൊരു ശങ്ക'

'എനിക്ക് ദോഷം വരുന്ന കർമ്മങ്ങളൊന്നും ചെയ്യുകയില്ല, എന്ന് വിളക്കുവെച്ചശേഷം ദൈവത്തിനുമുന്നിൽ സത്യം ചെയ്തിട്ടുണ്ട് ചേച്ചി. ഒരാണ്, അതും ഉയർന്ന ജാതിയിലുള്ള ആൾ തലയിൽ കൈവെച്ച് പറഞ്ഞാൽ പറഞ്ഞതാണല്ലോ'

'നിന്റെ വിശ്വാസം നിന്നെ രക്ഷിക്കട്ടെ, ഗുഡ്നൈറ്റ്'

'ഗുഡ്നൈറ്റ് ചേച്ചി'

കമ്പ്യൂട്ടർ ഓഫ് ചെയ്ത ഞാൻ ചിന്തയിലാണ്ടു. ഇത് കടുവയെ പിടിച്ച കിടുവ തന്നെ.

ഫെയ്ക്ക് ഐഡി ആണെങ്കിൽ ഇതിലധികം അമളിയെന്ത് പറ്റാൻ.

പേര് വായിച്ച് പെണ്ണാണെന്ന് അറിയുന്ന നിമിഷം പച്ചച്ചിരിയും പഞ്ചാര പുരട്ടിയ അശ്ലീലവുമായി ഇൻബോക്സിൽ വരുന്ന പുരുഷപ്രജകളെ നിഷ്കരുണം ചവിട്ടി പുറത്താക്കി അവിടം സോപ്പിട്ട് കഴുകി വൃത്തിയാക്കുന്ന ചരിത്രമാണ് എനിക്കുള്ളത്. പേരിൽ മാറ്റം ഉണ്ടായാലും രജനി എന്ന ഐഡിയിൽ വന്നത് ശരിക്കും ജീവിച്ചിരിക്കുന്ന സ്ത്രീതന്നെ ആവാം. ഒരു പെണ്ണിനുമാത്രം പറയാൻ കഴിയുന്ന അനേകം കാര്യങ്ങളാണ് ഏതാനും ദിവസത്തിനകം അവളെന്റെ ഇൻബോക്സിൽ എഴുതിയത്. മാന്യയായ അദ്ധ്യാപികയുടെ വേഷമണിഞ്ഞ എനിക്ക് ഒരുതരത്തിലും യോജിച്ച സുഹൃത്തല്ല രജനി. ഫെയ്സ്ബുക്കിൽ അയ്യായിരത്തിനടുത്ത് വരുന്ന സുഹൃത്തുക്കൾ ഉണ്ട്. അവരിൽ നിന്നൊക്കെ മോശമല്ലാത്ത ബന്ധമാണ് എനിക്കുള്ളത്. അവർക്കിടയിൽ നിന്നും തലതിരിഞ്ഞ ഇതുപോലുള്ളവളെ ഒഴിവാക്കേണ്ടതാണ്. അന്യന്റെ കിടപ്പറരഹസ്യം വെറുതെയെന്തിന് എന്റെ മനസ്സിൽ ചുമക്കണം.

അവളുടെ ഈ പോക്ക് ശരിയല്ല. വൈകിക്കൂടാ.

ചെയ്യേണ്ടത് ചെയ്യേണ്ട നേരത്ത് ചെയ്യണം.

പിറ്റേന്ന് വൈകിട്ട്...

നല്ല കടുപ്പത്തിലൊരു ചായ വെച്ച് കുടിച്ചശേഷം ഞാനെന്റെ കമ്പ്യൂട്ടർ തുറന്നു,

രജനിയെ ഞാനെത്രയാ സഹിക്കുക. അവസാനം എഴുതേണ്ടത് എഴുതി.

'ഞാനിവിടെ വരുന്നത് സൗഹൃദം പങ്കിടാനും ലോകകാര്യങ്ങൾ, കൃഷി, സാഹിത്യം എന്നിവയെ കുറിച്ച് സംവദിക്കാനും കാര്യങ്ങൾ അറിയാനും ആണ്. അല്ലാതെ സെക്സ് കാര്യങ്ങൾ മാത്രം പറയാനും കേൾക്കാനും അല്ല. അതിനെക്കുറിച്ച് കുട്ടികളെ പഠിപ്പിച്ചിട്ടുണ്ടെങ്കിലും അതൊക്കെ ശാരീരികമായ അവയവ ഘടനയും പ്രവൃത്തിയും ആയിട്ടാണ് ഞാൻ കണ്ടത്. ആണായാലും പെണ്ണായാലും സെക്സ് പറയുന്നത് ഒരിക്കലും എനിക്കിഷ്ടമല്ല. നീ ഒരു സ്ത്രീ ആയതുകൊണ്ടാണ് കാര്യങ്ങൾ പറഞ്ഞു മനസ്സിലാക്കാൻ ശ്രമിച്ചത്. ഇക്കാര്യം പറയുന്നത് പുരുഷനാണെങ്കിൽ എന്റെ പ്രതികരണം 'ഇതെല്ലാം നീ നിന്റെ കെട്ടിയോളോട് പറഞ്ഞാൽ മതി' എന്നു പറഞ്ഞ് ആ സ്പോട്ടിൽ അവനെ ഡിലീറ്റ് ചെയ്ത് എന്റെ സിസ്റ്റം ശുദ്ധീകരിക്കും.

മോളേ നീ കുടുക്കിലായി എന്ന് പറഞ്ഞത് വെറുതെയല്ല. മൊബൈലിൽ ഫോട്ടോ എടുത്ത് ഇന്റർനെറ്റ് വഴി അയച്ചാൽ അത് കൈവിട്ടു പോവും. ആ ഫോട്ടോകൾ നെറ്റ് ഉപയോഗിക്കുന്ന പലർക്കും ലഭി

ക്കാനുള്ള വഴി തുറന്നിരിക്കയാണ്. സിദ്ധന്റെ ഒന്നിച്ചുള്ള ഫോട്ടോയും തന്റെ ഭർത്താവിന്റെ മൊബൈലിൽ അധികം വൈകാതെ എത്തിച്ചേരും. പിന്നെ തല ഒഴിവാക്കി ഉടുതുണി ഇല്ലാത്ത തന്റെ ഫോട്ടോ,, അതിന് ഡിമാന്റ് കൂടുമെങ്കിലും ആരുടേതാണെന്ന് ഭർത്താവിന് പോലും പറയാനാവില്ലല്ലോ.

സ്വന്തം ബന്ധുക്കൾ പോലും ചതിക്കുന്ന ഈ ലോകത്ത് ഒരു ബന്ധവും ഇല്ലാത്ത ഏതോ ഒരു സിദ്ധൻ തന്നെ ചതിക്കില്ലെന്ന് എന്താണ് ഉറപ്പ്? രജനിയെ തേടിയെത്തുന്ന അപവാദം എന്തൊക്കെ ആയിരിക്കുമെന്ന് ചിന്തിച്ചിട്ടുണ്ടോ?

ഞാൻ ഡിലീറ്റ് ചെയ്യുന്നതിനുമുൻപ് നീ അയച്ച ഫോട്ടോകളൊക്കെ ഒഴിവാക്കുന്നതാണ് നിനക്ക് നല്ലത്. എന്റെ ഫെയ്സ്ബുക്കും വാട്ട്സപ്പും ബന്ധുക്കളുടെ മുന്നിൽ തുറന്ന പുസ്തകമാണ്. അവരോട് പറയാനാവാത്ത ഒന്നും ഞാൻ എഴുതാറില്ല. എന്റെ മക്കളും ചെറുമക്കളും സഹോദരന്മാരും ചിലനേരത്ത് കമ്പ്യൂട്ടറിൽ നിന്നും എന്റെ ഫെയ്സ്ബുക്ക് തുറന്ന് വായിക്കാറുണ്ട് എന്നകാര്യം ഓർത്താൽ നല്ലത്.

രാത്രി ഉടുതുണിയില്ലാതെ ഉറങ്ങാൻ കിടക്കുന്ന പെണ്ണിന് പലതും തോന്നും. അക്കാര്യം എഴുതിയും ഉടുതുണിയില്ലാത്ത ഫോട്ടോ ചേർത്തും എന്റെ ഇൻബോക്സ് വൃത്തികേടാക്കരുത്.

പൂജാപുഷ്പം തേടി

ഏതാനും ദിവസമായി മനസ്സിൽ തങ്ങിയിരുന്ന വലിയൊരു കുമിള പൊട്ടിത്തകർന്നപ്പോൾ ആശ്വാസത്തിന്റെ കുളിർകാറ്റ് വീശി. ഇതുവരെ കാണുകയും കേൾക്കുകയും ചെയ്യാത്ത ഒരാളുടെ പരാതികൾ വായിച്ച് തലപെരുത്ത് രാത്രി ഉറക്കമില്ലാതാവുക, ഇത്രയും കാലം എന്തൊരു മണ്ടത്തരമാണ് ഞാൻ ചെയ്തത്?

കാര്യങ്ങൾ വിശദമായി എഴുതിയിട്ട് രജനിയെ അറിയിച്ച് അവളുമായുള്ള ബന്ധം അവസാനിപ്പിക്കാൻ കഴിഞ്ഞതിൽ ആശ്വാസം തോന്നി. എഴുതിയതെല്ലാം വായിച്ച് മനസ്സിലാക്കാൻ അല്പമെങ്കിലും വിവരം ഉണ്ടെങ്കിൽ ഇതുവരെ അയച്ച ഫോട്ടോകളും എഴുതിയതും എല്ലാം തന്നെ ഡിലീറ്റ് ചെയ്യുക മാത്രമല്ല, എന്നെ അൺഫ്രന്റ് ചെയ്ത് അവൾ സ്ഥലം വിടും. എങ്കിൽ വളരെ ആശ്വാസമായി.

അപ്പോൾ ഒരു ചോദ്യം ബാക്കിയുണ്ടല്ലോ. ഇത്രയും കാലം സ്വന്തം പേജിൽ വന്ന് അനാവശ്യം പറയാൻ എന്തിനാണ് അനുവദിച്ചത്? എനിക്ക് ആദ്യമേതന്നെ ഡിലീറ്റ് ചെയ്യാമായിരുന്നില്ലേ?

അതിന് ഇപ്പോഴും വൈകിയിട്ടില്ലല്ലോ,, ഏത് നേരത്തും ഒഴിവാക്കാമല്ലോ.

പക്ഷെ??

അങ്ങനെയങ്ങ് ഒഴിവാക്കേണ്ടതുണ്ടോ?

അവൾ മനസ്സിലുള്ളത് തുറന്നെഴുതുന്നു.

ഞാനത് വായിക്കുന്നു.

ഇനിയങ്ങോട്ട് അവളുടെ കഥകൾക്ക് അവധി.

രാവിലെ ഉണർന്ന് വീട്ടുജോലിയുടെ തിരക്കിൽ രജനിയുടെ ചിന്തകൾ എന്നിൽനിന്നും അകന്നു. ഉച്ചഭക്ഷണം കഴിഞ്ഞപ്പോൾ എന്റെയുള്ളിൽ പതിവിലധികം ആകാംക്ഷ ഉയരാൻ തുടങ്ങി. പരുഷമായ വാക്കുകളാണ് ഞാൻ എഴുതിയത്. അവളുടെ പ്രതികരണം എന്തായിരിക്കുമെന്ന ചിന്ത

മനസ്സിനുള്ളിലൊരു കിരുകിരുപ്പ് പോലെ ഉയർന്നു.

ഭാവനാലോകത്ത് വിഹരിച്ചുകൊണ്ട് ചെയ്യുന്നതൊന്നും അന്നേദിവസം ശരിയായില്ല. രാവിലെ തന്നെ ചായയിൽ പഞ്ചസാര അധികം ചേർത്തതു കൂടാതെ ചപ്പാത്തിയുടെ ഷെയ്പ് വൃത്തമല്ലാതായി. സാമ്പാറിൽ രണ്ടുതവണ ഉപ്പ് ചേർത്തപ്പോൾ പുളി ചേർക്കാൻ മറന്നു. ഒടുവിൽ കടുക് പൊട്ടിച്ചിട്ടത് തിളച്ചു കൊണ്ടിരിക്കുന്ന ചോറിനകത്ത്; എവിടെയോ എന്തൊക്കെയോ പിശക്,,

തുടർന്ന് ഏതാനും ദിവസം ഫെയ്സ്ബുക്ക് തുറന്നതേയില്ല; കമ്പ്യൂട്ടറിൽ നെറ്റ് ഓഫാക്കിവെച്ചു. മനസ്സിനെ നിയന്ത്രിക്കാനുള്ള ശ്രമത്തിന്റെ ഭാഗമായി മുറ്റത്തിറങ്ങി ധാരാളം ഫോട്ടൊകൾ എടുത്തു. കണ്ണുതുറന്നാൽ എന്തെല്ലാം മനോഹര ദൃശ്യങ്ങളാണ്; പൂക്കൾ, പൂമ്പാറ്റകൾ, പക്ഷികൾ എല്ലാം ചേർന്ന് നാട്ടിലാകെ പച്ചപ്പ് തിങ്ങിനിറഞ്ഞിരിക്കുന്നു. മഴപെയ്തപ്പോൾ വളർന്നു മുറ്റിയ ചെടികളിലെല്ലാം പൂക്കൾ കൊണ്ട് അലങ്കരിക്കപ്പെട്ടതായി കാണാൻ കഴിഞ്ഞു. പാതയോരത്തെ കുറ്റിച്ചെടികളിലും ചെറുമരങ്ങളിലും വള്ളികളിലും അടുക്കടുക്കായി തിളക്കമാർന്ന അനേകം നിറങ്ങളിൽ വിടർന്ന പൂക്കളിൽ തേനുണ്ണാൻ തേനിച്ചകളും പൂമ്പാറ്റകളും വട്ടമിട്ട് പറക്കുകയാണ്. വാനിലുയർന്ന മരങ്ങളുടെ ശാഖകൾ ഇളംകാറ്റിൽ വീശിയിട്ട് പ്രകൃതിയുടെ സൌന്ദര്യം ആഘോഷിക്കാനായി നൃത്തം ചെയ്യുന്നത് കാണാം. എല്ലാം നോക്കി ആസ്വദിച്ച് നടന്നപ്പോൾ സമയം പോയത് അറിഞ്ഞില്ല.

അപ്പോൾ എനിക്കൊരു സംശയം,

രജനിയെ ഭയപ്പെട്ട് ഫെയ്സ്ബുക്ക് തുറക്കാതിരിക്കുന്നത് ശരിയാണോ?

മക്കളും സഹോദരങ്ങളും ബന്ധുക്കളും സുഹൃത്തുക്കളുമായി അനേകം പേർ ഫ്രന്റ് ലിസ്റ്റിലുള്ള ഞാൻ ഊരും പേരും വ്യാജമാണൊ എന്നറിയാത്ത ഒരു സ്ത്രീയെ ഭയപ്പെട്ട് നെറ്റ് ഓഫാക്കി ഇരിക്കണോ? ആവശ്യമാണെങ്കിൽ അവളെ ബ്ലോക്ക് ചെയ്താൽ പോരേ..

അങ്ങനെയാണ് ഞായറാഴ്ച നട്ടുച്ച നേരത്ത് ചോറും കറിയും തയ്യാറാക്കുന്ന ഇടവേളയിൽ ഞാനെന്റെ മൊബൈലിൽ മെസെഞ്ചർ തുറന്നുനോക്കിയത.

അവിടെയെന്നും രജനി കയറി ഇറങ്ങാറുണ്ട്.

എല്ലാ ദിവസവും അവൾ എഴുതാറുണ്ട്.

എന്റെ വാക്കുകൾക്കായി അവൾ കൊതിക്കാറുണ്ട്.

പാവം,

അവൾ എഴുതിയത് ഞാൻ വായിച്ചു,

'എന്റെ തെറ്റ് ഞാൻ മനസ്സിലാക്കുന്നു ചേച്ചി. എന്റെ ചേച്ചിയുടെ മനസ്സിന് വിഷമം ഉണ്ടാക്കിയതിൽ ഞാൻ മാപ്പ് ചോദിക്കുന്നു ചേച്ചി'

'മോശമായുള്ള ഫോട്ടോസ് എല്ലാം മൊബൈലിൽ നിന്നും ഡിലീറ്റ് ചെയ്തിട്ടുണ്ട് ചേച്ചി'

പിറ്റേദിവസം അവൾ എഴുതി

'ചേച്ചിക്ക് എന്നോട് വെറുപ്പാണോ? ഫോട്ടോ എടുത്തതിലുള്ള അപകടം ആ നേരത്ത് ഞാനോർത്തില്ല ചേച്ചി. അദ്ദേഹം ചെയ്യുന്നതും പറയുന്നതുമെല്ലാം അനുസരിക്കുന്ന ശീലമായിപോയി. അതൊരു മാന്ത്രികവലയം ആയിരുന്നു ചേച്ചീ'

ആ വലയത്തിനകത്ത് തന്നെയാണ് ഇപ്പോഴും രജനി ഉള്ളതെന്ന് എനിക്ക് മനസ്സിലായി. വർഷങ്ങളായുള്ള അവളുടെ ആഗ്രഹങ്ങൾ പൂർത്തികരിച്ച് ശരീരത്തിനും മനസ്സിനും ആനന്ദം നൽകുന്ന മനുഷ്യനെ അത്രപെട്ടെന്ന് അവളുടെ മനസ്സ് ഒഴിവാക്കുമോ? തീക്കളിയാണെന്ന് അറിഞ്ഞാലും ശലഭം അഗ്നിയോട് അടുക്കാറുണ്ടല്ലോ,, ഞാൻ നോക്കിയപ്പോൾ ഫോട്ടോസ് എല്ലാം ഡിലീറ്റ് ചെയ്ത് സുരക്ഷിതത്വം ഉറപ്പാക്കിയിട്ടുണ്ട്.

എന്റെ മറുപടി ഇല്ലെങ്കിലും നിത്യവും രാത്രി അവൾ എഴുതാറുണ്ട്,

'ചേച്ചീ എന്തെങ്കിലും പറയൂ.. ചേച്ചിയിൽ നിന്നുള്ള അവഗണന സഹിക്കാനാവുന്നില്ല'

'ഞാൻ ചെയ്തത് തെറ്റാണെന്ന് അറിഞ്ഞ് മാപ്പ് ചോദിക്കുന്നു'

'ഇനി ഞാൻ ശ്രദ്ധിക്കാം. സിദ്ധനെ ഒഴിവാക്കാൻ ശ്രമിക്കുന്നുണ്ട് ചേച്ചി'

'ഇനി അയാളുടെ വീട്ടിൽ ഞാൻ പോവുകയില്ലെന്ന് ചേച്ചിക്ക് ഞാൻ വാക്ക് തരുന്നു'

'ചേച്ചി എന്തെങ്കിലും എഴുതു ചേച്ചി, ഈ മൌനം എനിക്ക് സഹിക്കാനാവുന്നില്ല. ചേച്ചിയോട് മനസ്സു തുറക്കുമ്പോൾ മാത്രമാണ് എനിക്ക് ആശ്വാസം ലഭിക്കുന്നത്'

'ചേച്ചി ഒരു വിശേഷം പറയാനുണ്ട്, ഓൺലൈനിൽ വരാമോ?'

ഇങ്ങനെയൊക്കെ ഒരു സ്ത്രീ പറയുമ്പോൾ ഞാനെന്തിന് ഒളിച്ചു നിൽക്കണം, ഏതായാലും അവൾക്ക് മറുപടി കൊടുക്കാം, ഓൺലൈനിൽ വന്നിട്ട് എന്താവാൻ..

അവളെ വിളിക്കാൻ പറ്റില്ലല്ലോ. ഓഡിയോ, വീഡിയോ പാടില്ല.

അക്കാര്യമാണ് എന്നെ കുഴക്കുന്നത്,

എന്തും എഴുതാം, പറയാൻ പാടില്ല, അന്യോന്യം കാണാൻ പാടില്ല, സംശയങ്ങൾ, സംശയങ്ങൾ,

എങ്കിലും ഞാൻ മറുപടി എഴുതി,

'എനിക്ക് വിഷമമില്ല, ഞാൻ തിരക്കിലായിരുന്നു. കാര്യം മനസ്സിലാക്കിയതിൽ സന്തോഷം'

അന്ന് രാത്രി മെസഞ്ചർ തുറന്നപ്പോൾ രജനി ഹാജരുണ്ട്,

'ഹായ്'

'ഹായ് ചേച്ചീ'

'എന്താ വിശേഷം?'

'ചേച്ചിയുടെ വാക്ക് കണ്ടപ്പോൾ മനസ്സാകെ തണുത്തു. ചേച്ചീ ഇത്രയും ദിവസം ആരോടും മിണ്ടാനാവാതെ ഞാനാകെ തീപ്പിടിച്ച അവസ്ഥയിൽ ആയിരുന്നു'

'എന്നാൽ മിണ്ടിക്കോ, ഞാൻ വിളിക്കാം, ഫോൺ നമ്പർ തരൂ'

'അയ്യോ ചേച്ചി, അതിപ്പോഴും പ്രശ്നമാണ്, പിന്നെ ഇന്നത്തെ വിശേഷം'

'ഇന്നത്തെ വിശേഷം?'

'ചേച്ചി പറഞ്ഞതുകൊണ്ട് പൂജ ചെയ്യാൻ ഞാൻ പോകാറില്ല. എന്നിട്ട് ഇന്നുരാവിലെ അയാൾ വീട്ടിൽ വന്നു'

'വീട്ടിലേക്ക് വന്നോ? പുഴ കടലിനെ അന്വേഷിച്ച് പോയില്ലെങ്കിൽ കടൽ പുഴയെ അന്വേഷിച്ച് മലയുടെ മുകളിൽ കയറിവരുന്നതു പോലെ.'

'അയാൾ വന്നത് പൂജക്കുവേണ്ടി പൂക്കൾ പറിക്കാനാണ്. ഇവിടെ ധാരാളം തുളസിയും ചെമ്പരത്തിയും ഉള്ളതുകൊണ്ട് വഴിയിലൂടെ പോകുമ്പോൾ കയറിയതാണെന്ന് അമ്മയോട് പറയുന്നത് കേട്ടു. അടുത്ത തിങ്കളാഴ്ച നടക്കുന്ന പൂജയിൽ പങ്കെടുക്കാൻ ഞങ്ങളെ ക്ഷണിച്ചു'

'എന്നിട്ട്'

'എന്നിട്ട് മറ്റൊന്നും പറയാതെ പോയി'

'നല്ലത്'

'അത് തെറ്റാണോ ചേച്ചി, അയാൾ വന്നു പൂക്കൾ പറിച്ചു. മറ്റൊന്നും പറഞ്ഞില്ല'

'രജനിക്ക് മറ്റൊന്നും തോന്നിയില്ലേ?'

'എനിക്ക് അപ്പോഴൊന്നും തോന്നിയില്ല'

എനിക്ക് ഉച്ചത്തിൽ ചിരിക്കാൻ തോന്നി. രജനിക്ക് ഒന്നും തോന്നിയില്ല, എന്ന് പറയണമെങ്കിൽ അവളൊരു പെണ്ണ് അല്ലാതിരിക്കണം.

ശരിക്കും അവളൊരു പെണ്ണ് തന്നെയാണോ?

കുടുംബവിശേഷം

എന്റെ ഉപദേശം അതേപടി രജനി സ്വീകരിച്ചില്ലെങ്കിലും കാര്യങ്ങളിൽ കുറച്ചൊക്കെ ശ്രദ്ധാലുവാണെന്ന് മനസ്സിലായി. അന്യപുരുഷന്മാരെ അപ്പാടെ വിശ്വസിക്കുന്നതുകൊണ്ടുള്ള അപകടം തിരിച്ചറിഞ്ഞു. അങ്ങിനെയല്ലാതെ ഒരു സുഹൃത്തിന് എന്ത് ചെയ്യാനാവും,,

ഗുഡ്നൈറ്റ് പറഞ്ഞ് ഉറങ്ങാൻ കിടന്നപ്പോൾ കൂടുതൽ ചിന്തകളൊന്നും മനസ്സിലേക്ക് കയറിവന്നില്ല.

പിറ്റേദിവസം,

അത്താഴം കഴിഞ്ഞ് കമ്പ്യൂട്ടർ തുറന്നപ്പോൾ രജനിയുടെ ഇൻബോക്സിൽ ഒരു ഫോട്ടോ,

കാണാൻ സുന്ദരനായ ഒരു ആൺകുട്ടി,

തിളങ്ങുന്ന കരിനീല കണ്ണുകളുമായി ഓമനത്വമുള്ള കുഞ്ഞ്,

ആരുമൊന്ന് നോക്കിപ്പോവും,

രജനിയുടെ മകനാവാം,

ഇങ്ങനെയൊരു ഓമനപുത്രൻ ഉള്ളപ്പോൾ,

മകനെ ഓമനിച്ചുകൊണ്ട് വീട്ടിലിരുന്നാൽ സമയം പോകുന്നത് അറിയില്ലല്ലോ.

ഇതുവരെ സ്വന്തം ഫോട്ടോയും സിദ്ധന്റെ ഫോട്ടോയും അയച്ചുതന്നവൾ ആദ്യമായി സ്വന്തം മകന്റെ ഫോട്ടോ പോസ്റ്റ് ചെയ്തപ്പോൾ എനിക്ക് സന്തോഷമായി. ഇങ്ങനെയൊരു തങ്കക്കുടത്തെ കളിപ്പിച്ച് വീട്ടിലിരുന്നാൽ അനാവശ്യ ചിന്തകളൊന്നും മനസ്സിൽ വരില്ല. ഒരു സ്ത്രീയുടെ ആദ്യപരിഗണന ഭർത്താവിനും മക്കൾക്കും ആയിരിക്കണം. അമ്മ ആയാൽ മക്കളുടെ കാര്യം കഴിഞ്ഞാണ് മറ്റുള്ള ചിന്തകൾ.

പഴയൊരു പരസ്യം ഓർമ്മവന്നു,

'വീട്ടിൽ സ്വർണ്ണം വെച്ചിട്ടെന്തിന് നാട്ടിൽ തേടി നടപ്പൂ'

രജനി ഓൺലൈനിൽ വന്നു,

'ഹായ് ചേച്ചീ'

'ഹായ് രജനി, മകന്റെ ഫോട്ടോയാണോ?'

'അതെ ചേച്ചി, എങ്ങിനെയുണ്ട്?'

'നല്ല കുട്ടി, കാണാൻ ഭംഗിയുണ്ട്. കുസൃതി കാണിക്കുമോ?'

'അവൻ വഴക്കൊന്നും ഉണ്ടാക്കില്ല. പറയുന്നതെല്ലാം അനുസരിക്കുന്ന കുട്ടി ആയതിനാൽ എന്റെ മകനെ എല്ലാവർക്കും ഇഷ്ടമാണ്; പ്രത്യേകിച്ച് അമ്മക്ക്'

'അനുസരിക്കുന്നവരെയല്ലേ എല്ലാവരും ഇഷ്ടപ്പെടുന്നത്'

'ചേച്ചി പറഞ്ഞത് ശരിയാണ്, മുതിർന്നവർ ആയാലും അനുസരണ ശീലമാക്കിയവരെ മറ്റുള്ളവർ ഇഷ്ടപ്പെടും'

'മകന്റെ പേരെന്താണ്?'

'ആദർശ് വിനീത്, ആദിയെന്ന് വിളിക്കും'

'നല്ല പേര്'

രജനിയുടെ വീട്ടുകാര്യങ്ങൾ അറിയാൻ എനിക്ക് താല്പര്യമായി. കൂടുതൽ വിവരങ്ങൾ അവളിൽനിന്നും ചികഞ്ഞെടുക്കാൻ കഴിഞ്ഞാലോ, വീട്, നാട്, എല്ലാം അവളറിയാതെ പതുക്കെ പതുക്കെ പറയിക്കണം, അല്ല എഴുതിക്കണം.

ഒടുവിൽ അവളുടെ ആധാർ നമ്പർ വരെ കണ്ടുപിടിക്കണം,

അതിനുള്ള സാമർത്ഥ്യമൊക്കെ എനിക്കുണ്ടെന്നാണ് എന്റെ വിശ്വാസം.

ഞാൻ പതുക്കെ ചൂണ്ടയിൽ ഇരയെ കോർത്തു,

'രജനി ഡിഗ്രിക്ക് പഠിച്ചത് ഏത് സബ്ജക്റ്റാണ്?'

'ചേച്ചി ഞാൻ ഡിഗ്രി പഠിച്ചിട്ടില്ല. പ്ലസ്2 കഴിഞ്ഞപ്പോൾ പഠനം നിർത്തിയതാണ്; പിന്നെ കുറച്ചുകാലം ടൗണിൽ പോയി അക്കൌണ്ടൻസി പഠിച്ചു. ജോലിക്കൊന്നും ശ്രമിച്ചില്ല'

'പ്ലസ്2 എവിടെയാ പഠിച്ചത്?'

'എന്റെ കാലത്ത് പ്ലസ്2 പുതിയതായി തുടങ്ങിയതേയുള്ളൂ, വീടിന്റെ അടുത്തുള്ള ഹയർ സെക്കന്ററി സ്കൂളിലാണ് ഞാൻ പഠിച്ചത്'

'ഏത് ജില്ലയിലാണ്?'

'ജില്ല, എന്റെ സ്വന്തം ജില്ല തന്നെ, ഇപ്പോൾ താമസിക്കുന്നത് തനി നാടൻ ഗ്രാമത്തിലാണ്'

'ഹസ്ബെന്റിന്റെ വീട് സ്വന്തം വീടിന്റെ അടുത്തു തന്നെയാണോ?'

'അടുത്തൊന്നും അല്ല. അതുകൊണ്ടുതന്നെ ആരും വരാറില്ല, എന്നെ അങ്ങോട്ട് പോകാനും സമ്മതിക്കില്ല'

'രജനിയുടെ അച്ഛനും അമ്മയും'

'രണ്ടുപേരും മരിച്ചുപോയി'

'അവരുടെ പേര്?'

'മരിച്ചുപോയവരുടെ പേരെന്തിനാ ചേച്ചി പറയുന്നത്'

എന്റെ ചൂണ്ടയിൽ അവൾ കുടുങ്ങുന്നതേയില്ല, ഇനിയും ശ്രമിക്കാം, മെസെഞ്ചർ ബോക്സ് തുറന്നിരിക്കയാണല്ലോ!

പെട്ടെന്ന് എന്നെ ആശ്ചര്യപ്പെടുത്തിയിട്ട് അവൾ പറഞ്ഞു,

'ചേച്ചീ ഇന്ന് ഞാനവിടെ പോയി'

'എവിടെ?'

'സിദ്ധന്റെ അടുത്ത്, ഒറ്റക്കല്ല പോയത്. കൂടെ മകനും അമ്മയും ഉണ്ടായിരുന്നു"

'ചേച്ചിയെന്നെ വഴക്ക് പറയരുത്, ഇന്നലെ പൂക്കൾ പറിക്കാൻ വീട്ടിൽ വന്ന നേരത്ത് എന്റെ മകനെ കണ്ടു. കുട്ടിക്ക് ശനിദോഷം ഉണ്ടെന്നും അത് മാറാൻ അവനെയും കൂട്ടി വീട്ടിൽ വന്നാൽ ശനിപൂജ നടത്താമെന്ന് പറഞ്ഞു. അമ്മക്ക് കുന്ന് കയറാൻ പ്രയാസം ഉണ്ടെങ്കിലും എല്ലാവരും പോയിട്ട് പൂജ നടത്തി'

'എന്നിട്ട് ശനിപ്പിഴ മാറിയോ?'

'കളം വരച്ചതിന്റെ നടുവിൽ ഒരു മണിക്കൂറിലധികം ഞാനും മകനും ഇരുന്നു. അദ്ദേഹം വേദമന്ത്രങ്ങൾ ചൊല്ലിയിട്ട് പൂജ നടത്തി'

'അപ്പോൾ അയാൾ വ്യാജനല്ല, ശരിക്കും പൂജാരി ആണല്ലോ!'

'മകനെ ബാധിച്ച എല്ലാ ദോഷങ്ങളും പോയെന്ന് പറഞ്ഞു. എണ്ണ വിളക്കിൽ തിരികൾ നിറഞ്ഞുകത്തി'

'നിന്റെ വിശ്വാസം ശരിയായി മാറട്ടെ'

രജനിക്ക് സാമ്പത്തികമോ ആരോഗ്യപരമായോ പ്രശ്നങ്ങളൊന്നും ഇല്ലെന്നാണ് ഇതുവരെ എനിക്ക് മനസ്സിലായത്. പ്രശ്നങ്ങളെല്ലാം അവളുടെ മനസ്സിന്റെ സൃഷ്ടിയാണ്. ജീവിതം പ്രശ്നരഹിതം ആയതിനാൽ വെറുതേയിരിക്കുമ്പോൾ അവൾ പലതും ചിന്തിക്കുന്നു. കൂടുതലായി എന്തൊക്കെയോ വേണമെന്ന ചിന്തകൾ, ശരിക്കും അത്യാഗ്രഹം തന്നെ,

'ഉണ്ണാനില്ലാത്തവർക്ക് ഇല്ലാത്തത് പ്രശ്നം, ഉണ്ടു നിറഞ്ഞവർക്ക് നിറഞ്ഞതു കൊണ്ടുള്ള പ്രശ്നം'. അവൾ എഴുതിയത് ഞാൻ വായിച്ചു,

'ചേച്ചീ, എനിക്കൊരു സംശയം'

'ചോദിക്കാമല്ലോ'

'യുവതി ആയ ഒരു സ്ത്രീക്ക് സെക്സ് ചെയ്യാതെ വളരെക്കാലം ജീവിക്കാനാവുമോ?'

'കുട്ടീ അതിനെകുറിച്ച് ചിന്തിക്കുന്നവർക്ക് പ്രശ്നം ഉണ്ടാവാം. ഈ ലോകത്ത് പെണ്ണിന്റെ മണം അറിയാത്ത ആണും ആണിന്റെ മണം അറിയാത്ത പെണ്ണും ധാരാളം കാണും. വിവാഹം കഴിയാതെ എത്ര പേർ ജീവിക്കുന്നുണ്ട്! രജനിയെപോലുള്ള ചിലർക്ക് മറ്റൊരു തൊഴിലോ ജീവിത പ്രയാസങ്ങളോ ഇല്ലാത്തതിനാൽ ഇക്കാര്യം തന്നെ ചിന്തിച്ചുകൂട്ടുന്നത് കൊണ്ടാണ് സെക്സിൽ അമിത താല്പര്യം തോന്നുന്നത്'

'ചേച്ചി എന്നെ കുറ്റപ്പെടുത്തുകയാണോ?'

'ഞാൻ കുറ്റപ്പെടുത്തുന്നതല്ല, കാര്യം പറഞ്ഞെന്നു മാത്രം'

'ശരി ചേച്ചി, ഇനി ഞാൻ ശ്രദ്ധിക്കാം, ഇപ്പോൾ ഞാൻ പൂച്ചെടികൾ നടാൻ തുടങ്ങി. കുറച്ച് പച്ചക്കറി വിത്തുകൾ കിട്ടിയിട്ടുണ്ട്. ഇനി അതൊക്കെ നട്ടുവളർത്തണം'

'നല്ല കാര്യം'

'ഗുഡ് നൈറ്റ് ചേച്ചി'

'ഗുഡ് നൈറ്റ്'

രജനി പോയപ്പോൾ നമ്മുടെ സമൂഹ്യവ്യവസ്ഥിതിയെക്കുറിച്ചുള്ള ചില കാര്യങ്ങൾ ഓർമ്മയിൽ വന്നു. ആണും പെണ്ണും തമ്മിലുള്ള ബന്ധത്തിന് നമ്മുടെ സമൂഹം അംഗീകരിച്ച നിയമങ്ങളുണ്ട്. സമൂഹം പറയുന്നതിൽ നിന്നും മാറി ചിന്തിച്ചാൽ പുരുഷന് വലിയ പ്രശ്നം ഇല്ലെങ്കിലും സ്ത്രീകൾക്ക് പ്രശ്നമാണ്. ഇഷ്ടമുള്ള രണ്ടു മനുഷ്യർ തമ്മിൽ ലൈംഗികബന്ധം പുലർത്താൻ അവർ വിവാഹം കഴിക്കണം എന്നും വിവാഹം എന്നത് ലൈംഗികബന്ധത്തിനുള്ള ലൈസൻസ് ആണെന്നും കരുതുന്ന സമൂഹമാണ് നമ്മുടേത്. നിയമം എത്ര മാറിയാലും വിവാഹത്തിന് മുൻപോ അതിനു പുറത്തോ ഉള്ള ലൈംഗികബന്ധങ്ങളെ കപടസദാചാര അളവുകോലുകൾവച്ച് സമൂഹം അളക്കുന്നു. വിവാഹത്തിന് മുന്നെയുള്ള പരിശുദ്ധി സൂക്ഷിക്കാൻ കൗമാരപ്രായത്തിലുള്ള ആൺകുട്ടികളും പെൺകുട്ടികളും തമ്മിൽ ഇടപെടാതെ അവർക്കിടയിൽ മതിൽ സൃഷ്ടിക്കുന്ന സമൂഹമാണ് നമ്മൾ മലയാളികളുടേത്.

എതിർലിംഗങ്ങളിലുള്ള ആണും പെണ്ണും പരസ്പരം അടുത്തിടപഴകുന്നതിലൂടെ എന്തൊക്കെയോ അപകടം ഉണ്ടാവും എന്ന വിശ്വാസം ഇന്നത്തെകാലത്ത് പോലും പലരിലും ഉണ്ട്. കൗമാരപ്രായത്തിൽ

തന്നെ ആൺകുട്ടികളെയും പെൺകുട്ടികളെയും അകറ്റിനിർത്തുന്ന സമൂഹം അവർക്ക് ശരിയായ ലൈംഗികവിദ്യാഭ്യാസം നൽകാത്തതു കൊണ്ട് പലതരത്തിലുള്ള പ്രശ്നങ്ങളാണ് സൃഷ്ടിക്കുന്നത്.

വിരഹത്തിന്റെ നാളുകൾ

ദിവസങ്ങൾക്കുശേഷം അസ്വസ്ഥത സ്ഫുരിക്കുന്ന എഴുത്തുകൾ രജനിയിൽനിന്നും വരാൻ തുടങ്ങി. നിദ്രാവിഹീനങ്ങളായ രാത്രികളെകുറിച്ചും വികാരവിചാരങ്ങൾ ദേഹമാകെ പടർന്നു കയറുന്നതുമായ കാര്യങ്ങൾ എഴുതിയപ്പോൾ ഞാൻ ചോദിച്ചു,

'രജനിക്ക് ഇപ്പോൾ സിദ്ധപൂജയൊന്നും നടക്കാറില്ലേ?'

'ചേച്ചിയെന്നെ കളിയാക്കും എന്നതുകൊണ്ട് ഞാനത് എഴുതാത്തതാണ്'

'ഇപ്പോൾ കളിയാക്കില്ല, എഴുതിക്കോ'

'അദ്ദേഹം നാട്ടിൽ പോയി'

'ഏത് നാട്ടിൽ? രജനിയുടെ നാട്ടിൽ തന്നെയാണ് അയാളും എന്നാണ് ഞാൻ വിചാരിച്ചത്'

'അല്ല ചേച്ചി, വടക്കേതോ സ്ഥലത്തിന്റെ പേരാണ് പറഞ്ഞത്'

'വടക്ക് ആണെങ്കിൽ കണ്ണൂരിലോ കാസർകോഡോ ആയിരിക്കുമല്ലോ'

'അതറിയില്ല ചേച്ചി, ഇതുവരെ കേൾക്കാത്ത സ്ഥലപ്പേരാണ് പറഞ്ഞത്'

ഊരും പേരും അറിയാനുള്ള പഴുതുകളെല്ലാം അവൾ സമർത്ഥമായി അടക്കുകയാണ്. അബദ്ധവശാൽ പോലും സ്ഥലം പറയുന്നില്ല. ഞാൻ പയറ്റിയ അടവുകൾ പതിനെട്ടും പാഴാവുകയാണോ?

രണ്ടുദിവസം കഴിഞ്ഞപ്പോൾ രജനിക്ക് ആകെ പരിഭ്രമം. ശാരീരികമായി അനുഭൂതികൾ പകർന്നു തന്നവൻ അവളെ മടുത്തിട്ട് പോയതാണോ എന്നൊരു ശങ്ക. ആദ്യമാദ്യം കാണിച്ചതു പോലെ താല്പര്യം അടുത്തിടെ കാണിക്കുന്നില്ലെന്ന തോന്നൽ. അവൾ എഴുതി,

'ചേച്ചി അദ്ദേഹം എനിക്ക് നൽകിയത് സ്വർഗ്ഗീയ അനുഭൂതി ആയിരുന്നു. അപ്പോഴുള്ള ആനന്ദ നിമിഷങ്ങൾ ഓർത്തുകൊണ്ട് ഞാനിപ്പോഴും സ്വർഗ്ഗത്തിൽ തന്നെയാണ്. പക്ഷേ'

'അതിലെന്ത് പക്ഷേ?'

'അടുത്ത കാലങ്ങളിൽ അദ്ദേഹത്തിന് താല്പര്യം കുറഞ്ഞോ എന്നൊരു സംശയം'

'ആയിരിക്കാം, എല്ലാവരും എല്ലാകാലത്തും ഒരുപോലെ ആവില്ല കുട്ട'

'ചേച്ചി എന്നെ പേടിപ്പിക്കല്ലേ'

'ഇതിലെന്ത് പേടിക്കാൻ?'

പിന്നിട് അവളൊന്നും എഴുതിയില്ല, കാര്യം മനസ്സിലായതോ, നെറ്റ് ഓഫായതോ?

രണ്ട് ദിവസം കഴിഞ്ഞപ്പോൾ രജനിയുടെ വകയായി നീണ്ട ഒരെഴുത്ത്.

എനിക്ക് വായിക്കാനായി രാവിലെതന്നെ എഴുതിയത് ആയിരിക്കാം,

കത്തെഴുത്തിന്റെ ശൈലിയിൽ മനോഹരമായ ഭാഷയിൽ,

ഞാൻ വായിക്കാൻ തുടങ്ങി,

'പ്രീയപ്പെട്ട ചേച്ചി വായിച്ചറിയാൻ കൂട്ടുകാരി എഴുതുന്നത്,

ചേച്ചിയോട് കഴിഞ്ഞദിവസം തന്നെ പറയാൻ തോന്നിയതാണ്. ധാരാളം പറയാനുള്ളതുകൊണ്ട് പിന്നീടാവാമെന്ന് തീരുമാനിച്ചു. എന്റെ മനസ്സിലുള്ളത് പറയുമ്പോൾ കേൾക്കാൻ ചേച്ചിയുള്ളത് ഒത്തിരി ആശ്വാസമാണ്.

ഒരാഴ്ച മുൻപ് സ്വന്തം വീട്ടിലേക്ക് പോയ സിദ്ധൻ തിരിച്ചു വരാത്തതിൽ ഞാനാകെ പ്രയാസത്തിലാണ് ചേച്ചി. അമ്മക്ക് അസുഖമായതുകൊണ്ട് വീട്ടിൽ പോകുന്നു എന്നാണ് എന്നോട് പറഞ്ഞത്. മൊബൈൽ നമ്പർ അറിയാമെങ്കിലും വിളിക്കാൻ പാടില്ലെന്ന് പറഞ്ഞതുകൊണ്ട് ഇതുവരെ വിളിച്ചിട്ടില്ല. അദ്ദേഹത്തിന്റെ മൊബൈലിൽ വാട്ട്സാപ്പോ ഫെയ്സ്ബുക്കോ ഇല്ലെന്നാണ് പറഞ്ഞത്. 'നീ വിചാരിക്കുമ്പോൾ ഞാൻ മുന്നിലെത്തും, വിളിക്കേണ്ടതില്ല' എന്നാണ് പോകുമ്പോൾ പറഞ്ഞത്.

ചേച്ചീ എനിക്കാകെയൊരു ഭയം. എന്തായിരിക്കും പറ്റിയത്? പിന്നെ അദ്ദേഹം പോകുന്നതിന്റെ തലേദിവസം ഒരു വിശേഷം ഉണ്ടായി. അന്ന് രാവിലെ അവിടെയെത്തിയ ഞാനും അദ്ദേഹവും വൈകുന്നേരം വരെ പലതരത്തിൽ ആഘോഷിച്ചു. ഇതുകേട്ട് ചേച്ചി ഞെട്ടുമെന്ന് എനിക്കറിയാം.

അമ്മയും ഞാനും മകനും തിരുമേനിയുടെ വീട്ടിൽ പോയി പൂജ കഴിച്ചശേഷം വരാൻ നേരത്ത് അദ്ദേഹം പറഞ്ഞു, 'അടുത്ത ഞായറാ

ഴ്ച ഉദയാസ്തമന ഐശ്വര്യപൂജ നടത്തുന്നുണ്ട്; രാവിലെതൊട്ട് പൂജക്ക് ധാരാളം പേർ വരും. മകനെയും കൂട്ടിവന്നാൽ നല്ലതാണെന്ന്'. അമ്മക്ക് ഭക്തിയും വിശ്വാസവും കൂടുതലായത് എന്റെ ഭാഗ്യം. രാവിലെ എട്ട് മണിക്ക് പോകാൻ നേരത്ത് കൂടെ വരുന്നില്ലെന്നു പറഞ്ഞ് മകൻ വാശിപിടിച്ച് കരഞ്ഞു. കാരണമെന്തെന്നോ, അവന്റെ അച്ഛൻ ഗൾഫിന്ന് കൊടുത്തയച്ച പുതിയ ടാബ് തുറന്ന് ഗെയിം കളിക്കാനുള്ള തിരക്ക് തന്നെ. ഒടുവിൽ അമ്മയും മോനും വീട്ടിൽ നിന്നപ്പോൾ ഞാനൊറ്റക്ക് പോയി. അവിടെ ധാരാളം ആളുകൾ ഉള്ളതുകൊണ്ട് തനിച്ച് പോയാൽ മതിയെന്ന് അമ്മ പറഞ്ഞു.

അവിടെ എത്തിയപ്പോൾ പൂജാരിയും ഞാനും മാത്രം. എന്നെ തനിച്ച് കിട്ടാൻവേണ്ടി പറഞ്ഞതാണ് പോലും. പിന്നെത്തെ കാര്യം ഞാൻ പറയേണ്ടതില്ലല്ലോ. മറക്കാനാവാത്ത അനുഭൂതികളിൽ ഞങ്ങളിരുവരും നിന്തിത്തുടിച്ചു. അന്ന് രാത്രി ഒൻപതരക്കുള്ള ട്രെയിനിൽ നാട്ടിലേക്ക് പോകുമെന്നാണ് എന്നോട് പറഞ്ഞത്. രണ്ട് ദിവസം കഴിഞ്ഞ് വരുമെന്ന് പറഞ്ഞിട്ട് പോയ ആളെ കാണാനേയില്ല ചേച്ചി. ഇതെല്ലാം വായിച്ചിട്ട് ചേച്ചിയുടെ ആശ്വാസവാക്കുകൾ കേൾക്കാൻ എനിക്ക് കൊതിയാവുന്നു'

രജനി എഴുതിയത് മൂന്നുതവണ വായിച്ചപ്പോൾ അനേകം ചിന്തകൾ തലയിലാകെ കറങ്ങാൻ തുടങ്ങി. തട്ടിപ്പിന് ഇരയാക്കപ്പെടുന്ന അനേകം സ്ത്രീകൾ എന്റെ മനസ്സിലൂടെ കടന്നുപോയി. രജനിയെ പോലുള്ള പാവങ്ങളാണ് കെണിയിൽ വീണ് അപകടത്തിൽ പെടുന്നത്. ലൈംഗികതൃഷ്ണകളെ കയറൂരി വിട്ടാൽ പിന്നീട് പിടിച്ചുകെട്ടാൻ കുറേയേറെ പ്രയാസപ്പെടണം.

രാത്രിയിൽ രജനി ഓൺലൈനിൽ വന്നപ്പോൾ ഞാൻ എഴുതി,

'ഹായ് രജനി'

'ഹായ് ചേച്ചീ, എന്നോട് വെറുപ്പില്ലല്ലോ'

'വെറുപ്പൊന്നും ഇല്ല, സഹതാപം തോന്നുന്നു'

'സഹതാപമോ?'

'അതെ, സഹതാപം'

'എന്തിന്?'

'രജനി ഇത്രക്ക് പാവമാണല്ലോ'

'അയ്യോ, ചേച്ചീ'

'ഞാനൊരു കാര്യം ചോദിക്കട്ടെ, ഉത്തരം പറയാമോ?'

'എനിക്ക് അറിയുന്നത് പറയാം'

'അറിയുന്നത് തന്നെ, രജനിയുടെ ഫോട്ടോ വീഡിയോ എന്നിവ അയാളുടെ മൊബൈലിൽ എടുത്തിരുന്നോ?'

'മൊബൈൽ ഉണ്ടെങ്കിലും അതിൽ ഫോട്ടോ എടുത്തതായി ഓർമ്മയില്ല. എന്റെ മൊബൈൽ വെച്ച് ഫോട്ടോയെടുത്ത് തന്നിട്ടുണ്ട്. അതല്ലേ ഞാൻ ചേച്ചിയെ കാണിച്ചത്'

'അപ്പോൾ പിന്നെ പ്രശ്നമൊന്നും ഇല്ല'

'അദ്ദേഹം നല്ല ആളാണ്. ദൈവത്തെ പൂജിക്കുന്ന ആള് കള്ളത്തരം ചെയ്യില്ല ചേച്ചി'

'നല്ലത്'

'ഒരു സംശയം കൂടി'

'ചോദിക്കൂ ചേച്ചി'

'രജനിയുടെ കൈയിൽ നിന്നും സിദ്ധൻ പണമോ മറ്റോ വാങ്ങിയിട്ടുണ്ടോ?'

'പണം, പൂജക്കായി ധാരാളം പണം കൊടുത്തിട്ടുണ്ട്. അതൊക്കെ വേണ്ടതല്ലേ; പിന്നെ,'

'പിന്നെ?'

'ചേച്ചിയോട് മാത്രമായി ഒരു കാര്യം പറയാമല്ലോ?'

'പറയാമല്ലോ,,'

'അത് പിന്നെ ആരോടും പറയരുതെന്ന് എന്റെ തലയിൽ തൊട്ട് സത്യം ചെയ്തിട്ടുണ്ട്'

'അയ്യോ, അതെന്താണ്?'

'അത് ചേച്ചിയോട് പറഞ്ഞില്ലെങ്കിൽ എനിക്കാകെ വിഷമമാവും'

'പറഞ്ഞോ'

'എന്റെ ചേച്ചീ, അദ്ദേഹവും ഞാനും അല്ലാതെ ഇക്കാര്യം അറിയുന്ന ആൾ ചേച്ചിയാണ്'

'കാര്യം പറഞ്ഞില്ല'

'പോകാൻ നേരത്ത് അമ്മക്ക് സുഖമില്ലാത്തതുകൊണ്ട് കുറച്ച് പണം കടമായി ചോദിച്ചു. ആ നേരത്ത് പണം ഇല്ലാത്തതുകൊണ്ട് എന്റെ കൈയിലുള്ള രണ്ട് വളകൾ ഊരിക്കൊടുത്തു'

സിദ്ധൻ അടുത്ത ഘട്ടത്തിലേക്ക് കടന്നിരിക്കുന്നു. പതുക്കെ പതുക്കെ ഓരോന്നായി അവൾക്കുള്ളതെല്ലാം അവളറിയാതെ തട്ടിയെടുക്കലാണ് ലക്ഷ്യം. ഞാൻ എഴുതി,

'സ്വർണ്ണവളകളാണോ? നല്ല പരിപാടി തന്നെ'

'സ്വർണ്ണം തന്നെ, അയാളെപ്പോലുള്ള ഉയർന്ന ആളുകൾ ചോദി

ച്ചാൽ കൊടുക്കേണ്ടതല്ലേ'

'ഉയർന്നവർ എന്നുവെച്ചാൽ?'

'ഉയർന്ന ജാതിക്കാർ'

'സിദ്ധൻ ഉയർന്ന ജാതിയാണോ?'

'പിന്നേ, പൂജ നടത്തുന്നവരും അമ്പലത്തിന്റെ ഉള്ളിൽ കടക്കുന്നവരും ഉയർന്ന ജാതിക്കാർ മാത്രമാണെന്ന് ചേച്ചിക്ക് അറിയില്ലേ?'

'എനിക്കറിയില്ല; അമ്പലത്തിൽ പോകാറുണ്ടെങ്കിലും ജാതിയും മതവും ഞാൻ നോക്കാറില്ല'

'ഞങ്ങളെപ്പോലുള്ളവർക്ക് അമ്പലത്തിനകത്ത് കടക്കാം'

'അപ്പോൾ രജനി ഉയർന്ന ജാതി ആണോ?'

'ജാതിയൊന്നും പറയാൻ പാടില്ല എന്നല്ലേ'

'ശരിയാണ്, ജാതിയും മതവും പറയേണ്ട, ഉയർന്ന ജാതിക്കാർ ചോദിക്കുന്നതൊക്കെ കൊടുക്കണം'

'കുഴപ്പമായോ ചേച്ചീ?'

'ഒരു കുഴപ്പവുമില്ല, രജനി ഒരു പാവമാണെന്ന് പറയാൻ കാരണം ഇതാണ്'

'ചേച്ചി ഞാനെന്താ വേണ്ടത്?'

'ഒന്നും വേണ്ട, സമയം കുറേയായി. സുഖമായി ഉറങ്ങുക, ഗുഡ് നൈറ്റ്'

'ഗുഡ്നൈറ്റ് ചേച്ചി'

ജാതിയും മതവും മനുഷ്യനും

രജനിയിൽ നിന്നും എന്റെ ഓർമ്മകൾ ചെന്നെത്തിയത് ഗ്രാമത്തിലെ തോട്ടിൻകരയിലാണ്. കുറച്ചുസമയം അവിടെ ചുറ്റിക്കറങ്ങിയപ്പോൾ ആനിയമ്മക്ക് പകരം ദേവിക എന്ന പാവാടക്കാരിയിലാണ് എത്തിയത്. ഞങ്ങൾ ദേവൂട്ടി എന്ന് വിളിക്കുന്ന എന്റെ ക്ലാസ്സിൽ പഠിക്കുന്നവൾ,, മറ്റുള്ളവരെക്കാൾ ഉയരത്തിലാണെന്ന് വിശ്വസിക്കുന്നവൾ. ഉന്നതജാതിയിൽ പിറന്നതാണെന്ന് സ്വയം പറഞ്ഞ് മറ്റുള്ളവരെ അംഗീകരിപ്പിക്കാൻ അവളെപ്പോഴും ശ്രമിച്ചിരുന്നു.

ഗ്രാമത്തിന്റെ അക്ഷരപുരോഗതിയെ മുന്നോട്ടു നയിച്ച ഗുരുമന്ദിരത്തിൽ സ്തിതിചെയ്യുന്ന ആശാൻ സ്മാരക വായനശാലയിലെ പ്രധാന ആഘോഷമാണ് ശ്രീ നാരായണ ഗുരുജയന്തി. അവധിദിവസം ആയതിനാൽ രാവിലെത്തെ കഞ്ഞി കുടിച്ചശേഷം തുണിയലക്കാൻ തോട്ടിലേക്ക് ഇറങ്ങുന്നു. അലക്കും കുളിയും കഴിഞ്ഞിട്ടുവേണം എനിക്ക് ആഘോഷത്തിൽ പങ്കെടുക്കാൻ. ആ നേരത്ത് വയൽ വരമ്പിലൂടെ കുട്ടികളുടെ ഘോഷയാത്ര പോകുമ്പോൾ മുദ്രാവാക്യം കേൾക്കാം.

'ഒരു ജാതി, ഒരു മതം, ഒരു ദൈവം മനുഷ്യന്
ജാതി ചോദിക്കരുത്, പറയരുത്, വിചാരിക്കരുത്'

അത് കേൾക്കുമ്പോൾ ദേവൂട്ടി പറയാൻ തുടങ്ങും,

'ജാതിയില്ല പോലും, അതെങ്ങിനെയാ ഞങ്ങളെപ്പോലുള്ള നായരും മലയനും വണ്ണാനും തീയ്യനും ഒന്നാവുന്നത്?'

'അതൊന്നും ഞങ്ങൾക്കറിയില്ല; ഞങ്ങളെല്ലാം ഒരുജാതി തന്നെയാണ്'

'അങ്ങനെയാണെങ്കിൽ നിങ്ങളാരെങ്കിലും താണ ജാതിയിലുള്ള ഒരുത്തനെ കല്യാണം കഴിക്കുമോ?'

'വീട്ടുകാർ അയക്കുമെങ്കിൽ ജാതി നോക്കാതെ ആരെ വേണമെങ്കിലും കല്യാണം കഴിക്കും'

'അതൊക്കെ ആ നേരത്ത് കാണാം'

അവളുടെ തർക്കത്തിൽ ജാതിപ്രേമം വർദ്ധിച്ചു വന്നതേയുള്ളൂ; തർക്കം തുടരുന്നതിന്റെ ഇടയിൽ ഒരുദിവസം ഒരു പ്രധാനവാർത്ത വീണുകിട്ടി. ദേവികയുടെ അവിവാഹിതനായ ചേട്ടന് ഗ്രാമത്തിലെ താഴ്ന്ന ജാതിക്കാരിയിൽ ഒരു കുഞ്ഞ് ജനിച്ചിട്ടുണ്ടെന്ന്,, നാട്ടിലാകെ കോളിളക്കം സൃഷ്ടിച്ച വാർത്തയുടെ പിറ്റേന്ന് ദേവികയോട് ഞങ്ങൾ ചോദിച്ചു,

'നീയല്ലേ പറഞ്ഞത് ഉയർന്ന ജാതിക്കാർക്ക് താഴ്ന്ന ജാതിക്കാരെ കല്യാണം കഴിക്കാനാവില്ലെന്ന്,, എന്നിട്ട് നിന്റെ സ്വന്തം ഏട്ടന് മറ്റൊരു ജാതിക്കാരിയിൽ കുട്ടി ഉണ്ടായല്ലോ,, അപ്പോൾ കല്യാണം കഴിക്കുന്നതിന് മാത്രമാണോ ജാതി നോക്കുന്നത്?'

'അങ്ങനെ ചെയ്തത് ഞാനല്ല, എന്റെ ഏട്ടനല്ലേ; എനിക്കിപ്പോഴും ജാതിയും മതവും ഉണ്ട്'

ജാതിയും മതവും തലയിലേറ്റി നടക്കുന്നവരെ എത്ര ഉപദേശിച്ചാലും നന്നാവില്ല എന്ന കാര്യം എനിക്ക് മാത്രമല്ല, എന്റെ കൂടെയുള്ളവർക്കും മനസ്സിലായി.

കാലം മാറിയിട്ടും മാറാനാവാതെ ജാതിയും മതവും മുറുകെ പിടിക്കുന്ന മനുഷ്യർ ഇക്കാലത്തും ഉണ്ടെന്ന് വ്യക്തമാവുന്നതാണ് അടുത്തകാലത്തുണ്ടായ എന്റെയൊരു അനുഭവം. ശാസ്ത്രനേട്ടങ്ങളോടൊപ്പം പുരോഗമന ആശയങ്ങളുമായി ഇന്നത്തെ തലമുറ ജീവിക്കുമ്പോൾ അവർക്കിടയിൽ പഴഞ്ചൻ ചിന്താഗതിക്കാരായ മനുഷ്യരെയും നമുക്ക് കണ്ടുമുട്ടാൻ കഴിയും. അങ്ങനെയൊരു അനുഭവമാണ് അടുത്തകാലത്ത് എന്റെ നാട്ടിൽ ഉണ്ടായത്.

അദ്ധ്യാപകജോലിയിൽ നിന്ന് വിരമിക്കുന്നതിനു മുൻപ് നിത്യവും രാവിലെ എട്ടുമണിയോടെ സ്ക്കൂളിലേക്ക് ഓടിപ്പോകുമ്പോൾ വഴിയിലെന്നും മാധവിയമ്മയെ കാണാം. ആ കണി ഒരിക്കലും മോശമാവാറില്ല; എത്ര വൈകിയാലും അന്നേദിവസം ബസ്സ് കിട്ടുകമാത്രമല്ല തിരക്കിനിടയിൽ ഇരിക്കാനുള്ള സൌകര്യവും ലഭിക്കും.

ഗ്രാമത്തിൽ പുതിയതായി വീടുവെച്ച് താമസിക്കുന്ന അവരുടെ കുടുംബത്തിൽ എനിക്കാകെ പരിചയം സീനിയർ മഹിളാരത്നമായ മാധവിയമ്മയെ മാത്രമാണ്. രാവിലെ കണ്ടുമുട്ടിയാൽ അവരെന്നും ചോദിക്കും,

'മോളേ ആ പാലുകാരൻ പോയോ?'

'കണ്ടിട്ടില്ല, അറിയില്ല', എന്നുള്ള ഉത്തരം നൽകുമ്പോഴൊക്കെ ഞാൻ ചിന്തിക്കാറുണ്ട്,

'തിരക്കുണ്ടെങ്കിൽ തലേദിവസം മിൽമയുടെ ഒരുപാക്കറ്റ് പാൽ വാങ്ങി ഫ്രിഡ്ജിൽ വെച്ചാൽ പോരെ?'

ആ വീട്ടിൽ ആരൊക്കെയാണ് ഉള്ളതെന്ന് കുടുംബശ്രീ അയൽക്കൂട്ടങ്ങൾക്കുപോലും ശരിക്കറിയില്ല. ഗൃഹനാഥന് വിദേശത്താണ് ജോലിയെന്നും അയാളുടെ അമ്മയും ഭാര്യയും മക്കളും മാത്രമാണ് വീട്ടിലുള്ളതെന്നും അറിയാനിടയായി. വിവിധ ജാതിയിലും മതത്തിലും വിശ്വാസത്തിലും ജീവിക്കുന്ന ഗ്രാമീണർ ചേർന്ന് ചിരിയും കളിയും അസൂയയും കുശുമ്പും ഏഷണിയും പരദൂഷണവും പറഞ്ഞുകൊണ്ട് പൊട്ടിച്ചിരിച്ച് ഏകമനസ്സുകളായി മുന്നോട്ടുപോകുന്ന നാട്ടിലാണ് ഇതിലൊന്നും ഇടപെടാത്ത മാധവിയമ്മ ഫേമലിയുടെ വരവ്. പുത്തനായി നിർമ്മിച്ച വീടിന്റെ ഇരുമ്പുഗെയ്റ്റിനും കരിങ്കല്ല് മതിലിനും ഉള്ളിലുള്ള വിശേഷങ്ങളെല്ലാം അയൽക്കാർക്ക് ദുരൂഹതകൾ നിറഞ്ഞതായിരുന്നു. അവിടത്തെ വീട്ടമ്മ ടീച്ചർ ആണെന്ന് പറഞ്ഞുകേട്ടെങ്കിലും സർക്കാർ സ്ക്കൂളിൽ ടീച്ചറായ എനിക്ക് പരിചയമുള്ള പരിധിയിൽ പഠിപ്പിക്കന്നതായി അറിവില്ല. വെളിയിൽ തലകാണിക്കുന്ന മാധവിയമ്മ മിണ്ടുന്നത് പാൽക്കാരനെ അന്വേഷിക്കാൻ മാത്രമാണ്.

ഒരു ദിവസം രാവിലെ വലിയൊരു രഹസ്യം ഞാൻ കണ്ടുപിടിച്ചു,

വണ്ടി നിർത്തിയശേഷം മാധവിയമ്മയെ സമീപിച്ച പാൽക്കാരൻ പയ്യൻ, 'പൂച്ച പാല് കുടിക്കുന്നതുപോലെ', നിറയെപാലുള്ള കുപ്പി മാധവിയമ്മക്ക് കൈമാറുന്നു. പകരം പാലില്ലാത്ത മറ്റൊരുകുപ്പി കൊടുത്തശേഷം വെള്ളനിറമുള്ള പാൽക്കുപ്പി അവർ സ്വന്തം സാരിയിൽ പൊതിഞ്ഞ് 'ഞാനൊന്നും അറിഞ്ഞില്ല ടീച്ചറെ', എന്ന മട്ടിൽ ഉരിയാടാതെ പകുതി തുറന്ന ഗെയിറ്റിലൂടെ അകത്തുകടന്നശേഷം ഗെയിറ്റടച്ച് അപ്രത്യക്ഷയായി.

വെളുത്ത പാലിലെന്താണ് ഒളിപ്പിക്കാൻ മാത്രം മായം?

എല്ലാവരും പാല് പാത്രത്തിൽ വാങ്ങുമ്പോൾ അവർ ആദ്യമേ അളന്നെടുത്തത് കുപ്പിയിൽനിറച്ച് വാങ്ങുന്നു. അതിലിത്ര ഒളിക്കാനെന്തുണ്ട്??

മാധവിയമ്മയുടെ കുപ്പിപ്പാൽ കണ്ടതിനുശേഷം ഒരു ശനിയാഴ്ച, രാവിലെ..

പാൽക്കാരൻ പയ്യൻ ഗെയ്റ്റിനു മുന്നിൽ വന്ന് മണിയടിച്ചു,

പാൽപാത്രവുമായി സമീപിച്ച എന്നെക്കണ്ട് അവനൊരു സംശയം,

'എന്നും ഭർത്താവാണല്ലോ പാല് വാങ്ങാൻ വരുന്നത്; ഇന്ന് സ്ക്കൂളില്ലാത്തതു കൊണ്ടായിരിക്കും ടീച്ചർ തന്നെ വന്നത്?'

'അതെ'

പാലൊക്കെ പാത്രത്തിലായപ്പോൾ ഞാൻ പറഞ്ഞു,

'ഇവിടെക്കുള്ള പാല് തരാനായി വൃത്തിയാക്കിയ കുപ്പി തലേദിവസം തരാം; പിറ്റേന്ന് പാലുനിറച്ച് കൊണ്ടുവന്നാൽ സൌകര്യമായിരിക്കും'

'അയ്യോ; അതെന്തിനാ ടീച്ചർ?'

'അത് മാധവിയമ്മക്ക് കൊടുക്കുന്നതുപോലെ. അതൊരു സൌകര്യമായിരിക്കും'

'ഓ, അതു കണ്ടിട്ടാണോ? ടീച്ചർക്ക് അങ്ങനെയൊന്നും വേണമെന്നില്ല'

'അതെന്താ? ഞങ്ങളും പണം തരില്ലേ?'

'അത്, അവരത് പ്രത്യേകം പറഞ്ഞതുകൊണ്ട് കൊടുക്കുന്നതാ; ഹിന്ദുപ്പാൽ'

'അതെന്ത് പാലാണ്? പശുവിന്റെ പാലല്ലേ?'

'അവർക്ക് ഹിന്ദുക്കളുടെ വീട്ടിൽ വളർത്തുന്ന പശുവിന്റെ പാല് തന്നെ വേണമെന്ന് പറഞ്ഞു; മറ്റു പശുക്കളുടെ പാലുമായി കലരാത്തത് വേണം പോലും'

'അതെന്തിന്?'

'അവരൊക്കെ അമ്പലത്തിൽ പോകുന്ന ഉയർന്ന ജാതിക്കാരാണ്'

'പാലിന് ജാതിയുണ്ടോ?'

'അതൊന്നും എനിക്കറിയില്ല,, ടീച്ചർക്ക് അതൊന്നും വേണ്ടല്ലോ,,'

'എനിക്ക് പശുവിന്റെ പാല് മാത്രം മതി'

പാലുമായി ഞാൻ തിരിച്ചുനടന്നു,,

പശു പല നിറങ്ങളിലുണ്ട്; ഇപ്പോൾ പാലിലും ജാതിയും നിറങ്ങളും ഉണ്ടായൊ?

ജാതിയും മതവും ചേർന്ന് മനുഷ്യരെ വേലികെട്ടി വേർതിരിക്കുമ്പോൾ എനിക്ക് മാധവിയമ്മയെ ഓർമ്മവരും. ഇതുപോലുള്ള മനുഷ്യരുള്ള ഇടങ്ങളിൽ ശരിക്കുള്ള മനുഷനെ കാണാൻ ഇനിയെത്രകാലം വേണ്ടിവരും?

ഞാനാരാണെന്ന് അറിയാതെ എന്നോട് കാര്യങ്ങളെല്ലാം തുറന്നു പറയുന്ന രജനിക്ക് ജാതിയും മതവും ഉണ്ട്. ഉയർന്ന ജാതിയിൽ ജനിച്ചതിൽ അഭിമാനിക്കുന്നുണ്ടെങ്കിലും അവൾ ചെയ്യുന്ന തെറ്റുകളെല്ലാം സമൂഹം അംഗീകരിക്കാത്തതാണ്. ഇനിയെങ്ങോട്ടാണ് അവളുടെ പ്രയാണം, എന്ന് കാത്തിരുന്ന് കാണാം.

തിരികെ വരുന്ന നേരത്ത്

നാട്ടിൽ പോയ സിദ്ധൻ തിരിച്ചുവരാൻ വൈകിയപ്പോൾ രജനിക്ക് ആകെ വെപ്രാളം. സ്വന്തം കൈയിലുള്ള സ്വർണ്ണം പോയതിൽ അവൾക്കൊരു വിഷമവും ഇല്ലാത്തത് ആശ്ചര്യംതന്നെ. അക്കാര്യം ഭർത്താവോ അമ്മയോ ചോദിച്ചാൽ എന്തുമറുപടി പറയും, എന്ന ചിന്തയോ വേവലാതിയൊ ഇല്ല. പോയആൾ തിരിച്ചുവരാതായാൽ തന്റെ വികാരങ്ങൾക്ക് പരിഹാരം ലഭിക്കില്ലെന്ന ചിന്തയാണവളെ കൂടുതൽ അലട്ടിയത്. വിചിത്രമായ ഇത്തരം സ്വഭാവങ്ങൾ മറ്റു സ്ത്രീകളിൽ അപൂർവ്വമായേ കാണുകയുള്ളൂ. സ്വർണ്ണം മാത്രമല്ല ചോദിക്കുന്ന പണവും കൊടുത്തിട്ടുണ്ടാവും എന്നെനിക്ക് ഉറപ്പാണ്. ഒരാഴ്ച കഴിഞ്ഞ് ഓൺലൈനിൽ വന്നപ്പോൾ ഞാൻ സംശയം ചോദിച്ചു,

'രജനിയോട് ഒരു കാര്യം ചോദിച്ചാൽ പറയുമോ?'

'ചേച്ചിയോട് ഞാനെല്ലാം തുറന്നു പറയുന്നുണ്ട്'

'രജനി അയാൾക്ക് പണം കൊടുത്തില്ലേ?'

'മുൻപ് കൊടുത്തിട്ടുണ്ട്. ചേച്ചിയെ വിശ്വസിച്ചുകൊണ്ട് പറയുന്നതാണ്. ഞങ്ങൾ പരിചയപ്പെട്ട് രണ്ടു ദിവസം കഴിഞ്ഞപ്പോൾ മുതൽ പലപ്പോഴായി പണം കൊടുത്തിട്ടുണ്ട്. പണം ഇല്ലാതെ വന്നപ്പോഴാണ് സ്വർണ്ണവളകൾ കൊടുത്തത്'

'ആകെ എത്ര കൊടുത്തിട്ടുണ്ടാവും'

'ഒരു തവണ അൻപതിനായിരം കൊടുത്തിട്ടുണ്ട്'

'അമ്പതിനായിരമോ? പിന്നെയും കൊടുത്തോ?'

'ആകെ ഒരു ലക്ഷത്തിലധികം പണമായിട്ട് കൊടുത്തിട്ടുണ്ടാവും ചേച്ചീ'

'അതൊക്കെ തിരിച്ചു കിട്ടുമോ?'

'അമ്പതിനായിരം രണ്ട് മാസം കഴിഞ്ഞ് തിരിച്ചു തരാമെന്ന് പറഞ്ഞിട്ടുണ്ട്'

ഞാൻ ചിന്തിച്ചതുപോലെയാണ് സംഭവങ്ങളുടെ കിടപ്പ്. സിദ്ധനെ

ന്ന് പറഞ്ഞ് പരിചയമില്ലാത്ത നാട്ടിൽ വന്ന് അവിടെയുള്ള സ്ത്രീകളുടെ മനസ്സിൽ അന്ധവിശ്വാസം ഉണ്ടാക്കി തട്ടിപ്പ് നടത്തുന്ന വെറും ഫ്രോഡ് തന്നെ. ഇവനെയൊക്കെ പോലീസിൽ പരാതികൊടുത്ത് അറസ്റ്റ് ചെയ്യിപ്പിക്കണം.

പക്ഷേ?

രജനി അതിന് തയ്യാറാവുമോ?

പണം പോയാലും സുഖം മതിയെന്ന് പറയുന്നവൾ അയാൾക്ക് എതിരായി മിണ്ടുമോ?

അയാൾ ചോദിച്ചാൽ അവൾ മാലയും കമ്മലും അരഞ്ഞാണവും കൂടി അഴിച്ചുകൊടുക്കും,

കേസ് കൊടുത്താൽ പണം മാത്രമല്ല, മാനവും പോകും,

അതുകൊണ്ട് മിണ്ടാതിരിക്കും,,

ആണിനെയും സെക്സിനെയും മാത്രം ചിന്തിച്ചാൽ ഇങ്ങനെയൊക്കെ സംഭവിക്കും.

അവൾ പറയില്ല.

മറ്റുള്ളവർ അറിഞ്ഞാൽ വഴക്കു പറയുന്നത് പേടിച്ച് കൊന്നാലും അവൾ പറയില്ല.

അതുകൊണ്ട് വീണ്ടും വീണ്ടും തട്ടിപ്പുകൾക്ക് ഇരയാവുന്നു.

എന്റെ മനസ്സിൽ ചിന്തകൾ അനന്തമായി നീളുകയാണ്.

രണ്ട് ദിവസം കഴിഞ്ഞപ്പോൾ രജനി സന്തോഷവാർത്ത അറിയിച്ചു. വൈകുന്നേരം മൊബൈൽ തുറന്നപ്പോൾ മെസെഞ്ചറിൽ അവൾ എഴുതിയത് വായിച്ചു. തന്റെ പ്രിയപ്പെട്ടവൻ വന്നതായുള്ള അറിയിപ്പ്,, സ്വപ്നങ്ങൾക്ക് ചിറകുകൾ വിടരുന്നതായി തോന്നിയ നിമിഷങ്ങളുടെ വിവരണം. രാവിലെ അകലെനിന്നും ഒരുനോക്ക് കാണാൻ മാത്രമേ കഴിഞ്ഞുള്ളൂ എന്നുള്ള പരിഭവം. അന്നുരാത്രി ഓൺലൈനിൽ വന്നപ്പോൾ രജനി എഴുതി,

'ടീച്ചറേ, സന്തോഷവാർത്ത അറിഞ്ഞില്ലേ?'

'ഏത് വാർത്ത?'

'അദ്ദേഹം വന്നിട്ടുണ്ട്'

'ആര്?'

'ഞാൻ പറഞ്ഞ സിദ്ധൻ'

'അതെയോ, രജനിക്ക് സന്തോഷമായല്ലോ'

'എനിക്ക് സന്തോഷമായി ടീച്ചറെ'

'ഇനിയെങ്കിലും അമളി പറ്റാതെ നോക്കണം'

'ചേച്ചിയെന്താ പറയുന്നത്? അയാൾ വന്നല്ലോ,'

'പറഞ്ഞത് മറ്റൊന്നുമല്ല, പെട്ടെന്ന് കടം വാങ്ങിയതെല്ലാം തിരികെ വാങ്ങുക'

'അതെല്ലാം തിരിച്ചുതരും ചേച്ചി, പെട്ടെന്ന് എന്തോ ആവശ്യം വന്നപ്പോൾ ചോദിച്ചതാണ്'

'സൂത്രത്തിൽ തിരിച്ചുവാങ്ങിയാൽ നല്ലത്'

'ശരി ചേച്ചി, ഗുഡ് നൈറ്റ്'

'ഗുഡ് നൈറ്റ്'

രണ്ട് ദിവസം കഴിഞ്ഞ് ഉച്ച ആയപ്പോൾ രജനിയുടെ മെസെഞ്ചറിൽ എഴുത്ത് വന്നു,

'ചേച്ചീ, ഇന്നുരാവിലെ ഞാനവിടെ പോയി അദ്ദേഹത്തെ കണ്ടെങ്കിലും ഒന്നും ചോദിക്കാൻ പറ്റിയില്ല. എന്റെ ഇഷ്ടപ്രകാരം കൊടുത്ത സ്വർണ്ണവും പണവും തിരികെ ചോദിക്കാൻ എന്തോ വിഷമം. പിന്നെ സ്വഭാവത്തിനെന്തോ മാറ്റം വന്നതുപോലെ തോന്നി. അവിടെ ആരൊക്കെയോ പൂജ ചെയ്യാൻ വന്നതുകൊണ്ടായിരിക്കണം എന്നെ കണ്ടിട്ടും കാണാത്തതുപോലെ. ഞാനെന്ത് ചെയ്യാനാ ചേച്ചി? നാളെ ആരും ഇല്ലാത്ത നേരത്ത് പോകണം'

സിദ്ധൻ പുതിയ പുതിയ തന്ത്രങ്ങൾ മെനയുകയാണ്.

ഇനിയുള്ള നാളുകൾ ബ്ലേക്ക്മെയിൽ ആയിരിക്കും.

ആരാണെന്നും എവിടെയുള്ളവനാണെന്നും അറിയാതെ ഒരാളെ പ്രാപിക്കുക.

അവളിൽ നിന്നും അയാൾ പലതും നേടിയെടുക്കുക.

ഇവിടെ കുറ്റവാളി പെണ്ണ് തന്നെയാണെന്ന് സമൂഹം പറയും.

അവർക്ക് ചോദിക്കാനൊരു ചോദ്യം ഉണ്ട്.

'നീയെന്തിന് ഒറ്റക്ക് അസമയത്ത് അവിടെ പോയി?'

പിറ്റേന്ന് രജനി ഓൺലൈനിൽ വന്നു; വർദ്ധിച്ച സന്തോഷത്തോടെ,

'ഹായ് ചേച്ചി, ഇന്നെനിക്ക് സന്തോഷമുള്ള ദിവസമാണ്'

'എന്താ ലോട്ടറി അടിച്ചോ?'

'ലോട്ടറി തന്നെ. ഇന്നുച്ചക്ക് അദ്ദേഹവുമായി ഞാൻ സംസാരിച്ചു'

'സംസാരിക്കുക മാത്രമേ ചെയ്തുള്ളൂ? മറ്റൊന്നും ചെയ്തില്ലേ?'

'ചേച്ചിയെന്നെ കളിയാക്കുന്നതല്ലേ?'

'നി കാര്യം പറ'

'ഇന്നലെ അദ്ദേഹത്തിന് പരിചയമുള്ള ആരോ ഉള്ളതുകൊണ്ട് എന്നോട് അധികം സംസാരിക്കാൻ കഴിഞ്ഞില്ലെന്ന് പറഞ്ഞു'

'എന്നിട്ട്?'

'എന്നിട്ട്. അപ്പോൾ ആരും വന്നില്ല. വീടിന്റെ വാതിലടച്ച് ഞങ്ങൾ ആഘോഷിച്ചു'

'അപ്പോൾ കുറെ ദിവസത്തെ കടം തീർത്തിട്ടുണ്ടാവും'

'ചേച്ചിയെന്താ പറയുന്നത്?'

'ഒന്നുമില്ല, ഞാൻ പോകുന്നു, ഗുഡ് നൈറ്റ്'

'ഗുഡ് നൈറ്റ് ചേച്ചി'

സിദ്ധൻ എന്തെല്ലാം തന്ത്രങ്ങളാണ് പ്രയോഗിക്കുന്നത്? ഇതുപോലെ സ്ത്രീകളെ വെച്ചുള്ള കച്ചവടതന്ത്രങ്ങൾ സമൂഹത്തിൽ ഇന്നും ഇന്നലെയും തുടങ്ങിയതല്ല. നേരിട്ടും അല്ലാതെയും പെണ്ണിനെ ചരക്ക് ആക്കി മാറ്റിയിട്ട് നടത്തുന്ന കച്ചവട തന്ത്രങ്ങളാണ് എവിടെയും. പുരുഷന്മാരുടെ അടിവസ്ത്രത്തിന്റെ പരസ്യത്തിൽ പോലും പെണ്ണിന്റെ ചിത്രം കാണിക്കുന്നു. നമ്മുടെ മാധ്യമങ്ങളുടെയെല്ലാം പ്രധാന ആകർഷണകേന്ദ്രം സ്ത്രീയാണ്. അവളുടെ ശരീരത്തിന്റെ മുഴുപ്പും മിനുപ്പും വിറ്റ് പണമാക്കുന്ന വ്യാപാര സ്ഥാപനങ്ങൾ ഒട്ടനവധിയാണ്. എങ്കിലും ഇതിലൊക്കെ പങ്കാളിയാവുന്ന സ്ത്രീയെ സമൂഹം മാത്രമല്ല അവളുടെ ബന്ധുക്കൾപോലും അംഗീകരിക്കാറില്ല. അവർക്ക് അവളെ വേണ്ടാ,, അവളുണ്ടാക്കുന്ന പണവും ലാഭവും മാത്രം മതി.

സ്ത്രീയെ അവശവിഭാഗമായി കണക്കാക്കി അവളുടെ സംരക്ഷണം എന്ന പേരിലാണ് മറ്റൊരിനം തട്ടിപ്പ്. സ്ത്രീകളുടെയും കുട്ടികളുടെയും വൃദ്ധന്മാരുടെയും രോഗികളുടെയും സംരക്ഷണം എന്നാണല്ലോ മാധ്യമങ്ങളെല്ലാം പറയുന്നത്. അപ്പോൾ ആരോഗ്യമുള്ള പുരുഷന്മാർക്ക് സംരക്ഷിക്കാനും തട്ടിക്കളിക്കാനും ഉള്ളവരാണ് സ്ത്രീകൾ. വിവാഹിത ആയാൽ സ്ത്രീധനം എന്ന പേരിലുള്ള പീഡനം ഒരുവശത്ത്. പെണ്ണിനോടൊത്ത് ജീവിക്കുന്നവൻ അതിന്റെ കൂലി എണ്ണി വാങ്ങുന്നതല്ലെ സ്ത്രീധനം. ഇത് അടിമക്കച്ചവടം പോലെയല്ല; വാങ്ങുന്നവർക്ക് വിലപറഞ്ഞ് പണം കൊടുക്കുന്ന ഒരേയൊരു ചരക്കാണ് പെണ്ണിന്റെ ജീവിതം.

എന്നിട്ടും പറയുന്നതോ? അവൻ അവൾക്കൊരു ജീവിതം കൊടുത്തു എന്നാണ്. അവളുടെ ചിന്തയും സ്വാതന്ത്ര്യവും തല്ലിത്തകർക്കുന്നത് അവനാണ്. എന്നിട്ടും പറയുന്നത് അവൾക്കൊരു ജീവിതം കൊടുത്തുവെന്ന്. ജീവിതം കൊടുക്കാൻ അവനാര്?

അവനില്ലെങ്കിൽ അവളുടെ ജീവിതമേ ഇല്ലാതാവുമോ?

സന്തോഷനിമിഷങ്ങൾ

ആദ്യം പരിചയപ്പെട്ടപ്പോൾ ഞാനറിഞ്ഞ രജനിയല്ല ഇപ്പോൾ ഇൻബോക്സിൽ വരുന്നത്. അവളാകെ മാറിയിട്ടുണ്ട്; അവൾ ആദ്യം പറഞ്ഞുതുടങ്ങിയത് സംശയിക്കുന്ന ഭർത്താവിനെ കുറിച്ചായിരുന്നു. പിന്നീട് സംഭാഷണം മാറിയും മറിഞ്ഞും ഭർത്താവിൽ നിന്നുള്ള അസംതൃപ്തിയെ കുറിച്ച് ആയി. അവിടെനിന്നും അവളുടെ കാമം നിറവേറ്റാനായി വന്ന ഒരാളെ കുറിച്ചുള്ള വിവരണമായി. അയാളെ കാണാത്തപ്പോൾ അനുഭവിക്കുന്ന വിരഹത്തെ കുറിച്ചുള്ള വേവലാതികൾ; ശേഷം അയാൾക്ക് നൽകിയ പൊന്നും പണവും ചർച്ചയായി. ഇനി എന്തായിരിക്കും അവളുടെ സംഭാഷണം. വായിച്ചുതന്നെ അറിയാം.

രജനി അറിയാതെ അവളെ ചൂഷണം ചെയ്യാനായി സിദ്ധൻ ഒരുക്കിയ കുരുക്കിൽ വീണ്ടും തലയിട്ടു കൊടുക്കുകയാണ്. ഏതാനും ദിവസം കഴിഞ്ഞാൽ എന്തായിരിക്കും സംഭവിക്കുന്നത്? ശരിക്കുമൊരു തട്ടിപ്പുകാരനായ വ്യക്തിയുടെ മുന്നിൽ തന്റേതെല്ലാം അടിയറ വെക്കുന്ന സാധാരണ സ്ത്രീ തന്നെയാണ് ഇൻബോക്സിൽ വന്ന രജനി. എളുപ്പത്തിൽ മെരുക്കിയെടുത്ത് ഉപയോഗപ്പെടുത്തിയാലും ആരോടും ഒന്നും പറയില്ല. ഇനി എന്തൊക്കെ ഉണ്ടാവും?

സിദ്ധൻ കൂടുതൽ പണം ആവശ്യപ്പെടുന്നു,
രജനി കൈയിലുള്ളത് കൊടുക്കുന്നു.
സിദ്ധൻ വീണ്ടും പണം ആവശ്യപ്പെടുന്നു,
രജനി ബാങ്കിലുള്ള പണം എടുത്ത് കൊടുക്കുന്നു.
ബാങ്കിലെ പണത്തെകുറിച്ച് ഭർത്താവ് അന്വേഷിക്കുന്നു,
രജനി കളവ് പറയുന്നു.
പണത്തിന്റെ ആവശ്യമുണ്ടെന്ന് വീണ്ടും പറയുന്നു.
രജനി ആഭരണങ്ങൾ ഓരോന്നായി കൊടുക്കുന്നു.

ഇത്രയൊക്കെ ചിന്തിച്ചുകൂട്ടാൻ രജനി എന്റെ ആരുമല്ലല്ലോ, പിന്നെന്തിന് പരിഭ്രമിക്കണം? അവളുടെ പണം, അവളുടെ പൊന്ന്. എ

ങ്കിലും ചിലനേരത്ത് സ്ത്രീകളുടെ വിവേകമില്ലായ്മ കാരണം ഉണ്ടാവുന്ന പ്രശ്നങ്ങളെകുറിച്ച് ഓർത്തുപോയി. പത്രങ്ങളിലുള്ള സ്ത്രീപീഡനങ്ങളിൽ പലതും സ്ത്രീകൾ തന്നെ വിളിച്ചു വരുത്തുന്നതായാണ് എനിക്ക് തോന്നിയത്. ഒന്ന് ശ്രദ്ധിച്ചാൽ എന്തെല്ലാം കുഴപ്പങ്ങൾ ഒഴിവാക്കാമായിരുന്നു! അടുത്ത രാത്രികളിൽ രജനിയെ പ്രതീക്ഷിച്ചെങ്കിലും എനിക്ക് നിരാശ ആയിരുന്നു. ശരിക്കും എന്തോ അപകടം സംഭവിച്ചിട്ടുണ്ട്.

ദിവസങ്ങൾ കഴിഞ്ഞിട്ടും രജനിയെ കാണാത്തപ്പോൾ എന്റെ ആകാംക്ഷ വർദ്ധിച്ചു. കഥയുടെ ക്ലൈമാക്സ് ഇല്ലാതെ അവസാനിച്ചോ? സംശയാലുവായ ഭർത്താവാണെന്ന് അവൾതന്നെ പറയുന്നു. എന്നിട്ടും എല്ലാ വേലികളും പൊട്ടിച്ചുകൊണ്ട് അവൾ കറങ്ങിനടക്കുന്നു. ഇതുതന്നെയാണ് ലോകത്ത് നടക്കുന്നത്. ഒരാളെ എത്രമാത്രം ബന്ധിച്ചുനിർത്തുന്നോ അത്രയും ശക്തിയിൽ അയാൾ സ്വതന്ത്രമാവാൻ പരിശ്രമിക്കും. ശരിക്കും രജനി സ്വാതന്ത്ര്യം ആഘോഷിക്കുകയാണ്. എന്റെ മെസെഞ്ചർ ബോക്സിൽ അവളുടെ പേരിനുനേരെ പച്ചവെളിച്ചം കാണാതായതോടെ ഇതുവരെ പറഞ്ഞതെല്ലാം അസത്യങ്ങളാണെന്നും അവളൊരു വ്യാജ ഐഡി ആണെന്നും ഉറപ്പിക്കാൻ ഞാൻ ശ്രമിച്ചു.

അറിയാത്തവൾ ചൊറിയുമ്പോൾ അറിയട്ടെ.

വ്യാജ ഐഡി ആണെന്ന ധാരണ തിരുത്തിക്കൊണ്ട് നാലാംദിവസം രാത്രിയിൽ രജനി ഓൺലൈനിൽ വന്നു, അവൾക്ക് സന്തോഷം,

'ഹായ് ചേച്ചീ'

'സ്വാഗതം രജനി, കുറച്ചുദിവസം കണ്ടില്ലല്ലോ'

'അത് വീട്ടിലൊരു ബന്ധു ഉണ്ടായിരുന്നു, മരുമകൾ'

'അതെയോ? ചെറിയ കുട്ടിയാണോ?'

'ചെറിയ കുട്ടിയല്ല, കോളേജിൽ പഠിക്കുന്നവളാണ്'

'രജനിക്കൊരു കൂട്ടായല്ലോ'

'ഇന്നലെ അവൾ പോയി; പിന്നെ ചേച്ചി ഇന്നൊരു വിശേഷം ഉണ്ടായി'

'രജനിക്ക് എന്നും വിശേഷമാണല്ലോ'

'ഇന്ന് ചേച്ചി ഓൺലൈനിൽ വരാൻ ഞാൻ പ്രാർത്ഥിച്ചു'

'പൂജ നടത്തിയില്ലല്ലോ'

'ചേച്ചിയെപ്പോഴും തമാശ പറയുന്നു'

'ഞാനൊരു ഹാസ്യസാഹിത്യകാരി ആണ് കുട്ടീ; ഇനി വിശേഷം

പറയൂ'

'അദ്ദേഹത്തിന് കൊടുത്ത വളകൾ തിരികെ തന്നു'

'നല്ലത്, ഇനി ഒരിക്കലും കൊടുക്കരുത്'

'പിന്നെ ഒരു കാര്യം പറഞ്ഞു, അടുത്തൊരു അമ്പലത്തിൽ കൂടെ പോകണമെന്ന്. എന്റെ മോനും അമ്മയും വരണമെന്ന് പ്രത്യേകം പറഞ്ഞിരുന്നു. ഞങ്ങളെല്ലാം അമ്പലത്തിൽ പോയപ്പോഴാണ് പറഞ്ഞത്'

'അത് ഏതായാലും നന്നായി, അയാൾ നന്നാവാൻ തുടങ്ങിയിരിക്കും'

'ഗുഡ് നൈറ്റ് ചേച്ചി. നാളെ പുലർച്ചക്ക് പോകണം'

'ഗുഡ് നൈറ്റ്, നാളെ കാണാം'

സ്വന്തം ആഭരണങ്ങളൊക്കെ അടിച്ചുമാറ്റിയിട്ട് കടന്നു കളഞ്ഞെന്ന് പറഞ്ഞവൾക്കു മുന്നിൽ എത്ര പെട്ടെന്നാണ് സിദ്ധൻ നല്ലവനായി മാറിയിരിക്കുന്നത്. യാത്രക്ക് അമ്മയും മകനും കൂടെയുണ്ടാവുന്നത് അയാൾ നടത്തുന്ന ചൂഷണങ്ങൾക്ക് മറയാക്കി മാറ്റുന്നതാവാം. നിഷ്ക്കളങ്കനായ ഭക്തിമൂത്ത ഒരാളാണെന്ന് ഉറപ്പിക്കാനായി ചെയ്യുന്ന മുന്നൊരുക്കം.

പിറ്റേന്നുരാത്രി രജനിക്ക് പറയാൻ വിശേഷങ്ങൾ ഏറെ ഉണ്ടായിരുന്നു. അയാളുടെ തറവാട് ഉൾപ്പെടുന്ന പഴയൊരു അമ്പലത്തിലേക്കാണ് യാത്ര പോയത്. വാഹനത്തിൽ ഏതാണ്ട് ഒരു മണിക്കൂർ യാത്ര ചെയ്യേണ്ടിവന്നു. അവിടെ പ്രത്യേക ഉദയാസ്തമയ പൂജ നടത്താൻ ഏർപ്പാടാക്കി. ഉച്ചക്ക് മുൻപ് അവിടെനിന്നും ഇറങ്ങിയെന്ന് പറഞ്ഞപ്പോൾ എനിക്കൊരു സംശയം,

'അപ്പോൾ ഉച്ചഭക്ഷണം വീട്ടിൽ വന്നിട്ടാണോ കഴിച്ചത്?'

'ഉച്ചക്കുമുൻപ് അമ്പലത്തിൽ നിന്ന് പോന്നെങ്കിലും വീട്ടിലെത്തിയത് സന്ധ്യക്ക് ആയിരുന്നു'

'അതുവരെ ഭക്ഷണമൊന്നും കഴിച്ചില്ലേ?'

'ഭക്ഷണം കഴിക്കാതെയോ? ഞങ്ങളെല്ലാം വലിയൊരു ഹോട്ടലിൽ കയറി ഫുഡ് കഴിച്ചു. വളരെ കാലത്തിനു ശേഷം നല്ലൊരു ചിക്കൻ ബിരിയാണി തിന്നു'

'ചിക്കൻ ബിരിയാണിയോ? അപ്പോൾ അതാണോ സിദ്ധനും തിന്നത്?'

'കഴിക്കാതെ എങ്ങനെയാ? ശക്തിപൂജ നടത്തുന്ന ആളിന് മത്സ്യമാംസം കഴിക്കാമെന്നുണ്ട്'

'അപ്പോൾ നല്ല ശക്തിയുണ്ടാവുമല്ലോ'

'അത് പിന്നെ പറയാനുണ്ടോ ചേച്ചി. എന്റെ ജീവിതത്തിൽ ആദ്യമായാണ് ഇത്രയും സന്തോഷത്തോടെയും സംതൃപ്തിയോടെയും ഭക്ഷണം കഴിച്ചത്; എന്തൊരു രുചിയാണ്'

പണ്ടേ പറയുന്ന പഴഞ്ചൊല്ലുണ്ട്, കട്ടുതിന്നുന്നതിന് രുചികൂടുമെന്ന്; അതുപോലെയാണ് രജനി പറയുന്നത്. സ്വന്തം ഭർത്താവുമൊത്ത് ഭക്ഷണം കഴിക്കുമ്പോൾ ലഭ്യമല്ലാത്ത രുചിയാണ് അന്യപുരുഷനോടൊപ്പം കഴിക്കുന്ന ഭക്ഷണത്തിന് ഉള്ളത്. ഭർത്താവിൽനിന്നും സ്നേഹവും പരിഗണനയും കിട്ടിയില്ലെങ്കിൽ അതെല്ലാം കിട്ടുന്ന ഇടത്തേക്ക് പോകുന്ന രജനിയുടെ സ്വഭാവം അംഗീകരിക്കാൻ എനിക്ക് കഴിഞ്ഞില്ല. ഞാൻ എഴുതി,

'ഭർത്താവ് നാട്ടിലില്ലാത്ത രജനി മറ്റൊരാളിന്റെ ഒപ്പം ഹോട്ടലിൽ കയറി ഭക്ഷണം കഴിക്കുന്നത് ശരിയാണെന്ന് തോന്നുന്നില്ല'

'ഞാൻ മാത്രമല്ലല്ലോ; ഭർത്താവിന്റെ അമ്മയും എന്റെ മോനും കൂടെയുണ്ടല്ലോ. പിന്നെ അദ്ദേഹത്തിന്റെ സ്വഭാവം അമ്മക്ക് വളരെ ഇഷ്ടപ്പെട്ടു. മകനോട് പറഞ്ഞ് ഒരു വിസ സംഘടിപ്പിച്ചുതരാമെന്ന് അമ്മതന്നെ തിരുമേനിയോട് പറഞ്ഞു'

'തിരുമേനി?'

'എന്താ ചേച്ചീ?'

'അത്. തിരുമേനി എന്നൊരു സ്ഥലം ഉണ്ട്'

'എനിക്കറിയാം ചേച്ചി; ഞാനവിടെ പോയിട്ടുണ്ട്'

'അതെയോ? അപ്പോൾ കണ്ണൂരിലാണോ വീട്?'

'അല്ല ചേച്ചി, എനിക്ക് തെറ്റിയതാണ്'

'പിന്നെ എവിടെയാണ്?'

മറുപടിക്ക് കാത്തിരുന്ന ഞാൻ കണ്ടത് മുകളിലെഴുതിയ മെസേജുകളിൽ ചിലത് ഡിലീറ്റ് ചെയ്തതായാണ്. അറിയാതെ സത്യം പറഞ്ഞുപോയത് മായ്ക്കാനുള്ള ശ്രമമാണോ?

രജനി തുടർന്നൊന്നും എഴുതാത്തത് കണ്ടപ്പോൾ ഞാൻ ചോദ്യത്തിലേക്ക് കടന്നു,

'നല്ല അമ്മ, പിന്നെ സന്ധ്യവരെ എവിടെ ആയിരുന്നു? വേറെ അമ്പലത്തിൽ പോയോ?'

'സന്ധ്യവരെ നമ്മളൊരു പാർക്കിൽ പോയി'

'പാർക്കിലോ? ഏത് പാർക്കിൽ?'

'പുഴക്കരയിൽ ആയിരുന്നു പാർക്ക്. ആളുകൾ കുറവാണ് ചേച്ചി. എന്റെ മകൻ അവിടെയുള്ള പൂക്കളുടെയും ചെടികളുടെയും ഇടയിൽ

സന്തോഷത്തോടെ ഓടിക്കളിച്ചു. അതൊക്കെ കണ്ടപ്പോൾ എനിക്ക് നഷ്ടബോധം തോന്നി'

'നഷ്ടബോധമോ, എന്തിന്?'

'എന്റെ ഭർത്താവ് ഗൾഫിൽ പോയി പണം ഉണ്ടാക്കുന്നുണ്ടെങ്കിലും ഭാര്യക്കും മക്കൾക്കും സന്തോഷം തരുന്ന ഒന്നും ചെയ്യുന്നില്ലല്ലോ, എന്ന്'

'അപ്പോൾ ഭർത്താവിന്റെ പണം കൊണ്ട് മറ്റൊരാളുടെ സഹായത്താൽ ഭാര്യ സന്തോഷിക്കുന്നു'

'ശരിയാണ് ചേച്ചി, അതിലെനിക്ക് കുറ്റബോധം തോന്നുന്നില്ല'

'കുറ്റബോധം ഇല്ലെങ്കിലും അപകടം പതിയിരിപ്പുണ്ട്. സൂക്ഷിക്കുക'

'ചേച്ചീ'

'ഗുഡ് നൈറ്റ്'

'ഗുഡ് നൈറ്റ്'

പെണ്ണിന്റെ മനസ്സ്

സ്ത്രീയും പുരുഷനും മനുഷ്യവർഗ്ഗത്തിന്റെ രണ്ട് ഘടകങ്ങളാണ്; ഒന്ന് മറ്റൊന്നിനെക്കാൾ മുകളിലോ താഴെയോ അല്ല. രണ്ടും ഒരുമിച്ച് മുന്നോട്ടുപോകാനായി സമൂഹം നിർമ്മിച്ച ആചാരമാണ് വിവാഹം. ഒരാണും ഒരു പെണ്ണും ആചാരപ്രകാരം വിവാഹം കഴിച്ചാൽ അവൾ അവനിലും അവൻ അവളിലും സംതൃപ്തരാവണം. പുതിയ തലമുറയുടെ സൃഷ്ടിക്കും വളർച്ചക്കും വേണ്ടിയാണ് ഇത്തരം ആചാരങ്ങൾ. അതിനിടയിൽ അവൻ അവളെ സ്നേഹിക്കുന്നുണ്ടോ തൃപ്തിപ്പിടുത്തുന്നുണ്ടോ എന്നൊന്നും ആചാരസംരക്ഷകർ അന്വേഷിക്കാറില്ല. കുടുംബപ്രശ്നങ്ങൾ ഒളിഞ്ഞുനോക്കാനല്ലാതെ പരിഹാരം കാണാൻ ആർക്കും താല്പര്യമില്ല.

അസംതൃപ്തയായ സ്ത്രീകളുടെ ലോകമാണ് ഏതാനുംചില ദമ്പതികളുടെ ഉറക്കറകൾ. എല്ലാം ആണിന്റെ ഇഷ്ടപ്രകാരം മാത്രം,, അങ്ങോട്ട് കടന്നാൽ അരങ്ങേറുന്നത് ഒരു കാലത്ത് ഗുഹാമനുഷ്യൻ ആയിരുന്നപ്പോൾ കാട്ടിലൂടെ ഓടുന്ന ഇരയെ ആക്രമിച്ച് കീഴടക്കിയതിന്റെ ആധുനിക വേർഷൻ.

പണ്ടത്തെ കാലത്ത് ആണിനും പെണ്ണിനും തുല്യപ്രാധാന്യം ആയിരുന്നു. ആർക്കും ആരുമായും ബന്ധം സ്ഥാപിക്കാം. അച്ഛനാരെന്നോ അമ്മയാരെന്നോ അന്വേഷിക്കാത്ത കാലത്ത് മനുഷ്യൻ ഒരു സമൂഹം ആയിരുന്നു. പിന്നീട് ഏതോ കാലത്ത് സ്വന്തമായി കൃഷിയും കുടുംബവും കൂട്ടുകുടുംബവും ആയപ്പോൾ വ്യക്തിസ്വാതന്ത്ര്യം കുറഞ്ഞുവരാൻ തുടങ്ങി. മണ്ണിനും പെണ്ണിനും വേണ്ടി മനുഷ്യർ അന്യോന്യം മത്സരിക്കാൻ തുടങ്ങി.

അനാവശ്യമായ കാര്യങ്ങൾ ചിന്തിക്കാതെ മുന്നോട്ടുപോകണം എന്ന് രജനിയെ ഉപദേശിക്കുന്ന ഞാനും അതേപോലെ ആണെന്ന് എനിക്ക് പതുക്കെ മനസ്സിലായി. മറ്റൊരു ജോലിയും ഇല്ലാത്തതുകൊണ്ടാണ് സെക്സിനെക്കുറിച്ച് ആലോചിക്കുന്നതെന്ന് രജനിയെ ഉപ

ദേശിച്ച ഞാനിപ്പോൾ സ്വന്തം കാര്യം മറന്നുകൊണ്ട് അവളെക്കുറിച്ച് ചിന്തിക്കുകയാണ്. രജനിയെകുറിച്ച് ചിന്തിക്കുന്നതുതന്നെ എനിക്ക് മറ്റൊന്നും ചെയ്യാൻ ഇല്ലാത്തതുകൊണ്ടല്ലേ എന്ന ചോദ്യം എന്നോടു തന്നെ ചോദിച്ചപ്പോഴൊന്നും ഉത്തരം പറയാൻ എനിക്കായില്ല. അവളെ ഒഴിവാക്കണമെന്ന് ഓരോ ദിവസവും തീരുമാനിക്കുമെങ്കിലും കാര്യം നടപ്പായില്ല. ഒരു ദിവസം രാത്രി അവൾ എഴുതി,

'ചേച്ചീ ഇപ്പോൾ ചെറിയൊരു പ്രശ്നം'

'പ്രശ്നമോ, എന്ത്?'

'അദ്ദേഹം എന്നോട് പണം ചോദിക്കുന്നു'

'കൊടുത്തോളൂ'

'ചേച്ചിയുടെ ഒരു തമാശ, എന്റെ കൈയിലിപ്പോൾ പണമേയില്ല'

'അങ്ങനെയാണെങ്കിൽ പണമില്ല എന്നു പറയണം'

'ഞാനങ്ങനെ പറഞ്ഞു, അപ്പോൾ പറയാണ് 'ബാങ്കിന്ന് എടുത്തു തരാൻ'

'എന്നിട്ട് കൊടുത്തോ?'

'ബാങ്കിന്ന് എടുത്താൽ ഭർത്താവ് അറിയും, പിന്നെ ചോദ്യമായി കുഴപ്പമായി'

'അതാണ് പറഞ്ഞത് അന്യനായ ഒരാളെ വിശ്വസിച്ച് രഹസ്യമായി ഒന്നും ചെയ്യരുതെന്ന്'

'അത് ചേച്ചി അയാൾ നല്ലൊരു ആളായതു കൊണ്ടല്ലേ.'

'എന്നിട്ടാണോ പണത്തിന് ചോദിക്കുന്നത്'

'അത് അദ്ദേഹത്തിന് പെട്ടെന്നെന്തോ ആവശ്യം ഉള്ളതുകൊണ്ടാണ് പോലും'

'രജനിയുടെ സിദ്ധൻ വിവാഹിതനാണോ? അയാൾക്ക് ഭാര്യയും മക്കളും ഉണ്ടോ?'

'അതൊന്നും ഞാൻ ചോദിച്ചില്ല'

'നല്ല ആളുതന്നെ. സ്വന്തം കാര്യമെല്ലാം അറിയിച്ച് സ്വന്തമായിട്ടുള്ളതെല്ലാം അയാൾക്ക് കൊടുക്കുക. അതേസമയം അയാൾ എവിടത്തുകാരനെന്നോ അയാൾക്ക് ആരൊക്കെ ഉണ്ടെന്നോ അറിയാനുള്ള ശ്രമം നടത്താതിരിക്കുക. തന്നെപ്പോലെയുള്ള സ്ത്രീകൾ ഉള്ളതുകൊണ്ടാണ് പുരുഷന്മാർക്ക് പലയിനം തട്ടിപ്പും വെട്ടിപ്പും നടത്താൻ കഴിയുന്നത്'

'അയ്യോ ചേച്ചീ, ഇന്ന് ലെയ്റ്റായി, ഗുഡ് നൈറ്റ്'

'ഗുഡ് നൈറ്റ്'

ശുഭരാത്രി ആശംസിച്ചുകൊണ്ട് രജനി പോയതിൽ ആശ്ചര്യമൊന്നും തോന്നിയില്ല. സിദ്ധനെ കുറിച്ച് മോശമായി സംസാരിക്കുന്നത് അവളിപ്പോഴും ഇഷ്ടപ്പെടുന്നില്ലെന്ന് എനിക്ക് മനസ്സിലായി. ഇങ്ങനെ പോയാൽ എവിടെ ആയിരിക്കും അവസാനം?

ഒരു കൊലപാതകമോ ആത്മഹത്യയോ നടക്കും; കൊലപാതകമായാൽ ആരുടെ മരണം ആയിരിക്കും?

അത് രജനിയാവാം, അവളുടെ മകനും അമ്മായിഅമ്മയും ആവാം, സിദ്ധനും ആവാം. ആര് മരിച്ചാലും കൊലപാതകി രജനിയോ സിദ്ധനോ ആയിരിക്കും.

ആത്മഹത്യ നടക്കുന്നുണ്ടെങ്കിൽ അത് രജനിയുടേത് മാത്രമേ ഉണ്ടാവൂ. ഭർത്താവ്, സിദ്ധൻ എന്നിവരുടെ ഇടയിൽനിന്നും രജനി രക്ഷപ്പെടുമോ? കഥയുടെ ക്ലൈമാക്സ് എങ്ങനെ ആയിരിക്കും? മരണത്തിന് സാക്ഷിയാവാതെ എനിക്ക് രക്ഷപ്പെടണം, എങ്ങിനെയെന്നോ?

രജനിയുടെ പ്രൊഫൈൽ തുറക്കുക അൺഫ്രന്റ് ചെയ്യുക, മെസേജുകൾ ഡിലീറ്റ് ചെയ്ത് അവളെ ഒഴിവാക്കുക, ഇന്നോ നാളെയോ അത് ചെയ്യണം.

പിറ്റേന്ന് ഉച്ചമയക്കം കഴിഞ്ഞ് എഴുന്നേറ്റ നേരത്ത് മൊബൈൽ തുറന്ന് നോക്കിയപ്പോൾ മെസെഞ്ചറിൽ രജനി എഴുതിയത് കണ്ടു. ധാരാളം എഴുതിയിട്ടുണ്ട്,

'ചേച്ചീയോട് ധാരാളം പറയാനുണ്ട്; ഞാനിവിടെ എഴുതിയത് വായിച്ചിട്ട് രാത്രി ഓൺലൈനിൽ വന്ന് ചേച്ചിയൊരു പരിഹാരം പറഞ്ഞു തരണം. എന്റെ ചേച്ചി ഞാനിപ്പോൾ ആകെ പ്രശ്നത്തിലാണ്; അദ്ദേഹം എന്നെ സ്നേഹിക്കുന്നുണ്ടെങ്കിലും ഇടയ്ക്കിടെ പണം ആവശ്യപ്പെടുന്നു. വലിയൊരു കുടുംബത്തിലെ മൂത്ത സന്താനം ആയതിനാൽ ധാരാളം പ്രാരബ്ധം ഉണ്ടെന്ന് പറഞ്ഞു. എന്റെ പേരിൽ ബാങ്കിലുള്ള പണം ഭർത്താവ് അറിയാതെ പിൻവലിച്ച് അദ്ദേഹത്തിന് കൊടുത്തിട്ടുണ്ട്. പിന്നെ ചേച്ചി പറഞ്ഞതുപോലെ എന്റെ ധാരാളം ഫോട്ടോകൾ അദ്ദേഹം എടുത്തിട്ടുണ്ട്. ഞങ്ങൾ രണ്ടുപേരും കെട്ടിപ്പിടിച്ച സെൽഫിയൊക്കെ അക്കൂട്ടത്തിലുണ്ട്. ഫോട്ടോ ഉള്ളതുകൊണ്ട് ഭാവിയിൽ എന്തെങ്കിലും കുഴപ്പം ആവുമോ എന്നാണ് എന്റെ സംശയം.

ചേച്ചിയോട് മറ്റൊരു കാര്യം കൂടി പറയാനുണ്ട്. അവിടെ എന്നെപ്പോലെ മറ്റൊരു സ്ത്രീ കൂടി വന്നിട്ടുണ്ടെന്ന് എനിക്കൊരു സംശയം. കഴിഞ്ഞദിവസത്തെ ഐശ്വര്യപൂജയിൽ ഇതുവരെ ഞാൻ കാണാത്ത ഒരു ചെറുപ്പക്കാരി പങ്കെടുത്തിരുന്നു. അവിവാഹിതയായ അവൾ ന

ല്ലൊരു ഭർത്താവിനെ കിട്ടാനാണ് പൂജ നടത്തുന്നതെന്ന് അദ്ദേഹം പറഞ്ഞെങ്കിലും അവളുടെ കളിയും ചിരിയും കണ്ടപ്പോൾ എനിക്കാകെ സംശയം'

അവൾ എഴുതിയതെല്ലം വായിച്ച് മൊബൈൽ അടച്ചുവെച്ചശേഷം അല്പസമയത്തെക്ക് ആലോചനയിൽ മുഴുകി. പിന്നീട് രജനിയെ മറവിയിലേക്ക് തള്ളിയിറക്കിയിട്ട് സ്വന്തം ജോലികൾ ചെയ്യാൻ തുടങ്ങി. ഏതോ നാട്ടിൽ ആരാണെന്ന് അറിയാത്ത ആൾ എഴുതിക്കൂട്ടുന്ന കാര്യങ്ങൾ ചിന്തിച്ച് ആകുലപ്പെടേണ്ട വ്യക്തിയല്ല റിട്ടയേർഡ് അദ്ധ്യാപിക ആയ ഞാനെന്ന് അറിയാമെങ്കിലും എവിടെയോ ഒരു പൊരുത്തക്കേട്.

ഉച്ചഭക്ഷണത്തിനുള്ള അരി അളന്നെടുത്ത് കഴുകി പാത്രത്തിൽ ഇട്ട് വെള്ളമൊഴിച്ച് റൈസ് കുക്കറിൽ വെച്ചശേഷം ഞാൻ കറിയുണ്ടാക്കി. അതുകഴിഞ്ഞ ഇടവേളയിൽ മുറ്റത്തിറങ്ങി പരിസരം ഒട്ടാകെ നിരീക്ഷിച്ചു. മതിലിനു മുകളിലിരുന്ന് അടുത്തവീട്ടിലെ വർക്ക്ഏറിയ നോക്കിയിട്ട് കാക്ക നിർത്താതെ കരയുകയാണ്. അവിടെ എന്നും വിരുന്നാണ്, പുതിയാപ്ലക്ക് വേണ്ടി ചിക്കനോ ബീഫോ പാകം ചെയ്യുന്നുണ്ടാവണം. കൂട്ടുകുടുംബം ആയതിനാൽ രാത്രിനേരത്ത് വെളിച്ചം ചിതറുന്ന ജനാലവഴി അവിടെനിന്നും ഒഴുകിയിറങ്ങുന്ന കുട്ടികളുടെ കളിയും ചിരിയും കേൾക്കുമ്പോൾ മനസ്സിലാകെ പ്രയാസം തോന്നും. അപ്പോൾത്തന്നെ വിദേശത്തുള്ള മകളെ വീഡിയോകോൾ ചെയ്ത് കൊച്ചുമകനെ കണ്ട് കിന്നാരം പറഞ്ഞ് ഉമ്മകൊടുക്കുന്നത് പതിവാണ്. പുത്തൻ തലമുറയിൽ ചില മുത്തശ്ശിമാരും മുത്തച്ഛന്മാരും ഭാഗ്യം ചെയ്തവരാണ്; അകലെയാണെങ്കിലും കുഞ്ഞുമക്കളെ കാണുകയും സംസാരിക്കുകയും ചെയ്യാൻ അവർക്ക് കഴിയുന്നുണ്ടല്ലോ.

ഉച്ചഭക്ഷണം കഴിക്കുമ്പോൾ പതിവ് നിശബ്ദത മുറിയിലാകെ തളംകെട്ടി. പരാതികൾ പറഞ്ഞു കേൾക്കാനുള്ള കൊതികൊണ്ട് പണ്ട് ചെയ്യാറുള്ളതുപോലെ ഉപ്പിടാത്ത കറികൾ വെക്കാറില്ല. മക്കളുടെ പൊട്ടിച്ചിരികൾക്ക് വേണ്ടി കാത്തിരിക്കുന്ന വൃദ്ധസദനം പോലുള്ള വീട്ടിൽ കാര്യമായ വിഷയങ്ങളൊന്നും ഞങ്ങൾക്ക് പറയാനില്ലാതായി. കഴിഞ്ഞ കാലത്തെ ഓർമ്മിക്കുക എന്ന പുതുമ മാറാത്ത വിനോദത്തിൽ ഏർപ്പെടുമ്പോൾ സമയം പോകുന്നത് അറിയാറില്ല. അതിനിടയിൽ ഓൺലൈൻ ബന്ധങ്ങൾ കടന്നുവന്നത് ആശ്വാസമേകി. അങ്ങനെ കിട്ടിയ ബന്ധത്തിനിടയിൽ തലപുകഞ്ഞു ചിന്തിക്കാനുള്ള വിഷയവുമായാണ് രജനി എന്ന അജ്ഞാതവ്യക്തി കടന്നുവന്നത്. അവ

ളാണിപ്പോൾ മനസ്സിന് പോറലുണ്ടാക്കുന്ന ദുരന്തകഥയായി മാറാൻ പോകുന്നത്.

സിദ്ധൻ അടുത്ത ഘട്ടത്തിലേക്ക് കടന്നിരിക്കുന്നു, അടുത്തുതന്നെ ഇതിനൊരു തീരുമാനം ഉണ്ടാക്കണം. ഈ പോക്ക് അപകടത്തിലേക്കാണ്. അവൾ ഓൺലൈനിൽ വരട്ടെ.

അദൃശ്യമായ കുരുക്ക്

ജീവിതത്തിൽ പ്രശ്നങ്ങൾ ഇല്ലാത്തനേരത്ത് ബന്ധുക്കളുടെയും സുഹൃത്തുക്കളുടെയും ചിന്തകൾ ആരിലും ഉയർന്നുവരില്ല. മനുഷ്യന്റെ എല്ലാകാര്യങ്ങളും അതുപോലെ തന്നെയാണ്; രോഗം വരുമ്പോൾ മാത്രം ഡോക്റ്ററെയും ആശുപത്രിയെയും ഓർക്കുന്നതുപോലെ,,

ചില ആവശ്യങ്ങൾ ഫയർ സർവ്വീസ് പോലെയാണ്; അപകടം വരുന്ന ഘട്ടത്തിൽ മാത്രം അത്യാവശ്യമായത്. സുഖവും സൌകര്യങ്ങളും നിറയുന്ന നേരത്ത് അത്യാഗ്രഹം തലപൊക്കുമ്പോൾ ആരെയും ഓർക്കില്ല. അപകടങ്ങളിൽ പെടുമ്പോൾ അതിൽനിന്നും രക്ഷപ്പെടാനുള്ള പരാക്രമത്തിനിടയിൽ വേണ്ടപ്പെട്ടവരെ ഓർമ്മവരും.

രജനി ഒരു ഫെയ്ക്ക് ഐഡി ആയിരിക്കണമെന്ന് ഞാനിപ്പോൾ ആഗ്രഹിക്കുകയാണ്. അവളുടെ പ്രശ്നങ്ങളെല്ലാം അറിഞ്ഞപ്പോൾ അങ്ങനെ ചിന്തിക്കാനാണ് എനിക്കിഷ്ടം. നിംഫോമാനിയ എന്ന അമിത ലൈംഗികാസക്തിയുടെ അടിമയെ പോലെയാണ് അവളാദ്യം പ്രത്യക്ഷപ്പെട്ടത്. ധാരാളം പുരുഷന്മാരെ ലഭിച്ചാലും തൃപ്തിയാവാത്ത നിംഫോമാനിയ ഒരു മാനസിക രോഗമായതിനാൽ ചികിത്സിച്ച് മാറ്റാനാവും. പക്ഷെ, അത്തരം പ്രശ്നങ്ങളൊന്നുമല്ല രജനിയുടേതെന്ന് എനിക്ക് മനസ്സിലാക്കാൻ കഴിഞ്ഞു. ഭർത്താവ് ഉള്ളപ്പോഴും ലൈംഗിക സംതൃപ്തി അനുഭവിക്കാത്ത പാവമൊരു പെണ്ണിന്റെ ചഞ്ചലമായ മനസ്സിന്റെ ബഹിർസ്ഫുരണമാണ് അവളിൽ ഉണ്ടായത്. ഭർത്താവിന്റെ സ്നേഹവും സാമീപ്യവും ഉണ്ടായാൽ അവൾ സാധാരണക്കാരിയായ ഏതൊരു പെണ്ണിനെയും പോലെ ആയിത്തീരും.

പക്ഷെ അതൊന്നും നടക്കില്ലല്ലോ.

പതിവിലും നേരത്തെയാണ് അന്നുരാത്രി കമ്പ്യൂട്ടർ തുറന്നത്. എഴുത്തിലൂടെ മാത്രം പരിചയപ്പെട്ട സുഹൃത്തുമായി ആശയവിനിമയം നടത്താൻ അവളെക്കാൾ തിരക്ക് എനിക്കാണെന്ന് തോന്നും. രജനിയുടെ പ്രശ്നങ്ങൾക്ക് പരിഹാരം കാണേണ്ടത് എന്റെയും ആവശ്യമാ

ണെന്ന് തോന്നാൻ തുടങ്ങിയിട്ട് ദിവസങ്ങളായി. നെറ്റിൽ പച്ചവെളിച്ചം കണ്ടതിനാൽ അവളെ ഞാൻ വിളിച്ചു,

'ഹായ് രജനി'

'ഹായ് ചേച്ചീ, സന്തോഷം'

'ഇന്ന് നേരത്തെ ആണല്ലോ'

'ചേച്ചി നേരത്തെ വരുമെന്ന് എനിക്ക് തോന്നി'

'അതെങ്ങനെ?'

'നമ്മുടെ മനസ്സുകൾ ഒന്നാണല്ലോ'

'എന്നിട്ടാണൊ രജനിയുടെ വീടും നാടും പറഞ്ഞുതരാത്തത്. എന്നോട് ഒരക്ഷരം പോലും രജനി മിണ്ടാത്തത്, എനിക്കൊന്ന് കാണാനുള്ള അവസരം തരാത്തത്,'

'അതൊക്കെ പറഞ്ഞിട്ട് ഇനി പ്രയോജനമില്ല ചേച്ചി, ഞാനാകെ പ്രശ്നത്തിലാണ്'

'പ്രശ്നങ്ങൾ ഉണ്ടാവുമെന്ന് അപ്പോഴേ ഞാൻ പറഞ്ഞിരുന്നില്ലേ?'

'ചേച്ചിയെ അനുസരിക്കാത്തത് എന്റെ പിഴ, അതിന്റെ ശിക്ഷകളാണ് വരാൻ പോകുന്നത്?'

'എന്താണ് അതിനുമാത്രം ഉണ്ടായത്? പറഞ്ഞാലല്ലേ പരിഹാരം കാണാൻ കഴിയുകയുള്ളൂ'

'വരാൻ പോകുന്നതിന് പരിഹാരമൊന്നും എന്റെ മുന്നിൽ തെളിയുന്നില്ല'

'വരാൻ പോകുന്നതല്ലേ, വന്നില്ലല്ലോ, അതിനുമുൻപ് പരിഹരിക്കാമല്ലോ'

ഞാനങ്ങനെ പറഞ്ഞെങ്കിലും അവളുടെ കാര്യത്തിൽ കൈവിട്ട കളിയാണെന്ന് മനസ്സിലാവാൻ തുടങ്ങി. അസാധാരണമായ ശീലങ്ങൾക്കും സ്വഭാവങ്ങൾക്കും ഇരയായി മാറിയവർ അതൊന്നും മാറ്റാൻ ഒരിക്കലും തയ്യാറാവുകയില്ല. മദ്യത്തിനും മയക്കുമരുന്നിനും അടിമയായവർ അതിൽനിന്നും വിട്ടൊഴിയുന്നത് അപൂർവ്വമാണല്ലോ; എന്തൊക്കെയാണ് പുതിയതായി ഉണ്ടായതെന്ന് അറിഞ്ഞശേഷം മറുപടി പറയാം. ഞാൻ എഴുതി,

'ഇതുവരെ ഉണ്ടാവാത്ത ഏത് പ്രശ്നമാണ് രജനിക്ക് സംഭവിച്ചത്?'

'അത് ചേച്ചീ, അദ്ദേഹം എന്റെ കാര്യങ്ങളിൽ നിയന്ത്രണങ്ങൾ നിർദ്ദേശിക്കുന്നു'

'നിയന്ത്രണങ്ങളോ? ഏത് കാര്യമാണ്?'

'അദ്ദേഹത്തിന് സൌകര്യമുള്ള സമയത്ത് ഞാനവിടെ എത്തണമെന്ന് പറഞ്ഞു. പിന്നെ പണ്ടത്തെപ്പോലെ മുൻകരുതലൊന്നും എടുക്കുന്നില്ല. എനിക്കാണെങ്കിൽ മാസമുറയൊക്കെ കൃത്യമായി ഉണ്ട്'

'അയാൾ ഇപ്പോഴും ഒറ്റക്ക് ആണോ? പൂജക്ക് ആളുകൾ വരാറുണ്ടോ?'

'ആളുകൾ ഇപ്പോഴും വരുന്നുണ്ട്, അവിടെയൊരു സഹായി ഉണ്ട്. സഹായിയുടെ പ്രചരണം കൊണ്ട് വളരെ ദൂരെനിന്നുപോലും ആളുകൾ പൂജക്ക് വരുന്നുണ്ട്'

'അപ്പോൾ രജനി എങ്ങിനെയാണ് ഒറ്റക്ക് അവിടെ എത്തുന്നത്?'

'അതെല്ലാം ആദ്യമേ സമയം കണക്കാക്കിയിട്ട് ആളുകളെ ഒഴിവാക്കും'

'അല്പസമയത്തിന്റെ ഇടവേളക്കുശേഷം രജനി എഴുതി,

'ചേച്ചി അയാൾ സമർത്ഥനാണെന്ന് തോന്നുന്നു. വളരെ സൂക്ഷിച്ച് ഓരോ അടിവെച്ച് മുന്നോട്ടു പോവുകയാണെന്ന് ആലോചിച്ചപ്പോൾ എനിക്ക് തോന്നുന്നു'

'ഇതൊക്കെ ഞാൻ രജനിയോട് പറഞ്ഞിട്ടില്ലേ, സൂക്ഷിക്കണമെന്ന്'

'ശരിയാണ് ചേച്ചി'

'എന്നിട്ട് ഇപ്പോൾ എന്തുപറ്റി?'

'ഇന്നലെ അവിടെവെച്ച് ഉണ്ടായത് വല്ലാത്തൊരു കാര്യമായിരുന്നു. ഞാനത് എങ്ങിനെയാ ചേച്ചിയോട് പറയേണ്ടത്'

'ഏത് കാര്യമായാലും കുട്ടി എന്നോട് പറയാറുണ്ടല്ലോ; ഇപ്പോഴെന്താ ഒളിക്കാനുള്ളത്?'

'ഇന്നലെ അയാളോടൊപ്പം മറ്റൊരാൾ കൂടി ഉണ്ടായിരുന്നു'

'മറ്റൊരാളോ?'

'അതെ സുഹൃത്താണെന്ന് പറഞ്ഞു, അവസാനം അയാളും കൂടി എന്നെ,'

'അയാളും കൂടി എന്ത് ചെയ്തു?'

'അയാൾക്ക് വേണ്ടിയും എന്നെ ഉപയോഗപ്പെടുത്തി ചേച്ചി'

'അയ്യോ അതെന്തിനാ?'

എന്നിൽനിന്നും അപ്രതീക്ഷിതമായ വാക്കുകൾ വെളിയിൽ വന്നു.

എന്റെ കണക്കുകൂട്ടലുകൾ തെറ്റാതെ മുന്നേറുകയാണ്. സിദ്ധനായി അവതരിച്ചത് ശരിക്കും വ്യാജൻ, ഫ്രോഡ്. അതൊന്നും ശ്രദ്ധിക്കാതെ കാമം മൂത്തപ്പോൾ ഒരു പെണ്ണ് അവൾക്കുള്ളതെല്ലാം അയാളുടെ

മുന്നിൽ തുറന്നുവെച്ചു. മാനത്തോടൊപ്പം പണവും നഷ്ടപ്പെടുന്ന അവസ്ഥയിലാണ് ഇപ്പോഴവൾ.

പലതും അറിയാനിരിക്കുന്നതേയുള്ളു.

രജനി പ്രതികരിച്ചത് വളരെ നേരം കഴിഞ്ഞിട്ടാണ്,

'ചേച്ചി, ഇന്നലെ ഒട്ടാകെ എനിക്ക് ദുരന്തമായിരുന്നു. രണ്ടു ദിവസം മുൻപ് അമ്പലത്തിൽ പോയപ്പോഴാണ് 'രാവിലെതന്നെ പൂജയുണ്ട്, കുറച്ചു പൂവുമായി ഒറ്റക്ക് വരണമെന്ന്' എന്നോട് പറഞ്ഞത്. അതുകേട്ട സന്തോഷത്തോടെ പൂക്കളുമായി ഞാനവിടെ പോയി. അവിടെ പോയപ്പോൾ പുതിയ ഒരു ചെറുപ്പക്കാരനെ കണ്ടു'

'അയാൾ ആരായിരുന്നു?'

'അദ്ദേഹത്തിന്റെ അയൽവാസി ആണെന്ന് പരിചയപ്പെടുത്തി. കാണാൻ സുമുഖനായ ആ വ്യക്തിക്ക് പ്രായം വളരെ കുറവാണെന്ന് തോന്നി'

'എന്നിട്ട്?'

'എന്നിട്ട് രണ്ടുപേരും എന്നോട് വളരെ സ്നേഹമായി പെരുമാറി. ഒടുവിൽ പുതിയതായി വന്നവന്റെ ആവശ്യം അറിയിച്ചു. എനിക്കതിൽ തീരെ താല്പര്യം ഇല്ലാത്തതിനാൽ പറ്റില്ലെന്ന് പറഞ്ഞപ്പോൾ രണ്ടുപേരും ചേർന്ന് എന്നെ തടഞ്ഞുവെച്ചു'

'ഇഷ്ടമില്ലെങ്കിൽ രജനിക്ക് അവിടെനിന്ന് ഇറങ്ങി വരാമായിരുന്നില്ലേ?'

'ഇറങ്ങി വരാൻ അവർ വിട്ടിട്ടു വേണ്ടേ, രണ്ടാളും ചേർന്ന് എന്നെ പിടിച്ചുവെച്ച് മുറിയടച്ചു. എന്നിട്ട് അവരോട് സഹകരിക്കാൻ പറഞ്ഞു'

'അപ്പോൾ ശരിക്കും പീഡനം തന്നെ'

'അതെ ചേച്ചീ, പുതിയതായി വന്നവൻ എന്നെ വല്ലാതെയങ്ങ് ഉപദ്രവിച്ചു. എന്റെ ദേഹമൊട്ടാകെ ഇപ്പോഴും വേദനിക്കുന്നു ചേച്ചി'

പൂജയുടെ പേരിൽ പാവപ്പെട്ട സ്ത്രീകളെ ഉപദ്രവിക്കാൻ കഴിയുന്നത് ഇരയായി തീരുന്നവളെ ആദ്യമേ നിശബ്ദമാക്കപ്പെട്ടത് കൊണ്ടാണ്. ഭർത്താവും മക്കളുമുള്ള പെണ്ണ് തനിക്ക് നേരിട്ട ദുരന്തം മറ്റുള്ളവരോട് ഒരുകാലത്തും പറയില്ലെന്ന് അവർക്ക് ഉറപ്പുണ്ട്.

'ഇതെല്ലാം ക്രൂരതയല്ലേ, ഇത്രയും ദിവസം സിദ്ധനെ വിശ്വസിച്ച് കൂടെനിന്നിട്ട് ഉപദ്രവിക്കുക എന്നുവെച്ചാൽ കേസുകൊടുക്കണം'

'കേസുകൊടുക്കാനോ? അതെങ്ങിനെ ശരിയാവും'

'ഇനിയങ്ങോട്ട് പോകാതിരുന്നാൽ മതി'

'അതെങ്ങിനെ?'

'പോകാതിരിക്കുക, അത്രതന്നെ'

'പക്ഷെ ചേച്ചി ഞാനാകെ കുടുക്കിലാണ്'

'എന്ത് കുടുക്ക്?'

'അയാളും ഞാനുമായിട്ട് ഉള്ളതെല്ലാം ആദ്യം മുതൽ മൊബൈലിൽ പിടിച്ചിട്ടുണ്ട്'

'രജനിയല്ലേ പറഞ്ഞത് അങ്ങനെയൊന്നും ഇല്ലെന്ന്'

'ചതിയനാണ് ചതിയൻ, ഞാനതിൽ വീണുപോയി ചേച്ചീ'

അവസാനം സിദ്ധന്റെ കാമശരമേറ്റ് ആ ക്രൗഞ്ചപ്പക്ഷി ചിറകൊടിഞ്ഞുവീണ് മരണവെപ്രാളത്തിൽ പിടയാൻ തുടങ്ങി.

മാ നിഷാദ.

അണിയറയിലെ കളികൾ

മനുഷ്യരിൽ പലർക്കും അന്യരെക്കുറിച്ചുള്ള ഓർമ്മകൾ ഉണരുന്നത് ദുരന്തകാലത്ത് ആയിരിക്കും. അതുവരെ കടന്നുവരാത്ത ഓർമ്മകളുടെ ഒഴുക്കിന് തുടക്കം കുറിച്ചായിരിക്കും ഓരോ ദുരന്തവും കടന്നുവരുന്നത്. കേട്ടാൽ അറക്കുന്ന ഭാഷയിൽ പെറ്റമ്മയെ ചീത്തപറഞ്ഞുകൊണ്ട് ബൈക്കിൽ ചീറിപ്പായുന്ന മനുഷ്യൻ അപകടത്തിൽപ്പെടുന്ന നിമിഷം 'ഊയ്യന്റമ്മേ' എന്ന് വിളിച്ചിട്ടായിരിക്കും അലമുറയിട്ട് കരയുന്നത്. മാരകരോഗം വന്ന് ആശുപത്രിയിൽ കിടക്കുന്ന ആൾ അവസാനകാലത്ത് ബന്ധുക്കളുടെയും സുഹൃത്തുക്കളുടെയും സാമിപ്യം കൊതിച്ചുപോവും. ഓരോ ദുരന്തവും ഓരോ ഓർമ്മപ്പെടുത്തലുകളാണ്.

സുനാമി, വെള്ളപ്പൊക്കം, കൊടുങ്കാറ്റ്, അഗ്നിബാധ, ഭൂകമ്പം, അഗ്നിപർവ്വതസ്ഫോടനം, വാഹനാപകടങ്ങൾ, മഹാമാരികൾ തുടങ്ങിയ ദുരന്തങ്ങൾ ഇടയ്ക്കിടെ കടന്നുവന്ന് മനുഷ്യന്റെ പുരോഗതിയിലേക്കുള്ള പ്രയാണത്തിന് തടസ്സം സൃഷ്ടിക്കുന്നു. അത്രയും കാലം നേടിയെടുത്തതെല്ലാം ഒറ്റയടിക്ക് ശൂന്യമായി മാറുമ്പോൾ പ്രകൃതിക്കു മുന്നിൽ മനുഷ്യന് വിലയില്ലാതാവുന്നു. അവനെനോക്കി പ്രപഞ്ചം വിളിച്ചു പറയുന്നു,

'ഹേ! മനുഷ്യാ, മണ്ണിലൂടെ ഇഴയുന്ന പുഴുവും നിന്റെ കാലടിയിൽ ഞെരിഞ്ഞമരുന്ന പുല്ലുകളും നീയും ഒരുപോലെയാണ്. ജീവിക്കുക, വംശം നിലനിർത്തുക എന്നീ ലക്ഷ്യത്തിലേക്ക് മുന്നേറുന്ന ഒരേയിനം ജീവനാണ് എല്ലാറ്റിന്റെയും ഉള്ളിൽ സ്ഥിതി ചെയ്യുന്നത്.

പലതരം അവ്യക്തമായ ചിന്തകൾ ഉയരാൻ കാരണം രജനിയുടെ എഴുത്താണ്. രാവിലെ മൊബൈലിൽ മെസെഞ്ചർ തുറന്നപ്പോൾ അവൾ ധാരാളം എഴുതിയത് കണ്ടു. വായിക്കുമ്പോൾ ചെറുകഥയല്ല നീണ്ടകഥ പോലെയാണ് തോന്നിയത്. മനസ്സിന്റെ ഉള്ളറകളിൽ ഒളിഞ്ഞിരിക്കുന്ന വികാരവിക്ഷോഭങ്ങൾ അക്ഷരരൂപത്തിൽ മൊബൈലിൽ കോ

റിയിട്ടത് കണ്ടു. ഉച്ചഭക്ഷണത്തിനുള്ള അരി, പരിപ്പ്, പച്ചക്കറികൾ, ഉപ്പ്, മുളക്, തേങ്ങ തുടങ്ങിയവ എന്നെ നോക്കുന്നുണ്ടെങ്കിലും അവയെയൊന്നും ശ്രദ്ധിക്കാതെ ഞാൻ രജനിയുടെ എഴുത്ത് വായിച്ചു,

'എന്റെ ചേച്ചീ, ഞാനാകെ അപകടത്തിലാണ്, ഇനി എന്താണ് സംഭവിക്കുന്നതെന്ന് പറയാനാവില്ല. എന്റെ ഭർത്താവ് വിനിയേട്ടൻ അടുത്തആഴ്ച നാട്ടിൽ വരും. ഇന്നലെ ഫോൺ ചെയ്ത് സംസാരിക്കുമ്പോൾ ചേട്ടന് എന്തൊക്കെയോ സംശയം ഉള്ളതുപോലെ എനിക്ക് തോന്നി. രണ്ട് കൊല്ലത്തിനുശേഷം ഭർത്താവ് നാട്ടിൽ വരുമ്പോൾ സന്തോഷിക്കുന്നതിനു പകരം ഞാനാകെ പ്രതിസന്ധിയിലാണ് ചേച്ചി. ചേച്ചിയോടല്ലാതെ മറ്റൊരു ജീവിയോടും എന്റെ പ്രയാസം അറിയിക്കാൻ കഴിയില്ല. ഇനി ഗൾഫിലേക്ക് പോകുന്നില്ല എന്നാണ് ചേട്ടൻ പറഞ്ഞത്.

പിന്നെ, ചേച്ചി പറഞ്ഞതുപോലെ ആ മനുഷ്യൻ ശരിക്കും ഒരു തട്ടിപ്പുകാരനാണ്. വിവാഹ സമയത്ത് വീട്ടിൽനിന്നും തന്ന സ്വർണ്ണമെല്ലാം ലോക്കറിൽ വെച്ചിരുന്നു. ഈ വീട് നിർമ്മിക്കുമ്പോൾ പണത്തിന് ആവശ്യം വന്നിട്ടും അതിലൊന്നുപോലും വിൽക്കാൻ വിനിയേട്ടൻ തയ്യാറായിട്ടില്ല. അതെല്ലാം മറന്നുകൊണ്ട് അതിനകത്തെ അവസാനത്തെ സ്വർണ്ണവളയും ഞാനെടുത്ത് അയാൾക്ക് കൊടുക്കേണ്ടിവന്നു ചേച്ചി. എന്റെ നിലനില്പിനും കുടുംബജീവിതം തകരാതിരിക്കാനും അങ്ങനെയൊക്കെ ചെയ്യേണ്ടിവരുന്നു. അയാൾ പലപ്പോഴായി പണത്തിന് ചോദിക്കുമ്പോൾ ഞാനെന്ത് ചെയ്യാനാണ് ചേച്ചി? എന്റെ കൈയ്യിൽ പണം തീരെ ഇല്ലെന്ന് പറഞ്ഞപ്പോഴാണ് സ്വർണ്ണം വേണമെന്ന് പറഞ്ഞത്. അങ്ങിനെ ഓരോ തവണയും ഞാൻ ലോക്കറിലെ സ്വർണ്ണം എടുത്തുകൊടുത്തു.

ചേച്ചി വിചാരിക്കുന്നുണ്ടാവും അയാൾ പറയുമ്പോൾ ഇതൊക്കെ ഞാനെന്തിനാ കൊടുക്കുന്നത് എന്ന്,, ഞാനാകെ കുടുക്കിലാണ് ചേച്ചി. ഞാനും അയാളും തമ്മിലുള്ള എല്ലാ ഇടപാടുകളും ആദ്യം മുതൽ അയാളുടെ മൊബൈലിൽ ഉണ്ട് ചേച്ചി. ഏതോ ഒന്ന് യൂട്യൂബിൽ ഇട്ടെങ്കിലും പബ്ലിക് ആക്കിയിട്ടില്ല എന്നു പറഞ്ഞു. അങ്ങനെ ചെയ്താൽ പിന്നെയെനിക്ക് ജീവിച്ചിരിക്കാൻ പറ്റുമോ ചേച്ചി. ഒരുദിവസം അയാളുടെ സുഹൃത്തുക്കൾ വന്നപ്പോൾ ഉടുതുണി ഇല്ലാത്ത എന്റെ ഫോട്ടോ കാണിച്ച് ബ്ലാക്ക്മെയിൽ ചെയ്തു. അയാൾ വീട്ടിൽ വന്നപ്പോൾ വീടിന്റെ വാസ്തുദോഷം ഉണ്ടെന്ന് പറഞ്ഞ് ഭർത്താവിന്റെ നമ്പർ അമ്മയിൽനിന്നും വാങ്ങിയിട്ട് അദ്ദേഹത്തോട് സംസാരി

ച്ചിരുന്നു. അതിലെല്ലാം വിശ്വാസമുള്ള എന്റെ ചേട്ടൻ ഇഷ്ടമുള്ള പൂജകൾ ചെയ്തോളാൻ പറഞ്ഞു. അതൊക്കെ എനിക്കുള്ള കുരുക്ക് ആണെന്ന് ഇപ്പോഴാണ് അറിയുന്നത്.

എന്റെ പ്രിയപ്പെട്ട ചേച്ചീ, അയാളുടെ മൊബൈലിൽ ഉള്ള എന്റെ ഫോട്ടോസും വീഡിയോസും ഭർത്താവിന് അയച്ചുകൊടുക്കുമെന്നാണ് ഇപ്പോഴത്തെ ഭീഷണി. അക്കാര്യം ഭയപ്പെടുന്ന ഞാൻ അയാൾ പറയുന്നതുപോലെയെല്ലാം ചെയ്യുന്നു. കുറച്ചുകാലം കൂടി എനിക്ക് ജീവിക്കണം; ഇതിനൊരു പരിഹാരം പറഞ്ഞുതാ ചേച്ചി'

രജനി എഴുതിയത് വായിച്ചപ്പോൾ ഞാനാകെ ഞെട്ടിവിറച്ചു. അജ്ഞാതയായ ഒരു സഹോദരിക്ക് വന്ന ദുരന്തമോർത്ത് എന്റെ മനസ്സ് പിടഞ്ഞു. എപ്പോഴും കൂടെ ഉണ്ടായിരുന്ന ബന്ധുക്കളെപോലും വിശ്വസിക്കാനാവാത്ത കാലത്ത് ഊരും പേരും അറിയാത്ത സിദ്ധനെ വിശ്വസിക്കരുതെന്ന് അനേകംതവണ രജനിയോട് പറഞ്ഞിരുന്നു. അപ്പോഴെല്ലാം കാമത്തിന് കണ്ണില്ല എന്ന അവസ്ഥയിലാണ് അവൾ. എല്ലാം തകിടം മറിഞ്ഞപ്പോൾ ഇനിയെന്ത് ചെയ്യാൻ?

ചുറ്റുപാടും ധാരാളം മനുഷ്യർ ഉണ്ടെങ്കിലും ഒറ്റപ്പെട്ട് പോകുന്ന അവസ്ഥ അനുഭവിച്ചവർക്കേ അറിയാനാവു,, തീവ്രമായ കിരണങ്ങളാൽ ചൂട് പകർന്ന് സൂര്യനും തീരെ ചൂടില്ലാത്ത പ്രകാശധാരകളുമായി ചന്ദ്രനും കടന്നുപോകുന്നത് ദുരന്തത്തിൽപ്പെട്ട ആൾ അറിയുകയില്ല. പ്രശ്നങ്ങളുടെ അഗാധഗർത്തത്തിൽ പതിച്ച അവസ്ഥയിൽ രക്ഷപ്പെടാനുള്ള കച്ചിത്തുരുമ്പിനായി കൊതിക്കും. വിശ്വാസവഞ്ചനയുടെ പര്യായമായ ചിലർ ഏത് നേരത്തും നിറം മാറാനിടയുള്ളവരാണ്. അത്തരക്കാരായ പുരുഷന്മാരുടെ കെണിയിൽ വീഴാതെ നോക്കേണ്ടത് പെണ്ണിന്റെ കടമയാണ്. എല്ലാം പറഞ്ഞിട്ടെന്ത്; ഇനി രക്ഷപ്പെടാനൊരു മാർഗ്ഗം കണ്ടെത്തുക,, അതിനാണല്ലോ രജനി എന്നെ ആശ്രയിക്കുന്നത്. പക്ഷെ അറിയപ്പെടാത്ത ഒരു വ്യക്തിയുടെ കാര്യത്തിൽ ഞാനെന്ത് ചെയ്യാനാണ്?

രാത്രി ആയപ്പോൾ പതിവിലും വൈകിയാണ് ഓൺലൈനിൽ രജനി വന്നത്,

'ഹായ് ചേച്ചി, ഞാനിന്ന് വൈകിപ്പോയി'

'അതൊന്നും സാരമില്ല, നമ്മുടെ മുന്നിൽ രാത്രി നീണ്ടുകിടക്കുന്നുണ്ടല്ലോ'

'ചേച്ചി ഞാനെഴുതിയത് മുഴുവനും വായിച്ചിട്ടുണ്ടാവുമല്ലോ'

'വായിച്ചു'

‘ഞാനെന്ത് ചെയ്യണം ചേച്ചി?’

‘സിദ്ധൻ ഇപ്പോഴും രജനിയോട് വീട്ടിൽ വരാൻ പറയാറുണ്ടോ?‘

‘അയാൾക്ക് തോന്നുന്ന ആരും ഇല്ലാത്ത സമയത്തൊക്കെ അവിടെ എത്താൻ പറയും’

‘രജനി അവിടെ ഉള്ളപ്പോൾ അയാളെ അന്വേഷിച്ച് ആരെങ്കിലും വന്നാലോ?’

‘സാധാരണ പത്ത് മണിക്കും നാല് മണിക്കും ഇടയിലാണ് വരാൻ പറയുന്നത്. ആനേരത്ത് പൂജയുടെ ആവശ്യം പറഞ്ഞ് വരുന്നവർ കുറവാണ്’

‘അത് ശരിയാണല്ലോ, ഒരുപക്ഷെ ആരെങ്കിലും വന്നെങ്കിലോ?’

‘അപ്പോൾ അടുക്കളയുടെ അടുത്തുള്ള സ്റ്റോർറൂമിൽ എന്നെ ഒളിപ്പിക്കും’

‘ശരിക്കും സമർത്ഥൻ, വീട്ടിൽ വരണമെന്ന് ഫോൺ ചെയ്ത് അറിയിക്കാറുണ്ടോ?’

‘ചിലപ്പോൾ ഫോൺ ചെയ്യും, കൂടുതലും വാട്സാപ് ചെയ്യാറാണ് പതിവ്’

‘എങ്കിൽ ഒരു കാര്യം ചെയ്യാം, അയാളുടെ വാട്സാപ് നമ്പർ എനിക്കൊന്ന് തരാമോ?’

‘അയ്യോ ചേച്ചീ ഫോൺ നമ്പർ എങ്ങനെയാ,’

‘നമ്പർ ഇവിടെ എഴുതിയാൽ മതി, പ്രശ്നങ്ങളൊക്കെ പരിഹരിക്കാൻ ഞാൻ ശ്രമിക്കാം’

‘അത് വേണ്ട, ചേച്ചി അയാളെ വിളിച്ചിട്ട് കുഴപ്പം ഉണ്ടായാലോ?’

‘എങ്കിൽ രജനിയുടെ നമ്പർ തന്നാൽ മതി, നമുക്കിനി വാട്ട്സാപ്പിൽ കാണാം’

‘ചേച്ചി എനിക്കാകെ പേടിയാവുന്നു’

‘അതിന് പരിഹാരം നോക്കട്ടേ, ചിലപ്പോൾ രജനിയെ സഹായിക്കാൻ കഴിഞ്ഞാലോ’

‘ചേച്ചീ, അതാകെ പ്രശ്നമാവും’

അവളുടെ നമ്പർ ലഭിക്കാനുള്ള എന്റെ പരിശ്രമം ഇത്തവണയും വെറുതെ ആയി. എന്തൊക്കെയാണ് ആദ്യം എന്നോട് പറഞ്ഞത്, വീട്ടിൽ സി.സി.ടി.വി. മൊബൈൽ ലൊക്കേഷൻ, ഭർത്താവിന്റെ നിരീക്ഷണത്തിൽ മാത്രം ചലിക്കുന്നവൾ, ഇപ്പോഴിതാ നിരീക്ഷണപരിധി കടന്ന് വേലിചാടിയിട്ട് വഴിയറിയാതെ പിടയുന്നു.

എന്റെകൂടെ പഠിച്ച ആൺകുട്ടികളിൽ അധികവും ഗൾഫിൽ പോ

യി പണം വാരുമ്പോൾ പെൺകുട്ടികളിൽ പലരും ഗൾഫിൽ ജോലിയുള്ളവരുടെ ഭാര്യമാരായിട്ടുണ്ട്. അപ്പോഴൊക്കെ പഠിച്ച് ജോലിനേടിയ ഞാൻ ഗൾഫുകാരുമായി അകന്നാണ് നിന്നത്. പ്രവാസി ഭാര്യമാരുടെ വിരഹ ജീവിതത്തെ കുറിച്ച് കൂടുതൽ ചിന്തിച്ചിരുന്നില്ല. സമ്പന്നതയിൽ ജീവിക്കുമ്പോഴും സമൂഹത്തിന്റെ സദാചാരക്കണ്ണുകൾ അവരെ നിരീക്ഷിക്കുന്നുണ്ടാവും എന്നറിയാവുന്ന പലരും വളരെ ശ്രദ്ധിച്ചാണ് ജീവിതത്തിലെ ഓരോ ചുവടും മുന്നോട്ടുവെക്കുന്നത്. മലയാളിയുടെ കപടസദാചാര കണ്ണുകൾ എവിടെ എപ്പോഴാണ് പതിക്കുന്നതെന്ന് അറിയാൻ വയ്യ,,

എവിടെനിന്നോ കടന്നുവന്ന ഒരാൾ വീട്ടമ്മയെ ഫോൺ വിളിച്ച് ഭീഷണിപ്പെടുത്തുന്നു,

അയാൾ വാട്ട്സാപ്പിൽ മെസേജ് അയക്കുന്നു,
മൊബൈലിൽ ഫോട്ടോ എടുക്കുന്നു,
ഒടുവിൽ അയാളിൽ നിന്ന് രക്ഷപ്പെടാനുള്ള വഴി തേടുന്നു.
പക്ഷെ ഒരു കാര്യം,
ഈ നേരത്തും എനിക്ക് അവളുടെ ഫോൺ നമ്പർ അജ്ഞാതം,
എന്റെ മുന്നിൽ അവൾ കളിക്കുകയാണ്,
കളിനോക്കി കഥ ചമയ്ക്കുന്ന കഥാകാരിയുടെ മുന്നിൽ,
അരങ്ങിൽ വരാതെ അണിയറയിൽ കളിക്കുന്നവൾ,
അവളുടെ കളി തുടരട്ടെ,
അതെല്ലാം ചേർത്ത് എനിക്കൊരു കഥ ചമക്കാം.

ബട്ടൻ അമർത്തി

രജനിയുടെ ജീവിതം ദുരന്തമായി മാറാതിരിക്കട്ടെയെന്ന് ഞാൻ ആഗ്രഹിച്ചു. എന്തായാലും അവളോട് വെറുപ്പിന്റെ ഇത്തിരി അംശം പോലും തോന്നിയില്ല. അതിനുമാത്രം അവളെനിക്ക് ദ്രോഹമൊന്നും ചെയ്തില്ലല്ലോ. സ്വന്തം ജീവിതം പച്ചയായി തുറന്നുപറയുന്നതിൽ എന്താണ് തെറ്റ്? ശരിക്കും ഞാനാണ് തെറ്റുകാരി; അവൾ പറഞ്ഞതുമുഴുവൻ കഥയാക്കി മാറ്റിയിട്ട് പൊതുജനസമക്ഷം അറിയിക്കുന്നത് വലിയൊരു തെറ്റല്ലേ? ഇതൊരുതരം വിശ്വാസവഞ്ചനതന്നെ,, ചിന്തിച്ചിരിക്കെ എന്റെ ദേഹമാകെ വിറയൽ,, ഞാനൊരു വിശ്വാസവഞ്ചകി തന്നെ,, ശരിക്കും വിശ്വാസവഞ്ചകി,,

രജനിയുടെ കാര്യത്തിൽ എന്തെങ്കിലും അനിഷ്ടസംഭവങ്ങൾ ഉണ്ടാകുമോ എന്നുള്ള ഭയം കാരണം മൂന്നു ദിവസം ഇന്റർനെറ്റ് ഓഫാക്കി വെച്ചു. മൊബൈലും കമ്പ്യൂട്ടറും നിഷ്ക്രിയമായ കാലമാണെന്ന് സ്വയം വിശ്വസിപ്പിച്ച് ദിവസങ്ങൾ ഓരൊന്നായി കടന്നുപോയി. മൂന്നാം ദിവസം രാവേറെ ആയപ്പോൾ ഞാൻ കമ്പ്യൂട്ടർ തുറന്ന് മെസെഞ്ചറിൽ കടന്നപ്പോൾ സ്ക്രീനിൽ പച്ചവെളിച്ചം മിന്നുന്ന രജനിയുടെ പേര് കണ്ടു. അവളുടെ പേരിനു ചുവട്ടിലെ കള്ളിയിൽ ഞാൻ എഴുതി,

'ഹായ് രജനീ'

'ചേച്ചിയോ, അയ്യോ എന്തുപറ്റി?'

'എന്താണ്?'

'ഇത്രയും ദിവസമായിട്ടും ചേച്ചിയെ കാണാതിരുന്നപ്പോൾ ഞാനങ്ങ് ചത്തുപോകുമായിരുന്നു'

'എന്നെ കാണാത്തതിന് ചാവാനോ?'

'അതേ ചേച്ചി, എന്റെ പ്രയാസം ആരോടെങ്കിലും പറയണ്ടേ, മൂന്നുദിവസം ചേച്ചിയെ കാണാത്തതുകൊണ്ട് ഞാനാകെ പേടിച്ചു'

'അതെന്തിന്?'

'ചേച്ചിയെന്താ ഓൺലൈനിൽ വരാഞ്ഞത്? എന്നോട് വെറുപ്പാ

ണോ?'

'അയ്യോ ഞാനങ്ങിനെ വെറുക്കുമോ? നെറ്റ് കണക്ഷൻ തകരാറിൽ ആയിരുന്നു'

'അതെങ്ങിനെ? മൊബൈൽ റീച്ചാർജ്ജ് ചെയ്യാൻ കഴിഞ്ഞില്ലേ?'

'മൊബൈലിൽ പണമൊക്കെ ഇട്ടു, ഇവിടെ ഇന്റർനെറ്റ് ബി.എസ്.എൻ.എൽ. ആണ്. വൈ.ഫൈ കണക്ഷൻ തകരാർ ആയപ്പോൾ മോഡം റിപ്പയർ ചെയ്യേണ്ടിവന്നു'

'അതെയോ, സോറി ചേച്ചി'

ഞാനാകെ ഒരു നിമിഷം നിശ്ചലയായി; എന്റെ മനസ്സിലാകെ വെപ്രാളം. ഇത്രയും വലിയൊരു കള്ളം എങ്ങനെയാണ് എന്റെ നാവിൽ നിന്നും വന്നത്. ഏതോ നാട്ടിലുള്ള ഇതുവരെ നേരിട്ട് അറിയാത്ത ഒരുവളോട് കള്ളം പറയേണ്ട ആവശ്യമുണ്ടോ?

അതുപിന്നെ,

എന്റെ കാര്യത്തിൽ തെറ്റില്ല എന്ന് മറ്റുള്ളവരെ വിശ്വസിപ്പിക്കാനായി ഞാൻ പച്ചക്കള്ളം പറയുന്നു. ശരിക്കും അതിന്റെ ആവശ്യമുണ്ടോ? ആ നേരത്ത് രജനി എഴുതിയത് വായിച്ചു,

'ചേച്ചിയെ ഞാനാകെ സംശയിച്ചുപോയി. ഞാനിങ്ങനെ തെറ്റായ കാര്യങ്ങൾ ചെയ്ത് അപകടം വരുത്തിവെച്ചതു കൊണ്ട് എന്നെ ഒഴിവാക്കിയതാണെന്ന് തോന്നി. സോറി ചേച്ചി'

'സോറി മോളെ, ഇപ്പോൾ ഞാനിവിടെ വന്നില്ലേ.'

'സന്തോഷം ചേച്ചി'

'പിന്നെ എന്തുണ്ട് വിശേഷം?'

'ആകെ കുഴപ്പം തന്നെയാ ചേച്ചി, രക്ഷപ്പെടാനൊരു കച്ചിത്തുരുമ്പ് പോലും കാണുന്നില്ല'

'അയ്യോ എന്തുപറ്റി?'

'എന്താണ് സംഭവിക്കുന്നതെന്ന് അറിയില്ല ചേച്ചി. നാളെയോ മറ്റന്നാളോ ഗൾഫിൽനിന്ന് ഹസ്ബെന്റ് ഇവിടെയെത്തും'

'അത് സന്തോഷകരമായ കാര്യമല്ലേ; ഒരു കാര്യം ചെയ്യു, അടുത്ത തവണ രജനിയും മകനും പോകണം'

'എങ്ങോട്ട്?'

'എങ്ങോട്ടെന്നോ? ഭർത്താവിന്റെ കൂടെ ഗൾഫിൽ പോവുക, അപ്പോൾ പ്രശ്നങ്ങളെല്ലാം തീരും'

'അതൊന്നും നടക്കില്ല ചേച്ചി, അങ്ങേര് കല്യാണം കഴിച്ചതുതന്നെ പ്രായം കൂടിയ അമ്മയെ നോക്കാനുള്ള ഹോംനേഴ്സിന്റെ ചെലവ്

ലാഭിക്കാനാണ്. അതിനിടയിൽ എങ്ങനെയോ ഒരു മകനുണ്ടായി'

'അത്തരം ചിന്തകളൊക്കെ വിടൂ, കൂടെ വരണമെന്ന് വാശിപിടിച്ചാൽ ശരിയാവും'

'ആ നോക്കാം'

രജനിക്ക് പ്രശ്നങ്ങളെല്ലാം കുറഞ്ഞെന്ന് എനിക്ക് തോന്നി. പ്രധാന പ്രശ്നമായ സിദ്ധനെകുറിച്ച് എഴുതുന്നില്ലെന്ന കാര്യം ഞാൻ ശ്രദ്ധിച്ചു. ഒരുപക്ഷെ അയാൾ രജനിയെ ഒഴിവാക്കി സ്ഥലം വിട്ടിരിക്കാം. ഒരാളെ ഉപദ്രവിക്കുന്നതിനൊരു പരിധി വേണ്ടേ,,

ഞാൻ എഴുതി,

'പിന്നെ വേറെ എന്തെങ്കിലും വിശേഷം?'

'ചേച്ചീ അയാളാകെ എന്റെ ജീവനെടുത്തിട്ട് പോകുമെന്നാ തോന്നുന്നത്. ഭർത്താവ് വന്നാൽ പരിചയപ്പെടാനായി വീട്ടിൽ വരുന്നുണ്ടെന്ന് പറഞ്ഞു. വാസ്തുദോഷത്തിന് പൂജ നടത്തണമെന്ന് പറഞ്ഞ് വീട്ടിൽ വരാൻ കഴിയും, അപ്പോൾ ആർക്കും സംശയം തോന്നുകയില്ലല്ലോ'

'തന്റെയൊരു വാസ്തുദോഷം, ഓരോ വിശ്വാസങ്ങൾ'

'അതിലൊക്കെ അദ്ദേഹത്തിന് നല്ല വിശ്വാസമാണ്'

'അപ്പോൾ സിദ്ധൻ വിട്ടുപോകാൻ ഭാവമില്ലെന്നാണോ?'

'ഞാനെന്ത് ചെയ്യാനാണ് ചേച്ചി, എല്ലാദിവസവും അയാളുടെ താമസസ്ഥലത്ത് എത്താൻ ആവശ്യപ്പെടുന്നു. പിന്നെ സ്വഭാവമെല്ലാം അപ്പാടെ മാറി; എല്ലാ കാര്യത്തിനും വഴക്ക് പറയുന്നു. ഫ്രന്റ്സാണെന്ന് പറഞ്ഞ് പലരെയും കൂട്ടിവന്നിട്ട് എന്നെ പരിചയപ്പെടുത്തുന്നു. ശരിക്കും കച്ചവടം. മൊബൈലിലെ ഫോട്ടോകൾ കാണിച്ച് എന്നും ഭീഷണിപ്പെടുത്തുകയാണ്. ആകെ മടുത്തുചേച്ചി'

'ആ മൊബൈൽ നശിപ്പിക്കാൻ നോക്ക്, അല്ലാതെ ഞാനെന്ത് പറയാനാണ്'

'ഗുഡ്നൈറ്റ് ചേച്ചി, ഇനി എപ്പോഴാ ഇവിടെ വരുന്നതെന്ന് പറയാനാവില്ല ചേച്ചി. സമയം കിട്ടിയാൽ ഞാനിവിടെ എഴുതും. അപ്പോൾ ചേച്ചി മറുപടി എഴുതുമല്ലോ'

'തിർച്ചയായും എഴുതാം, ഗുഡ്നൈറ്റ്'

രജനിയോട് ഗുഡ്നൈറ്റ് പറഞ്ഞെങ്കിലും കമ്പ്യൂട്ടറിന്റെ മുന്നിൽ കുറേനേരം ഞാനിരുന്നു. ഇനി എന്തായിരിക്കുംസംഭവിക്കുന്നത്? ഒരു ഭർത്താവിനും പൊറുക്കാനാവാത്ത തെറ്റുകളും നഷ്ടങ്ങളും അവൾ വരുത്തിതീർത്തു. വെറും ശാരീരിക തൃഷ്ണയുടെ പിറകെ പോ

കുമ്പോൾ വരാനിടയുള്ള അപകടങ്ങളെക്കുറിച്ച് ഓർക്കേണ്ടവരാണ് സ്ത്രീകൾ. ചതിയന്മാരായ പുരുഷന്മാർ ഉണ്ടെന്ന ചിന്ത തീരെയില്ലാതെ കാമത്തിന്റെ കണ്ണുമായി ഏതോ ഒരാളുടെ പിന്നാലെ പോയാലുള്ള അപകടം രജനി ഇപ്പോഴാണ് തിരിച്ചറിഞ്ഞത്. പലവിധ ചിന്തകളാൽ മനസ്സ് ചഞ്ചലമാണെങ്കിലും ഇന്നെന്തോ പെട്ടെന്നുതന്നെ ഉറങ്ങാൻ എനിക്ക് കഴിഞ്ഞു.

പിറ്റേദിവസം പക്ഷികളുടെ ശബ്ദമുഖരിതമായ പ്രഭാതമായിരുന്നു. വീടിന് വേലിയും മതിലും ഗ്രിൽസും ഉണ്ടെങ്കിലും വീട്ടുപറമ്പ് സസ്യശ്യാമളമാണ്. അതുകൊണ്ട് അനേകം പറവകളുടെ കളകൂജനം എല്ലായ്പ്പോഴും കേൾക്കാം. മനസ്സ് കലുഷിതമായതിനാൽ പ്രഭാതഭക്ഷണത്തിന് രുചി തോന്നിയില്ല. സ്വന്തമായി ഉണ്ടാക്കിയ ഭക്ഷണത്തിന് രുചിക്കുറവ് തോന്നുന്ന മനസ്സാണ് എന്റേത്. ആരെങ്കിലും വെച്ചുതന്നാൽ മതിയായിരുന്നു എന്ന് തോന്നുമ്പോൾ അമ്മയുടെ ഓർമ്മവരും. സ്വന്തം അമ്മ ജീവിച്ചിരിക്കുമ്പോൾ മാത്രമാണല്ലോ എന്നെപ്പോലെയുള്ള പെൺമക്കൾക്ക് രുചിയോടെ ഭക്ഷണം കഴിക്കാൻ കഴിയുന്നത്.

ഉച്ചഭക്ഷണം കഴിഞ്ഞപ്പോൾ മൊബൈലിൽ മെസെഞ്ചർ തുറന്നു നോക്കാനുള്ള ആശ വർദ്ധിക്കാൻ തുടങ്ങി. രജനിയുടെ ഭർത്താവ് ഗൾഫിൽനിന്നും വീട്ടിലെത്തിയോ എന്നറിയണം. എന്തായിരിക്കും സംഭവിക്കുന്നത്? നായകനും വില്ലനും തമ്മിൽ കണ്ടുമുട്ടുകയാണ്. വില്ലനെ തിരിച്ചറിയാത്ത നായകൻ, രണ്ടുപേരെയും തിരിച്ചറിയുന്ന രജനി. ഇത് സിനിമയും സീരിയലും പൈങ്കിളിക്കഥയും അല്ല, ജീവിതമാണ്, പെണ്ണിന്റെ ജീവിതം..

ക്ലൈമാക്സ് എന്തായിരിക്കും? മൊബൈലിൽ എടുത്ത് മെസെഞ്ചർ തുറന്നു,

അതിനകത്തുള്ള രജനിയുടെ മെസേജ്, ഞാൻ വായിച്ചു,

'ചേച്ചീ, ഇതെന്റെ അവസാനത്തെ എഴുത്താണ്, ഞാൻ എന്തെങ്കിലും കടുംകൈ ചെയ്യും. ഭർത്താവ് വന്നശേഷവും ആ ദുഷ്ടൻ ആവശ്യപ്പെടുമ്പോഴൊക്കെ പറഞ്ഞ സ്ഥലത്ത് എത്തണമെന്ന് ഫോൺ ചെയ്തു. ഞാനൊരു ഭാര്യയും അമ്മയും ആയതൊന്നും അവന് പ്രശ്നമല്ല പോലും. എനിക്കെന്റെ ഭർത്താവിന്റെയും മകന്റെയും ഒപ്പം കുറച്ചുകാലം കൂടി ജീവിക്കണം. ചേച്ചീ, സൌദിയിലുള്ള വിനിയേട്ടൻ നാളെ പുലർച്ചക്ക് നാട്ടിലെത്തും. ഇവിടെയുള്ള പണത്തിന്റെയും പൊന്നിന്റെയും കണക്ക് ചോദിച്ചാൽ ഞാനെന്ത് പറയും? അക്കാര്യത്തിൽ

എന്തെങ്കിലുമൊരു തീരുമാനം ആവണം. ഞാനിതാ അയാളെ കാണാൻ പോവുകയാണ്. ഒന്നുകിൽ അവൻ, അല്ലെങ്കിൽ ഞാൻ'

എന്റെ ഉടലിലാകെ ഭയം ഇരച്ചുകയറി; എന്തായിരിക്കും സംഭവിക്കുക? അവൾ ചെയ്തുകൂട്ടുന്നത് എന്തായാലും ഞാനും അവളുടെ സൌഹൃദം സൂക്ഷിച്ച എന്റെ മുഖപുസ്തകവും സാക്ഷിയാവില്ലേ? വാരികയിൽ ഒരു കഥ അച്ചടിച്ചുവന്നത് വായിച്ചിട്ട് ഊരും പേരും പറയാതെ എവിടെനിന്നോ മനസ്സിൽ കയറിപ്പറ്റിയവൾ ഒഴിയാബാധയായി മാറുകയാണോ? ചിന്തിക്കാനും പ്രവർത്തിക്കാനും നൂറു കണക്കിന് കാര്യങ്ങൾ മുന്നിലുണ്ട്. സ്വന്തം മക്കൾക്കും ഭർത്താവിനും ബന്ധുക്കൾക്കും സുഹൃത്തുക്കൾക്കും വേണ്ടി ചെയ്യാനുള്ള കർമ്മങ്ങൾ അനവധിയുണ്ട്.

അതിനിടയിൽ ഇങ്ങനെയൊരുത്തിയെ എന്തിന് തലയിൽ കയറ്റണം?

രജനിയുടെ പ്രൊഫൈൽ തുറന്നപ്പോൾ സൌന്ദര്യം നിറഞ്ഞുതുളുമ്പുന്ന ഫോട്ടോ മുന്നിൽ. അവളുടെ സുന്ദരമായ കരിനീല കണ്ണുകൾ എന്നെനോക്കി കണ്ണിറുക്കിയെങ്കിലും അവയൊന്നും കാണാത്ത മട്ടിൽ ലിങ്ക് തുറന്ന് അൺഫ്രന്റ് ബട്ടൺ അമർത്തി.

മനസ്സിൽ ഇനിയെന്നും സമാധാനം പുലരട്ടെ.

ഓഫ്‌ലൈൻ കാഴ്ച്ചകൾ

എന്റെ മനസ്സിനെ പറഞ്ഞു പാകപ്പെടുത്തിയിട്ട് പുതിയൊരു ആളാവാനുള്ള പരിശ്രമം ഞാൻ തുടർന്നു. വീടിനകത്ത് ചെയ്യാനുള്ള ജോലികളിലെല്ലാം എന്റേത് മാത്രമാണ്. അദ്ധ്യാപക ജോലിയിൽനിന്നും വിരമിച്ചശേഷം എഴുത്തുകാരിയെന്ന പുതിയൊരു വേഷം അണിഞ്ഞപ്പോൾ എല്ലാം മറന്നുകൊണ്ട് സാഹിത്യത്തിന്റെ ലോകത്ത് പ്രയാണം തുടങ്ങി. പരിസ്ഥിതി അനുകൂലമായപ്പോൾ എഴുതിയതിൽ പലതും അച്ചടിച്ചു വന്നു. അപ്പോഴൊക്കെ ആവേശത്തിന്റെ കൊടുമുടിയിൽ കയറിയ അനുഭവം ആയിരുന്നു.

അടുത്ത കാലത്തായി എഴുത്തും വായനയും മന്ദഗതിയിലാണ്. എന്റെ സാഹിത്യസപര്യക്ക് വിഘാതമായത് സൈബർ ലോകത്തിലെ പുത്തൻ അവതാരങ്ങളായ ഫെയ്സ്ബുക്കും വാട്ട്സാപ്പും ആണെന്ന് തിരിച്ചറിയുന്നുണ്ട്. എഴുതാനുള്ള ആശയങ്ങൾ പൊങ്ങിവരുന്ന നേരത്ത് മുന്നിൽ മൊബൈൽ ഉണ്ടെങ്കിൽ എന്റെ കൈവിരലുകൾ നേരെ അങ്ങോട്ടേക്ക് പോവും. തുടർന്ന് വാട്ട്സാപിലും ഫെയ്സ്ബുക്കിലും കറങ്ങിവരുമ്പോഴേക്കും കഥയുടെ ആശയങ്ങൾ മരവിച്ച് ചുരുണ്ടുപോകും. ഇനിയങ്ങോട്ട് അതിനെല്ലാം വിട. എനിക്ക് കഥയെഴുതണം. ഒരു പെണ്ണിന്റെ കഥ.

രോഗം എന്താണെന്ന് കണ്ടെത്തിയാൽ അതിനുള്ള പ്രതിവിധി ചെയ്യാൻ എളുപ്പമാണ്. ചെയ്തില്ലെങ്കിൽ രോഗം വർദ്ധിച്ച് രോഗിയുടെ ജീവിതം തുലച്ചുകളയും. അപ്പോൾ ആദ്യമായി ചെയ്യേണ്ടത് ഫെയ്സ്ബുക്കും വാട്ട്സാപ്പും ഒഴിവാക്കലാണ്. അതങ്ങനെ ഒഴിവാക്കാൻ കഴിയുമോ? വർഷങ്ങളായി കൊണ്ടുപോകുന്ന സൌഹൃദങ്ങളൊക്കെ അവസാനിപ്പിക്കുക എന്നു പറഞ്ഞാൽ? പിന്നെയെന്ത് ചെയ്യും?

അതിനൊക്കെ മാർഗ്ഗമുണ്ട്; വെറുമൊരു നാട്ടിൻപുറത്ത് ജനിച്ചുവളർന്ന സാമ്പത്തികമായി അടിത്തറയില്ലാത്ത രക്ഷിതാക്കളുടെ മൂത്ത മകളായ ഞാൻ ഇത്രയൊക്കെ നേടിയത് മനസ്സിന്റെ ദൃഢനിശ്ചയം ഒ

ന്നുകൊണ്ട് മാത്രമാണ്. ഇവിടെയും അത്തരമൊരു തീരുമാനം എടുക്കുക; പ്രയോജനം ഇല്ലാത്തതും ഉപദ്രവം ഉള്ളതുമായ എല്ലാം അകറ്റിനിർത്തുക. എന്റെ മനസ്സ് എന്റേതാക്കി നിയന്ത്രിച്ചു നിർത്തുക,, അത്യാവശ്യമായി ചെയ്യാനുള്ളത് ചെയ്തതിനുശേഷം അല്പസമയത്തേക്ക് വാട്ട്സാപ്പും ഫെയ്സ്ബുക്കും തുറക്കുക,, ഇനിയങ്ങോട്ടുള്ള രജനികളിൽ മറ്റൊരു രജനി കടന്നുവരാതിരിക്കട്ടെ.

രാത്രിയിൽ നേരത്തെ ഉറങ്ങാൻ കിടന്നപ്പോൾ ഭർത്താവ് ചോദിച്ചു,

'ഇന്നെന്താ നേരത്തെ വന്നത്? ഫെയ്സ്ബുക്കിലുള്ള ഫ്രന്റ്സൊക്കെ ഉറങ്ങിയോ?'

'ഞാനതെല്ലാം ഒഴിവാക്കി'

'ഒഴിവാക്കാനോ? അതെങ്ങനെ പറ്റും?'

'ഇനിമുതൽ രാത്രിയിലുള്ള ഇടപാട് നിർത്തി'

'നിർത്താനോ? നാളെത്തന്നെ അതെല്ലാം തുറക്കും. നീയല്ലേ ആള്'

'ഞാനാകെ മാറുകയാണ്. ഇന്റർനെറ്റ് ഉപയോഗം അത്യാവശ്യത്തിനു മാത്രം'

'അപ്പോൾ നീ നന്നാവാൻ തുടങ്ങി. അല്ലേ?'

ഞങ്ങൾ രണ്ടുപേരും ചിരിക്കാൻ തുടങ്ങി. നിർത്താതെ ചിരിക്കുന്നത് പൊട്ടിച്ചിരി ആയി മാറി. വളരെക്കാലത്തിനു ശേഷം മനസ്സുതുറന്ന് മതിയാവോളം ചിരിച്ചപ്പോൾ എനിക്ക് ശാന്തമായി ഉറങ്ങാൻ കഴിഞ്ഞു. ഉറക്കത്തിന്റെ ഏതോ നേരത്ത് ഞാനൊരു സ്വപ്നം കണ്ടു; കുട്ടിക്കാലത്ത് ഞാനെന്നും പോകാറുള്ള വായനശാലയിൽ ധാരാളം പുസ്തകങ്ങൾ, എല്ലാ പുസ്തകങ്ങളിലും എന്റെ പേര് അച്ചടിച്ചിരിക്കുന്നു. കൂട്ടത്തിൽനിന്നും ഒരു പുസ്തകമെടുത്ത് പേര് വായിച്ചു; 'ചോക്കും ചൂരലും പിന്നെ ഞാനും'. പുസ്തകം തിരിച്ചും മറിച്ചും നോക്കിയശേഷം തുറന്ന് വായിക്കാൻ ശ്രമിച്ചപ്പോൾ ഉറക്കം ഞെട്ടി; പെട്ടെന്ന് പുസ്തകങ്ങളും വായനശാലയും മറഞ്ഞു.

രാത്രിനേരത്ത് സ്വപ്നങ്ങളുടെ ലോകത്ത് വിഹരിച്ചതിനാൽ ഉണരാൻ പതിവിലും വൈകി. പെട്ടെന്നുതന്നെ എഴുന്നേറ്റ ഞാൻ അടുക്കളയിൽ കടന്ന് പ്രഭാതഭക്ഷണത്തിനുള്ള തയ്യാറെടുപ്പ് തുടങ്ങി. ചായ വെച്ചശേഷം ചപ്പാത്തിക്ക് മാവ് കുഴച്ച് ഉരുട്ടി പരത്തിയിട്ട് ആറ് ചപ്പാത്തി ചുട്ടെടുത്തു. തലേദിവസം ഫ്രിഡ്ജിൽ വെച്ച മത്സ്യക്കറിയിൽ അല്പം ചൂടാക്കിയപ്പോൾ പ്രാതൽ ശരിയായി. പത്രം വായിക്കുന്ന

ഭർത്താവ് കൂടി വന്നപ്പോൾ രണ്ടുപേർക്കും കഴിക്കാനുള്ളത് ഡൈനിങ്ങ് ടേബിളിൽ വെച്ചു. പതുക്കെ കഴിക്കാൻ തുടങ്ങിയപ്പോൾ എനിക്കെന്തോ മറന്നതുപോലെ,, മറന്നത് മറ്റൊന്നുമല്ല, മൊബൈലാണ്.

വലതുകൈകൊണ്ട് ഭക്ഷണം കഴിക്കുമ്പോൾ ഇടതുകൈകൊണ്ട് മൊബൈലിൽ തോണ്ടുന്നതാണ് പതിവ്. അത്തരം ശീലങ്ങളെല്ലാം ഒഴിവാക്കിയിട്ട് ഇന്നുമുതൽ ഞാനൊരു പുതിയ ആളാവുകയാണ്; അതേ പുതിയ ആൾ.

പെട്ടെന്നാണ് ഇടവഴിയിലൂടെ ആരൊക്കെയോ തിരക്കിട്ട് ഓടുന്ന ശബ്ദം കേട്ടത്. ഭക്ഷണം കഴിച്ചിട്ട് അദ്ദേഹം മുറ്റത്തിറങ്ങി കാര്യം അന്വേഷിക്കാൻ തുടങ്ങിയപ്പോൾ അയൽപക്കത്തെ യുവാവ് പറഞ്ഞു,

'മാഷേ ഭാസുരത്തിലെ രമേശാട്ടന്റെ ഭാര്യ അനിതേച്ചി തൂങ്ങിമരിച്ചു'

'തൂങ്ങി മരിക്കാനോ? എന്തിന്?'

'എന്തിനാണെന്ന് ആർക്കറിയാം, രാവിലെതന്നെ പോലീസുകാർ വന്നിട്ടുണ്ട്. നമ്മളങ്ങോട്ട് പോവുകയാണ്'

'നിൽക്ക്; ഞാനും വരുന്നുണ്ട്. അതൊരു വല്ലാത്ത ദുരന്തമാണല്ലോ'

അദ്ദേഹം തിരിഞ്ഞുനോക്കിയത് എന്റെ മുഖത്ത്; ഞെട്ടിവിറച്ചു നിൽക്കുന്ന എന്നോടായി പറഞ്ഞു,

'ചെറുപ്പക്കാരിയായ പെണ്ണാണ്; എന്തോ കുഴപ്പമുണ്ട്. അടുത്തവീടല്ലേ, നീയും വാ'

'ഞാൻ വരുന്നില്ല, നിങ്ങൾ പോയാൽ മതി'

'ചത്തത് നിന്നെപ്പോലുള്ള പെണ്ണ് അനിതയാണ്, നീയവിടെ പോയില്ലെങ്കിൽ നാട്ടുകാരെന്ത് വിചാരിക്കും?'

'എന്ത് വിചാരിച്ചാലും എനിക്കൊന്നുമില്ല,, ഞാൻ പോകുന്നില്ല'

'ഞാൻ പോവുകയാണ്,, ആരെങ്കിലും അന്വേഷിച്ചെങ്കിൽ നിനക്ക് തലവേദനയാണെന്ന് പറയാം'

വസ്ത്രങ്ങൾ മാറ്റിയിട്ട് അദ്ദേഹം പോകുന്നത് ഞാൻ നോക്കിനിന്നു. എന്റെ വീടിന്റെ ടെറസ്സിൽ കയറി നോക്കിയാൽ കാണുന്ന അനേകം വീടുകളിൽ ഒന്നാണ് ഭാസുരം. മതിലും വലിയ ഗെയ്റ്റും കൊണ്ട് സുരക്ഷിതമാക്കിയ അനേകം വീടുകളിലൊന്ന്. അവിടെയുള്ള ഭവാനിയമ്മയെ മാത്രമാണ് എനിക്ക് പരിചയം. കാലം അതാണല്ലോ; അടുത്ത വീട്ടിലുള്ള മനുഷ്യരുടെ പേരുപോലും അറിയാത്ത കാലം.

മരണവീട്ടിൽ നാട്ടുകാർ കയറി ഇറങ്ങുന്നത് പണ്ടുപണ്ടേയുള്ള

ശീലമാണ്. ഒരാളുടെ മരണത്തോടെ അയാൾ ശവമായി മാറുമ്പോൾ അന്യരായ ആളുകളുടേത് ആയിത്തീരുന്നു. ആ വീട്ടിൽ കാഴ്ചക്കാരിൽ ഒരാളായി കയറിയിറങ്ങി മരിച്ചവരെ പറ്റി അഭിപ്രായപ്രകടനം ഞാനും നടത്തേണ്ടതാണ്. പക്ഷെ,,

എനിക്കെന്തോ തോന്നിയില്ല,,

മരണവീട്ടിലേക്ക് കൂട്ടമായി പോവുകയും വരികയും ചെയ്യുന്ന ആളുകളെ അകത്തുനിന്നും നിരീക്ഷിക്കുന്നതിനിടയിൽ ഒരുകൂട്ടം സ്ത്രീകൾ വീട്ടിലേക്ക് കയറിവന്നു. അയൽക്കാരായ കുടുംബശ്രീ പ്രവർത്തകർക്ക് ദാഹിച്ചപ്പോൾ വെള്ളം കുടിക്കാൻ വന്നതാണ്. ഞാൻ കൊടുത്ത വെള്ളം വരാന്തയിലിരുന്ന് കുടിക്കുന്ന നേരത്ത് അവർ പലകാര്യങ്ങളും പറഞ്ഞുകൊണ്ടിരുന്നു. അപ്പോൾ കൂട്ടത്തിൽ മുതിർന്ന രാധ എന്നോട് ചോദിച്ചു,

'ടീച്ചറവിടെ പോയില്ലേ?'

'രാവിലെ മുതൽ എനിക്കൊരു തലവേദന, പിന്നെ മാഷ് പോയിട്ടുണ്ട്'

'എന്നാലും ടീച്ചറേ, കാണേണ്ട കാഴചയാണ്'

'എന്ത് കാഴ്ച?'

'കത്തിച്ച നിലവിളക്ക് പോലുള്ള പെണ്ണിപ്പോൾ കരിന്തിരി പോലെ ഒടിഞ്ഞ് കെടക്ക്ന്ന്'

അവർ പറയുന്നത് കേട്ടപ്പോൾ എന്റെ ജിജ്ഞാസ വർദ്ധിച്ചു,

'അതെന്താ അങ്ങനെ പറയുന്നത്?'

'ഈ അനിതയെ എപ്പോഴെങ്കിലും ടീച്ചറ് കണ്ടിട്ടുണ്ടോ?'

'മുൻപ് എപ്പോഴോ കണ്ടിരുന്നു, ശരിക്ക് ഓർമ്മയില്ല'

'കാണേണ്ടത് തന്നെയാ, വീട്ടിന്ന് പൊറത്തൊന്നും പോകാറില്ല. ഇന്നാളൊരു ദിവസം അമ്പലത്തിൽ ഭവാനിയമ്മയോടൊപ്പം ഞാൻ കണ്ടതാ. ഇത്രയും സൌന്ദര്യമുള്ളൊരു പെണ്ണ് നമ്മളെ നാട്ടിലില്ല, സിനിമാനടിയെ പോലെയാണ്. എന്നിട്ടിപ്പോൾ മരിച്ച് കിടക്കുന്നത് കാണുമ്പോൾ സങ്കടം വരുന്നു'

'എന്തിനാ മരിച്ചത്?'

'എന്റെ ടീച്ചറേ, നമ്മൾക്കൊക്കെ എന്തെല്ലാം പ്രശ്നങ്ങളുണ്ട്, എന്നിട്ട് നമ്മളെല്ലാം തൂങ്ങിച്ചാവുമോ? ഇല്ലല്ലോ, രാവിലെ കെട്ടിയോൻ ദുബായീന്ന് വന്നപ്പോൾ കാണുന്നത് ഓള് തൂങ്ങിച്ചത്തത്. അയാളുടെ സങ്കടം കാണാൻ കഴിയില്ല ടീച്ചറേ,'

പെട്ടെന്ന് എന്റെ തലയിൽനിന്നും ഒരു മിന്നൽപ്പിണർ ദേഹമൊട്ടാ

കെ പാഞ്ഞുകയറി,,

'ചേച്ചീ, സൌദിയിലുള്ള ചേട്ടൻ നാളെ പുലർച്ചക്ക് നാട്ടിലെത്തും'

ആ സൌദി തന്നെയാണോ ഇവർ പറയുന്ന ദുബായ്?

ആകെ കൺഫ്യൂഷനിൽ ആയ ഞാൻ കൂടുതൽ കാര്യങ്ങൾ ചോദിച്ചില്ലെങ്കിലും അടുത്ത വീട്ടിലെ രമണി പറയാൻ തുടങ്ങി.

'എന്തിന്റെ കുറവുണ്ടായിട്ടാ ഓള് തൂങ്ങിയത്? ഇഷ്ടം പോലെ പണമുണ്ട്, ഒരു മോനേയുള്ളു. വയസ്സായ അമ്മയെ നോക്കീട്ട് ചെറിയ കുട്ടീനെയും കളിപ്പിച്ച് വീട്ടിലിരുന്നാൽ പോരേ?'

'വീട്ടില് വേറെയാരും ഇല്ലേ?'

എന്റെ ചോദ്യം അവഗണിച്ചുകൊണ്ട് രാധ പറഞ്ഞു,

'ഇന്ന് രാവിലെ രമേശാട്ടൻ വന്ന് കേരിയപ്പം കണ്ടത് ഓള് ചൂരീദാറിന്റെ ഷാളിൽ തൂങ്ങി നിൽക്കുന്നത്. അയാളുടെ ഒരു ഗതികേട് നോക്കണേ.'

'അയ്യോ, അതെന്താ പറ്റിയത്?'

'ആർക്കറിയാനാ ടീച്ചറെ, പോലീസ് അന്വേഷിക്കുന്നുണ്ട്. ബോഡി പോസ്റ്റ്മോർട്ടത്തിന് കൊണ്ടുപോകുന്നതിനു മുൻപ് അവിടെ എത്തിയത് കൊണ്ട് കാണാൻ കഴിഞ്ഞു. ആളുകളൊക്കെ പലതും പറയുന്നുണ്ട്. അതുപിന്നെ.'

'അതുപിന്നെ? ആര് ചത്താലും അതിനൊരു കാരണം ഉണ്ടാവുമല്ലോ. ഇതിപ്പം കെട്ടിയോൻ വരുന്ന ദിവസം ഓള് ചത്തതിൽ നാട്ടുകാർക്കെല്ലാം എന്തൊക്കെയോ സംശയം'

അവൾ പറഞ്ഞതുകേട്ട് എന്റെ ഉള്ളാകെ വിറച്ചു. ചിന്തകൾ കാടുകയറിയതിനാൽ വീട്ടിൽ വന്ന സ്ത്രീകൾ യാത്ര പറഞ്ഞ് പോയതൊന്നും ഞാൻ ശ്രദ്ധിച്ചില്ല.

പെട്ടെന്ന് അകത്തുകയറി വീടിന്റെ വാതിൽ അടച്ചുപൂട്ടിയശേഷം കമ്പ്യൂട്ടർ തുറന്നു. വലിയ സ്ക്രീനിൽ എനിക്ക് പലതും ചെയ്യാനുണ്ട്. ആദ്യം ഫെയ്സ്ബുക്ക് തുറന്ന് ഇൻബോക്സിൽ നോക്കി. ഫ്രന്റ് അല്ലാതാക്കിയെങ്കിലും രജനി എഴുതിയിട്ടുണ്ട്. ആകാംക്ഷയോടെ ഞാനത് വായിച്ചു,

'ചേച്ചി എന്നെ ഒഴിവാക്കിയത് അറിയുമെങ്കിലും എനിക്കിവിടെ എഴുതാതെ വയ്യ, ഇതെന്റെ അവസാനത്തെ എഴുത്തായിരിക്കും ചേച്ചീ. നാളെ രാവിലെ ഗൾഫിന്ന് ചേട്ടൻ വരുമ്പോൾ ഈ വീട്ടിൽ എന്നെ കണ്ടുപോകരുതെന്ന് അല്പം മുൻപ് ഫോൺ ചെയ്ത് പറഞ്ഞു ചേച്ചീ, ദുഷ്ടനായ സിദ്ധൻ എന്നെ ചതിച്ചതാണ്, എന്റെ വൃത്തികെട്ട ഫോ

ട്ടോയും വീഡിയോകളും കണ്ടെന്നും എന്നെ കൊല്ലാനാണ് നാട്ടിൽ വരുന്നതെന്നും ഹസ്ബെന്റ് പറഞ്ഞു. രക്ഷപ്പെടാൻ ഒരു വഴിയും കാണുന്നില്ല ചേച്ചീ, ഞാൻ പോവുകയാണ്.'

മുന്നിൽ കാണുന്ന അക്ഷരങ്ങളിലേക്ക് തുറിച്ചുനോക്കിയിട്ട് അല്പനേരം ഞാനിരുന്നു. അവൾ രജനിയല്ല എന്ന സത്യം ഉൾക്കൊള്ളാൻ കഴിയാത്ത ഞാൻ എന്തു ചെയ്യണമെന്ന് അറിയാതെ പരിഭ്രമിച്ചു. എന്റെ മുന്നിലുള്ളത് ഒരു സ്ത്രീയുടെ മരണമൊഴിയാണ്. പെട്ടെന്ന് എല്ലാം മായ്ച്ചുകളഞ്ഞില്ലെങ്കിൽ കുരുക്കിന്റെ ഒരറ്റം എന്നെയും തേടിയെത്തും.

രജനി എനിക്കയച്ച എല്ലാ ഫോട്ടോകളും മെസേജുകളും പെട്ടെന്നുതന്നെ ഡിലീറ്റ് ചെയ്തു. അവളുമായി ബന്ധമുള്ള ഒരു സൂചന പോലും ഇനിയാർക്കും ലഭിക്കില്ല. അതിനുശേഷം എന്റെ പ്രൊഫൈൽ തുറന്ന് മുഖപുസ്തകത്തിലുള്ള സ്വന്തം അക്കൌണ്ട് ഒഴിവാക്കിയതോടെ ചെറിയൊരു സമാധാനം ലഭിച്ചു. കമ്പ്യൂട്ടർ ഷട്ട്ഡൌൺ ചെയ്തശേഷം വീടിന്റെ വാതിലുകൾ മലർക്കെ തുറന്നപ്പോൾ പുതിയ വാർത്തകൾ പറഞ്ഞുകൊണ്ട് ഇടവഴിയിലൂടെ നടന്നുപോകുന്ന അയൽക്കാരെ കണ്ടു.

***

www.ingramcontent.com/pod-product-compliance
Lightning Source LLC
LaVergne TN
LVHW090357051026
849518LV00006B/2158